# மாய நிலவு

முதற்பதிப்பு: 2023

First Edition: 2023

Maaya Nilavu

மாய நிலவு

Indira Soundarajan

இந்திரா சௌந்தர்ராஜன்

ISBN: 978-93-5695-633-9



Pustaka

EBooks | Audiobooks | Paperback

Pustaka Digital Media Pvt. Ltd.
#7-002, Mantri Residency,
Bannerghatta Main Road, Bengaluru - 560 076
Karnataka, India
+91 7418555884

# மாய நிலவு

இந்திரா செளந்தர்ராஜன்

Pustaka
EBooks | Audiobooks | Paperback

# என்னுரை

**மா**ய நிலவு!

அழகிய இந்தத் தலைப்பை இந்த நாவலுக்குச் சூட்டியவர் தேவி ஆசிரியர் திரு. இராமசந்திர ஆதித்தன் அவர்கள்.

ஒரு விறுவிறுப்பான தொடர் எழுதும்படி 'தேவி' இதழ் எனக்குச் சந்தர்ப்பம் அளித்தபோது நான் அதில் எழுதிய ஒரு மகத்தான நாவல் இது.

'நல்ல நாவல்'

'மிக நல்ல நாவல்' என்கிற பதங்களுக்கு இந்த நாவல் உட்படுகிறதோ இல்லையோ 'வித்யாசமான நாவல்', 'விறுவிறுப்பான நாவல்' என்கிற பதத்துக்கு இது உட்பட்ட நாவல் என்பதை இதற்குக் கிடைத்த வாசகர் வரவேற்பு ஊர்ஜிதப்படுத்தியது.

அது மட்டுமல்ல...

உடனேயே இந்த நாவல் நிறைவு பெற்ற அதே இதழிலேயே, என்னுடைய அடுத்த தொடரான 'காற்று... காற்று... உயிருக்கு' இடமளித்த ஒரு தொடராகவும் இது அமைந்துவிட்டது. அந்த அளவு வாசக வரவேற்பு இதற்கு இருந்தது.

இன்று நாவல் எழுத எவ்வளவோ விஷயங்கள்.

'சமூகம் - சரித்திரம் - க்ரைம் - காதல்' என்று அந்த விஷயங்களில் இறங்கி முத்துக் குளிக்கும் எழுத்தாளர்களும் இன்று மிக அதிகம். எவரும் எவருக்கும் சளைக்காதவர்கள்.

மொத்தத்தில் பத்திரிகைத் துறையில் ஒரு மாபெரும் ரேஸ் நிகழ்ந்து கொண்டிருக்கிறது. இதில் ஒரு நிலையான பெயரைப் பெற்று, காலகாலத்திற்கும் நிற்க மிக வித்யாசமாகச் சிந்திக்கத் தெரிந்திருக்க வேண்டும். நிறைய விஷய ஞானம் நிஜமாலுமே நமக்கு வேண்டும். கூடவே மயிர்க் காலளவும் சலியாத உழைப்பு

வேண்டும். இந்த உண்மைகள் புரிந்த காரணத்தினாலே ஒரு மாறுபட்ட சமூகநாவலாக இதை வடிவமைத்தேன்.

'கிராமியம், மாந்திரீகம், க்ரைம்' என்று சகல விஷயங்களுக்கும் இதில் சமமான இடம் இருந்தது.

நம் வாழ்க்கையிலும் அன்றாடம் ஆயிரம் விஷயங்கள் குறுக்கிடுகின்றன. ஒரு மனிதன் வாழ்வில் ஒருசில விஷயங்கள் மட்டுமே குறுக்கிடுவதில்லை. கண்திறந்து மூடும்வரை அவன் சந்தித்துச் சமாளிக்க வேண்டிய விஷயங்கள் ஆயிரமாயிரம்!

ஆகையால் எனது எந்த ஒரு நாவலிலும் எல்லா விஷயங்களும் இருக்கும்படி பார்த்துக் கொள்வது எனது வழக்கமாகிவிட்டது. ஆகையால் என் நாவலை ஒரு குறிப்பிட்ட வட்டத்துக்குள் அடைக்க முடியாது.

அடுத்து யதார்த்தத்தில் எனக்கு அசைக்க முடியாத நம்பிக்கை உண்டு. கதைதானே என்று சரடு விடுவதில் எனக்கு உடன்பாடே கிடையாது.

எழுத்து என்பது ஒரு மகத்தான ஆயுதம். சகல முனைகளிலும் கூர்மையான ஆயுதம், பக்குவமாய்ப் பயன்படுத்த வேண்டும். ஆகையால் சமூகப் பிரக்ஞையோடு அதைக் கையாள்வதில் கொள்கை கோட்பாடுள்ள ஒரு எழுத்தாளன் நான்.

ஒரு எழுத்தால் சமூக மாற்றம் நிகழாது என்று வாதிடுவோர் நிரம்பிவரும் காலம் இது. வாஸ்தவம்தான்! 'திருக்குறளும், அவ்வையின் பாடல்களும் ஆயிரம் ஆண்டு அதிசயங்கள். எத்தனைபேர் அதனால் திருந்தினார்கள்? இங்கு எங்கே அமைதி பூத்துக்குலுங்கி, அன்பு செழித்தோங்கி, அறம் நிழல்பரப்பி கொண்டிருக்கிறது?' என்று கேட்பவர்களும் அதிகமாகி வருகிறார்கள்.

மேலோட்டமாய்ப் பார்த்தால் ஒரு சாமர்த்தியமான கேள்வியாய், விடை இல்லாத கேள்வியாய் இது தோன்றும். ஆனால், வெறும் அறிவுக் கண்ணோடு இதைப் பார்க்காமல், மிக சூட்சுமமாய் சற்று ஞானப் பார்வைகொண்டு பார்த்தால், இது

எவ்வளவு அபத்தமான கேள்வி என்பது நமக்குத் தெரிய வரும். அரிச்சந்திரன் கதைக்கூத்தாக இன்றும் அன்றாடம் நடத்தப்பட்டு வருகிறது. எத்தனைபேர் 'வாய்மையே வெல்லும்' என்று அதனால் மாறிவிட்டார்கள்? ஆனால் ஒரு மகாத்மா காந்தி அதைப்பார்த்து மனமாற்றம் பெற்று, இந்தியத் தந்தையாக அதுதான் காரணம்.

சுருக்கமாகச் சொல்லப்போனால் ஒரு மகாத்மா உருவாக ஓராயிரம்முறை அந்தக் கூத்துகள் பல இடங்களில் நிகழ்ந்தன எனலாம்.

அந்த ஒருவர் ஆயிரத்தில் ஒருவர், கோடியில் ஒருவர் அல்லவா?

ஆகையால் எழுத்தால் சாதிக்க முடியாது என்பதெல்லாம் அபத்தம். பாதிப்பு பளீரென்று தெரிகின்ற அளவு சாதனை வெளியே தெரியாமல் இருக்கலாம்.

எங்காவது ஒருவர் அன்றாடம் ஏதாவது ஒரு நல்ல எழுத்தால் மிக நல்ல மனிதராக மாறிக் கொண்டிருக்கிறார் என்பது என் நம்பிக்கை.

ஆயிரமாயிரம் பேரில் அவர் எங்கிருக்கிறார் என்பது தெரியாததால் அத்தனைபேருக்கும் நாம் நல்லதே எழுத வேண்டும் என்பதும் என் எண்ணம்.

இந்த நல்லதை எப்படிக் கொடுத்தால் வாசகர்களுக்குப் பிடிக்குமோ அப்படிக் கொடுப்பதுதான் எழுத்தாளன் கடமை.

அந்தக் கடமை தவறாமல் இந்த நாவலை எழுதினேன்.

என்னை பாதித்த, நான் படித்த, கேள்விப்பட்ட அனுபவங்களை என் எழுத்தில் கலப்பதன் மூலம் ஒரு Informative type என்கிற அந்தஸ்து நாவலுக்குத் தானாக வந்துவிடுகிறது.

இந்தப் பக்குவங்கள் எனக்கு ஏற்பட தேவி ஆசிரியர் திரு. இராமசந்திர ஆதித்தனும் ஒரு காரணம்.

இந்த மனிதர் ஒரு நுணுக்கமான பத்திரிகையாளர். வாசக ரசனையைக் கூறுகட்டி இது இந்த மாதிரி என்று தரம் பிரிப்பதில்

கைதேர்ந்தவர். இவரிடம் ஒரு மணிநேரம் பேசிக்கொண்டிருந்தால் போதும், ஒரு மாதம் ஒரு பல்கலைக்கழகத்தில் எழுதப் பயிற்சி எடுத்தது போன்ற பிரமை நமக்கு ஏற்படும்.

அதிர்ந்து பேசத் தெரியாது. அளவாகத்தான் பேசுவார். நம்மைப் பேசவிட்டு நம்மை அறிவதில் வல்லவர். ஒரு படைப்பின் கருவைப் பற்றி விவாதிக்கும் சமயம் அதில் ஊனங்கள் தென்பட்டால் கச்சிதமாகக் குறுக்கிடுவார். மாற்று வழியை அற்புதமாய்க் காட்டுவார்.

தேவி இதழின் தலைமைத் துணை ஆசிரியர் திரு. ஜேம்ஸ் அவர்களும் நிகரற்ற பண்பாளர் 'கருமமே கண்ணாயினார்' என்கிற பதத்துக்குப் பொருந்தக் கூடியவர் இவர். என்னைக் கூர்மைப்படுத்தியவர்களில் இவரும் ஒருவர்.

எந்த ஒரு ஓவியரையும் எல்லோருக்கும் பிடித்துவிடாது. ஆனால் திரு. மணியம் செல்வன் யாருக்கும் பிடிக்காமல் இருக்க முடியாது.

எனது இனிய நண்பர் திரு. ம.செ. எங்களிடம் ஒரு ஒற்றுமை. இருவரும் ஒருவருக்கொருவர் கலந்துபேசி செயல்படுவது. மாற்றார் கருத்துக்கு அப்படி ஒரு மரியாதை தரும் இளைஞர் திரு. ம.செ

இவர்கள் அத்துணை பேருக்கும் நன்றி பாராட்டக் கடமைப்பட்டிருக்கிறேன். 'என்னை விடலாமா?' என்று குறுக்கிடுகிறது.

நன்றி

மதுரை – 3

**மிக்க அன்புடன்**
**இந்திரா சௌந்தர்ராஜன்**

***

# 1

**1921** - கார்த்திகை பவுர்ணமி.

சுத்தமான வானம்.

நிர்மலமாய் துளிகூட மேகப்பொதி இல்லாமல் ஏகப்பட்ட நட்சத்திர ஜொலிப்போடு நீண்டு விரவிக் கிடந்தது. அதன்மேல் ராஜமங்கலத்துச் சாமை வயல்மேல் நின்றுக்கொண்டு இலேசாய் மோவாயைத் தூக்கி எளிதாகப் பார்க்க முடிந்த ஐம்பது, அறுபது டிகிரி கோணத்துக்குள்ளேயே பளீரென்று சந்திரன்!

பக்கமாய் சலசலக்கும் தாமிரபரணியில் அவன் பிம்பங்கள் ஒரு ரம்யப் புரட்சியே நடத்திக் கொண்டிருக்கும். அந்த முதல் சாமத்தில் ஊருக்குள்ளே வீதி லாந்தல் கம்பங்கள் ஊதி அணைக்கப்பட்டுக் கொண்டிருந்தன.

வழக்கமாய்ச் சூரியன் தனது பிரவேசத்தால் கிழக்கு அடிவானத்தைப் பூசிக் குளிக்கும் மஞ்சள் நிறத்துக்கு ஒப்பாக மாற்றப் பார்க்கும் அந்த அதிகாலைவரை, அந்தக் கம்பங்கள் ‘மினுக் மினுக்’ என்று பஞ்சாயத்து காவலாளி சிங்கத்தேவன் ஊற்றும் எள்ளெண்ணையைக் குடித்துக்கொண்டு வெளிச்சத்தைப் பாய்ச்சிக் கொண்டிருக்கும்.

இன்றோ வானம் முழுக்க சந்திர ராஜ்யம். அவனது இதம்பதமான, குளிர்ச்சியான வெளிச்சப் பாய்ச்சலால் ஊரும், வயலும், ஓடும் நதியுமேகூட நொள்ளைக் கண்ணுக்கும் புலப்படும் ரம்ய ராத்திரி.

இப்பொழுது போய் எள்ளெண்ணைக்குக் கேடாய் எதற்கு இந்த லாந்தல்களின் உயிரை வாங்கிக்கொண்டு என்று சிங்கத்தேவனும் அதை ஊதி ஊதி அணைத்தபடி நடந்து கொண்டிருந்தான்.

சலங்கை பூட்டிய கருவேலந்தடி சகிதம், கட்டைச் செருப்பை அது செருமச் செரும தேய்த்தபடி நடக்கும் அவன் உதடுகளிலே வழக்கம்போல் விடுகதைப் பாடல்கள் பிரசவமாக ஆரம்பித்தன.

'கடகடா குடுகுடு... நடுவிலே பள்ளம்', என்று அவன் உரக்கக் கத்தி பாடினால் அண்டை அயல் வீடுகளிலிருந்து யாராவது ஒருவர் 'ஆட்டுக் கல்லுதானே சிங்கத்தேவா?' என்று பதிலாய் கேள்வி கேட்பது சகஜம்.

எங்கிருந்தும் விடை வரவில்லையென்றால் நின்று விடையையும் சொல்லிவிட்டுப் போவான் சிங்கத்தேவன்.

எண்ணி ரெண்டு பதினாறு வீதியையும் சுற்றி வந்து எல்லா விளக்கையும் அணைத்துவிட்டு விடுகதையையும் பாடி ஊரை உற்சாகமாகத் தூங்கப் பண்ணிவிட்டு அவனும் தூங்கப் போவதற்குள் நடுச்சாமம் வந்துவிடும்.

பாளையங்கோட்டையைப் பார்த்துக் கிடக்கும் கப்பிச்சாலைமேல் பூதாகரமாய் விழுதுவிட்டு காக்கைக் குருவிக்கெல்லாம் அரண்மனையாகிப்போன ஆலமரத்து அடியிலே கிடக்கும் கட்டில்தான் அவனது நித்ய பஞ்சணை.

அங்கே வந்தவுடன், எடுத்தவுடன் சயனம் என்றில்லாமல் இடுப்பில் முடிந்திருக்கும் சுரை பீடியை எடுத்து நெஞ்சு கமற நாலு இழு இழுப்பான்.

பாளையங்கோட்டை சாலையைப் பருந்து மாதிரி ஒரு பார்வை பார்ப்பான். பெரும்பாலும் அந்த இராப்போதில் யாரும் தட்டுப்பட மாட்டார்கள். தட்டுப்பட்டால் சிங்கத்தேவனுக்குப் பதில் சொல்லியாக வேண்டும், இல்லாவிட்டால் அவனது வேலந்தடிக்கு அவர்கள் பதில் சொல்ல வேண்டி வந்துவிடும்.

சிங்கனின் கொள்ளுத் தாத்தன் கட்டபொம்மனுக்குக் கட்டாரி எரியச் சொல்லிக் கொடுத்ததாகக் கதைகூட ஒன்று உண்டு. அடிக்கடி அவைகளைச் சிங்கத்தேவன் அசைபோடுவான். அந்த ஊருக்கே தன்னை விட்டால், காவலுக்கே நாதியில்லை

என்பதுபோல் நினைத்து, பருத்த தனது மார்பைத் தூக்கிப் பெருமிதம் கொள்ளுவான்.

ஊடே பெருமூச்சும் இருமலும் கலந்து கலந்து வரும். கண்ணிமை மேல் தூக்கம் மெல்ல கூடுகட்டும். நாவண்ணங்கள் ஆவென்று பிளந்து கட்ட அடிவயிற்றிலிருந்து ஆயாசம் கொட்டாவியாய்க் கிளம்பும்.

இன்றும் கொட்டாவி வரப்போகும் சமயம், பெரிய பண்ணை முத்துசுந்தரத்தின் பகல் நேர எச்சரிக்கை 'பளார்' என்று அவன் நினைப்பில் மின்னி அவன் உறக்கத்தின்மேல் ஒரு மெத்து மெத்தியது.

"சிங்கத்தேவா... ரவைக்காவல் இன்னிலேருந்து ஜரூரா இருக்கணும், மலையாள தேசத்துல இருந்து எவனோ ஒரு மாந்திரீகன் இந்தப் பக்கம் வந்துருக்கானாம். பக்கத்து சீனிப்பட்டியில் கன்னி கழியாத பொண்ணுகளைக் குறிவெச்சு வளைக்கப் பாத்துருக்கான். நரபலிச்சாமின்னு ஊரு முழுக்க ஒரு குசும்பு, ஏன் எதுக்குன்னு தெரியலை? நடுச்சாமத்துல அவன் ஏவி விடற குறளி எதிர்பட்றவங்களைப் படுபாடு படுத்தறதாவும் கேள்விப்பட்டேன்.

படுக்கப்போகும் முன்னே நம்ம சுடலைச்சாமி துண்ஹத்தை மென்னி, நெத்தின்னு பாகுபாடு பாக்காம பூசிக்க, ஊர்க்காவல் தெய்வம் ஐய்யனார் உனக்குத் துணை வரட்டும். சாக்ரதை."

சிங்கத்தேவன் திடும்மென்று சூடுபட்டவன்போல் ஆகி கட்டிலின்மேல் எழுந்து உட்கார்ந்து கொண்டான். திரும்பவும் சுரை பீடியை எடுத்து அடி வயிறு சுண்ட இழுத்தான். சுற்றுமுற்றும் மசங்க மசங்க ஒரு பார்வை.

வானச் சந்திரனைப் புதிதாய் ஒரு மேகத்திண்டு வந்து மறைக்கத் தொடங்கியிருந்தது. ஊர்மேல் பரவிய வெளிச்சம் பாதியாய்க் குறைந்ததுபோல் ஒரு பிரமை.

வீசும் காற்றில்கூட வேகம் குறைந்து சிள்வண்டுச் சப்தங்களும் மெல்ல தங்கள் ரீங்காரத்தைக் குறைத்துக்கொள்ள,

பாளையங்கோட்டையைப் பார்த்துப் படுத்துக் கிடக்கும் வளைசல் நெளிசலான சாலைமேல் நெடுந்தூரத்தில் முட்டிக்கால் உயரம்கூட இல்லாத ஒரு உருவம் ஒரு ஆமையைப்போல் மெல்ல நடந்து வந்து கொண்டிருந்தது.

உறங்கிவிடக் கூடாது என்று பிரக்ஞை, சிங்கத்தேவனிடம் வெள்ளமாகி விட்டிருந்தது. எதையாவது பாடி பொழுதை ஒப்பேத்தி, சரீரத்தைச் சாய்க்கப் பார்க்கும் உறக்கத்தைச் சதாய்க்கலாம் என்று அவன் தனக்குத் தெரிந்த பாடல் ஒன்றில் ராகம் போட ஆரம்பித்தான்.

**"காடெல்லாம் சுற்றி வரும் கண்டலப் பசு**
**கண்ட தண்ணீர் குடியாத வெண்டலப் பசு**
**மாடெல்லாம் மதியாத மரக்கட்டைப் பசு**
**மச்சு வீட்டுக்காரன் வாங்கும் சுந்தரப் பசு"**

சிங்கத்தேவன் தன் பாட்டில் கண் இமைகளை மூடிக்கொண்டு 'ஓ... ஓ...' என்று ராகம் பாடும் அதே சமயம் அந்த முட்டிக்கால் உயர உருவம் அவன் கட்டிலுக்கு எதிரே சில அடிதூரத்தில் பாதை மையத்தில் தன் நடையை நிறுத்திக்கொண்டு சட்டென்று திரும்பி, சிங்கத்தேவனைப் பார்த்தது.

சிங்கத்தேவனுக்குத் திடும்மென்று தொண்டையை அடைத்தது. நெஞ்சைக் குடைந்தது. கண்ணிரண்டும் வெளிச்சம் செத்துப்போனது. சொத்தென்று மரக்கிளை முறிந்த மாதிரி கட்டில்மேல் விழுந்தான். சுவாசம் மட்டும் நிற்கவில்லை.

ஆலமரப் பறவைகள் கிழக்கு வான மஞ்சள் நிறத்தைப் பார்த்துவிட்டு உற்சாகமாய்க் குரல் கொடுக்கத் தொடங்கிவிட்டன. 'வீச்சு... சீச்சு...' என்று ஏக சப்தம்.

இந்த நேரமெல்லாம் திமிறிக்கொண்டு ஓடும் தாமிரபரணியில் எதிர்நீச்சல் போடவேண்டிய சிங்கத்தேவன் இன்று ஏனோ இன்னும்கூட எழுந்திருக்கவில்லை!

சப்தம் போடும் பறவைகளுக்கேகூட ஆச்சரியம். சில பறவைகள் விவஸ்தையில்லாமல் அவன் மேல் எச்சம் போட்டு அவனை உசுப்பப் பார்த்தும் பலனில்லை.

ஊருக்குள்ளே தன் வீட்டுக்கு வெளியே, கருவேலங்குச்சிக்கும் தனது காவிப்பற்களுக்கும் இடையே யுத்தம் மூட்டிக் கொண்டிருந்தார் பண்ணை முத்துசுந்தரம். கண்ணிரண்டும் கித்தாப்பாய் வீதிப்பக்கம் உலா போனது.

வீதிகளின் வீடுகளுக்கு வெளியே பெண்டு பிள்ளைகள் தெளித்து முடித்த நீர்ப் புள்ளிகளுக்கு மேலே அரிசி மாவுக்கோலம்! பார்க்கவே அழகான ஒரு கலாச்சார நேர்த்தி, ஊடே சரசரவென்று ஈரப்புடவையும் இடுப்புக் குடமுமாய் மார்பை இறுக்கி மூடியபடி அவரைத் தாண்டிக்கொண்டு மரியாதையாய் நடக்கும் பெட்டை ஜனங்கள்.

முத்துசுந்தரத்துக்கு முழிப்பு தட்டியிருக்காது என்று கருதி அந்தப் பணக்கார ஜனங்கள் வாழும் வீதிக்குள்ளே குறுக்கே புகுந்து வேகமாக நடக்கும் அரிஜன் சுடலைமுத்து, வெளியே கம்பீரமாக முத்துசுந்தரம் நிற்பதைப் பார்த்துவிட்டு அப்படியே பம்மியபடி பின்புறமாக ஓடப் பார்க்கிறான்.

அவன் அப்படித் திரும்பி ஓடுவதில் முத்துசுந்தரத்துக்குப் பெருமை. கொஞ்சம் பணக்காரத் திமிரும்கூட...

"பயம் இருந்தா சரி" என்று முணுமுணுக்கிறார். அதே சமயம் 'எங்க இந்த சிங்கத்தேவன்?' என்ற வினா வேறு அவருக்குள்ளே. ஆனால் சிங்கத்தேவனுக்குப் பதிலாக வீதி முக்கில் முத்துசுந்தரத்தின் மூத்த மகன் சண்முகவேலு ஓட்டி வரும் ஒற்றை மாட்டு வண்டி நுழைந்திருந்தது.

பக்கத்து பாளையங்கோட்டைவரை போய் பால் பாத்திரங்களை ராயர் கிளப்பில் இறக்கிவிட்டு அப்படியே 'சுதேச மித்திரன்', 'நமது இந்தியா' என்று பத்திரிகைகளையும் வாங்கிக்கொண்டு

சூரியன் அடிவானத்துக்கு மேலே முகத்தைத் தூக்கும் முன்பே வந்து விடுவான் சண்முகவேலு.

வந்த ஜோரில் தலைப்புச் செய்திகளை அப்பன் முத்து சுந்தரத்துக்கு வாசித்து காட்டுவான். வீதிப் பெரிசுகளும் சீயக்காய்பொடியும், கிளாஸ்கோ மில் துண்டுமாய் வந்து சூழ்ந்துக்கொண்டு விடுவார்கள். பிற்பாடு அந்த செய்திகளைப் பொதிமாடுபோல் அசைபோட்டபடி தாமிரபரணியை நோக்கி நடை ஊடே, சிங்கத்தேவன் அத்தனை பேரையும் கும்பிட்டபடி நுழைவான்.

அவனது உற்சாகமான மவுனபாவனையே முந்திய இரவுக்காவலில் ஒரு வில்லங்கமும் இல்லை என்பதை அவர்களுக்கு உணர்த்திவிடும்.

இன்றைக்கு நேர்மாறாகி விட்டிருந்தது. வண்டியை ஓரம்கட்டி நிறுத்திய சண்முகவேலு பேப்பரும், கையுமாய் இறங்கினான். “அப்பு சீமைத்துணி எரிப்புப் போராட்டம் வரப்போகுது. வடக்க இருந்து பாபுஜி காந்தி உத்தரவு போட்டுருக்கார். வேல்ஸ் இளவரசர் வந்துருக்காராமுல்ல. அவருக்கு நாடுபூரா எதிர்ப்புகாட்ட இதுதான் ஒரே வழின்னு காங்கிரஸ் கட்சி காரியாலய கூட்டத்துல பாபுஜி காந்தி சொல்லிட்டாரு. உன் பர்மா சில்க் ஜிப்பாவை இனி நீ போட்டுக்க முடியாது. தூத்துக்குடியில் ஐயா வ.உ.சி. தலைமையில் மலைக்கணக்கா சீமைத்துணியைப் போட்டுக் கொளுத்தப் போறாங்க...”

அன்றைய பத்திரிகைச் செய்தியில் தான் வாசித்ததை ஆர்வத்தோடு சொல்லிக்கொண்டு இறங்கி இருந்த சண்முகவேலு கடைசியாகச் சொன்ன செய்தி, முத்து சுந்தரத்தை ஒரு உசுப்பு உசுப்பியது.

“இந்த சிங்கத்தேவன் இன்னும் கண்ணு முழிக்கலப்பா. வரையில் பார்த்தேன். பொணம் மாதிரி கிடக்கான். உசுப்பலாமான்னு பாத்தேன். வேணாமின்னு வந்து போட்டேன்.” அப்பொழுது

பார்த்து அலறி அடித்துக்கொண்டு வீட்டுக்குள்ளிருந்து ஓடிவந்தாள் முத்துசுந்தரத்தின் மனைவி.

“என்னங்க நம்ம வீட்டுக் கொல்லப்புறத்துல என்னவெல்லாமோ கிடக்குதுங்க, எனக்குப் பயமா இருக்குதுங்க. நம்ம கஸ்தூரிய வேற காணோம்!”

“என்னவெல்லாமோவா... என்னடி சொல்றே?”

கேள்வியோடு கொல்லைப்புறம் வந்த முத்துசுந்தரத்தின் முதுகுத்தண்டில் முரிசல் தட்டியது. எதிரே கழிவுநீர் பாயும் கால்வாய்த் திண்டின்மேல் சில மண்டை ஓடுகள். எலும்புத்துண்டங்கள்!

சண்முகவேலு துணிச்சலாய் பக்கத்தில் நெருங்கி ஊன்றிப் பார்த்தான். கறுப்பாய் மையும், ரத்தமும் ஒன்றோடு ஒன்று கலந்து கிடந்தது. அந்த ரத்தத் திப்பிகளின் நடுவே துண்டிக்கப்பட்ட மனித விரல்கள்.

***

# 2

“சண்முகவேலு! சீனிப்பட்டிக்காரன் சொன்னது நெஜமாப் போச்சுடா. எல்லாம் அந்த மாந்திரீகன் வேலை. ஓடுடா... உன் தங்கச்சி எங்கன்னு தேடு, முதல்ல தழுக்கனை வரச் சொல்லு...”

பதறி வெடித்தார் முத்துசுந்தரம்.

“என்னங்க... என்னவெல்லாமோ சொல்றீங்க. என்னாங்க இதெல்லாம். நம்ம கஸ்தூரிக்கு என்ன ஆச்சு?” அவரது வெடிப்பில் பங்கு போட்டாள் அவர் மனைவி.

“ஒண்ணுமில்ல மங்கம்மா, ஒண்ணுமில்ல. எவனோ ஒரு மந்திரவாதி இந்தப் பக்கம் வந்துருக்கானாம். ஏன் எதுக்குன்னு தெரியலை... ஐய்யோ நா இப்ப என்ன பண்ணுவேன். சிங்கத்தேவனை வேற காணலை. நேத்து அவனுக்குப் படிச்சுப் படிச்சு சொல்லியிருந்தேனே!”

முத்துசுந்தரத்தால் நிலைகொள்ள முடியவில்லை. இதற்குள் விஷயம் புதுவெள்ளமாய் ஊருக்குள் பாயத் தொடங்கியிருந்தது. சண்முகவேலு பதறியபடி ஓடிக்கொண்டிருந்தான். எங்கே போய் எப்படித் தேடுவது என்பது புரியாத பதட்டம், அவன் கால்களைப் பின்னிக் கவ்வியிருந்தது.

அன்றைய விஷயம் ஒரு சூடு போட்ட விஷயமாக இதயத்தையே அழுத்திப் பிறக்கும் விடியலாக ராஜமங்கலத்துக்கு அமைந்து போனது.

ஆலமரத்து நிழலில் கட்டிலில் கிடந்த சிங்கத்தேவன் முகம்மேல அப்பொழுதுதான் முதல் கதிர் விழுந்தது. சூடு

தாளிக்கத் தொடங்கியது. மரத்து இலைதழை ஊடே சிரமப்பட்டு நுழைந்து அவனது பருத்த மீசைக்குப் பக்கமாய் சுள்ளென்று தாக்கவும் சொரணை வந்து மெள்ளக் கண் திறந்தான் சிங்கத்தேவன். கண்திறந்த வேகத்தில் முகம் கசங்க சட்டென்று எழுந்தும் கொண்டான். அதிகம் தூங்கிவிட்ட பதைப்பும், எப்படி இப்படித் தூங்கிப் போனோம் என்ற கேள்வியுமாய் ஏகமாய்க் குழம்பியபடி கண்களைக் கசக்கிவிட்டுக் கொண்டான்.

அடிவயிற்றில் பறவை எச்சம்கூட காய்ந்து இறுகிப் போயிருந்தது. சை... என்று முகம் சுளித்தபடி அதை வழித்து, கையை உதறிக்கொண்டு எழுந்திருந்தான். கட்டிலை அப்படியே தூக்கி மரத்தின் அடிவேரில் சாய்த்துவிட்டு நிமிர்ந்தவனுக்குள் திரும்பவும் அதிகம் தூங்கிவிட்ட பதைப்பு. அதோடு முந்திய இரவில் பாடலைப் பாட முடியாதபடி குரல் சட்டென்று உடைபட்டுப்போன ஆச்சரியம் வேறு!

அந்த நினைப்புகளை உடைக்கும்படி எதிரே சிலர் ஓடிவந்து கொண்டிருந்தனர்.

'என்னாச்சு?' அவனது அடர்ந்த புருவங்கள் வளைந்து நிமிர ஓடி வருபவர்களைப் பார்க்கிறான் சிங்கத்தேவன்.

"எலே சிங்கா... பாவி இங்கனையா இருக்க? பண்ணை முத்துசுந்தரம் மகளைக் காணோமப்பா? அவர் ஊட்டு கொல்லப்புறத்துல ஒரே மண்டை ஓடும், எலும்புமா கெடக்கு. நீ இங்க உல்லாசியா உறங்குதியோ? உன் காவல் காக்கற லட்சணத்துக்குத் தர்மசாத்து உழுவப் போவுதுலே..."

சிங்கத்தேவன் முகம் இறுகுகிறது. ஒன்றும் புரியாத குழப்பத்தோடு அங்கிருந்து நீங்குகிறான். முதலில் முத்து சுந்தரத்தைப் போய்ப் பார்ப்பது நல்லது என்று படவே, அவரது வீதியை நோக்கி நடக்க ஆரம்பித்தான் சிங்கத்தேவன்.

வழியில் எதிர்ப்படுபவர்கள் எல்லாம் அவனை கேள்வியால் குடைகிறார்கள்.

"சிங்கத்தேவா... ராத்திரி என்ன உறங்கிப்போனியா? ஊருக்குள்ளர மாந்திரீகன் நுழைஞ்சிட்டாண்டா."

"ஐய்யோ நான் என் பெண்டு பிள்ளைகளை இனி எப்படி பத்திரப்படுத்துவேன்? ஊர்ப் பெரியவர் முத்துசுந்தரத்தாலேயே முடியலையே..."

"மாந்திரீகமாவது, மண்ணாவது வாயக் கழுவுங்க. எல்லாம் சதாய்ப்பு. அந்தப் பொண்ணு எங்கிட்டாச்சும் போயிருக்கும்..."

"மண்டை ஓடு, எலும்பு துண்டமெல்லாம் எங்கிருந்து வந்துச்சு? நறுக்கிப் போட்ட விரலுங்க வேற கிடந்துச்சே. உலகத்துல என்னவெல்லமோ நடக்குது..."

எதற்கும் பதிலில்லை சிங்கத்தேவனிடம். பண்ணை முத்துசுந்தரம்கூட பதில் ஏதும் பேசாமல் அவனை வெறிக்கிறார். கண்களாலேயே 'இதுதான் காவல் காக்கிற லட்சணமா?' என்று கேட்கிறார்.

"ஐயா... நான் தூங்காமத்தான் முழிச்சி கிடந்தேன். திடும்முன்னு பேச்சு மூச்சு இல்லாம் மயங்கி சாய்ஞ்சிட்டேன். எப்படின்னே தெரியலை. அதுக்குப் பிறகுதான் இவ்வளவு நடந்துருக்கு..." மெள்ள இதழ் பிரிக்கிறான் சிங்கத்தேவன்.

"பண்ணை, தேவனைக் குத்தம் சொல்லிப் பிரயோஜனமில்ல. ஆக வேண்டியதைப் பார்ப்போம், போலீசுக்குப் போறதா, இல்ல நாமளே கஸ்தூரிய தேடறதான்னு முடிவு பண்ணுங்க..."

ஒருவர் முடுக்கிவிட வீதிப் பெரிசுகள் கூடிவந்து கும்பலாய் அமர்ந்து விவாதம் நடத்தினர். அதன் பேரில் ஒரு இளைஞர் படை பத்து பத்து பேரைக் கொண்டு உருவானது. ஒவ்வொரு திக்குக்கு ஒரு படை என்று பிரிந்து போனது.

அந்தக் கூட்டத்தில் ஒரு இளைஞன் மட்டும் மிகச் சோகமாக எதுவுமே பேசாமல் கல்லுக் கணக்காய் உட்கார்ந்திருந்தான். சிங்கத்தேவனும் அவனை அடிக்கொரு தடவை பார்த்துக் கொண்டேயிருந்தான். அவன் கஸ்தூரியை ஆற்றங்கரைப்

பக்கமாய் அடிக்கடி சந்தித்துப் பேசி மகிழ்ந்திருப்பதைத் தேவன் அடிக்கடி பார்த்திருப்பதனாலே இருவருக்கும் இடையிலான ஸ்னேகத்தைப் பற்றி முன்பே தெரிந்துவைத்திருந்தான்.

தனது பரம்பரையைச் சேர்ந்தவன் என்கிற வகையில் அவன் பேரில் ஏனோ ஒரு மதிப்புக் குறையாத ஈடுபாடும் இருந்தது.

இப்பொழுது கஸ்தூரியைக் காணோம் எனும்பொழுது அவன் மனம் வாடிப்போன கண்டங்கத்திரியாய் கசந்து சுண்டிக்கொண்டிருப்பதும் புரிந்தது.

சிங்கத்தேவனின் சிந்தனையில் அவனுக்காக வருத்தம் நெளிந்த சமயம் பண்ணை முத்துசுந்தரம் தீனமாய், "சிங்கத்தேவா..." என்று அழைத்தார். குரலில் தீர்க்கம் இருந்தபோதிலும் முகம் உளைந்து போயிருப்பது பளிச்சென்று தெரிந்தது.

"இன்னிக்கு ராப்போதுல நேத்து மாதிரி கோட்டை விட்டுடாதே. ஒரு இடத்துல உட்காரம ஊரைச் சுத்திசுத்தி வந்துகிட்டே இரு. நாங்களும் உறங்கப் போறதில்ல. துணைக்கு வேணும்னா இந்தப் பயலைக் கூட்டிக்கோ..."

முத்துசுந்தரம் சோகமாய் உட்கார்ந்திருக்கும் அந்த இளைஞனைக் காண்பித்தார்.

"ராஜேந்திரனையா?" சிங்கதேவனின் கேள்வி, ராஜேந்திரன் எனும் அந்த இளைஞன் பதிலுக்கு ஆமோதிப்பதுபோல் அங்கிருந்து அனைவரையும் பார்த்தான்.

சூரியன் சரிந்துக் கொண்டிருந்தான். தேடிப்போனவர்களிடம் இருந்து ஒரு தகவலும் இல்லை. முத்துசுந்தரமும், மங்கம்மாளும் சுருண்டு படுத்துவிட்டதாகப் பேசிக்கொண்டார்கள்.

சிங்கத்தேவனும், ராஜேந்திரனும்கூட நம்பிக்கை இழந்துவிட்டவர்களைப் போலத்தான் தென்பட்டார்கள்.

"தேவரண்ணே... நான் என் குதிரையை எடுத்துக்கிட்டு வரேன். அனுமன் கரட்டுப் பக்கம்போய் தேடிப் பார்ப்போமா?"

ராஜேந்திரன் கேட்டுவிட்டுப் பதிலைப் பற்றிக் கவலைப்படாமல் தனது குதிரையைத் தட்டிக்கொண்டு வந்தான்.

ஜமீன்களுக்கு நல்ல சாதிக்குதிரையாய் வாங்கித் தரும் அப்பனின் தொழிலுக்கு ஒரே சாட்சியாக உள்ள அந்தக் குதிரை ராஜேந்திரன் என்றால் குஷியோடு குதித்து ஓடிவந்து அவனோடு விளையாடும். அந்த அளவிற்கு அவனுக்கு மிக்க கட்டுப்பட்டது. ஊருக்குள்ளே எங்கே கண்ணைக் கட்டிவிட்டு வந்தாலும் சரியாக வீடு வந்து சேர்ந்துவிடும், புத்திசாலித்தனமான குதிரை அது.

செல்லமாக அதற்கு 'மேகராஜன்' என்ற பெயர்வேறு வைத்திருந்தான். இப்பொழுது அந்த மேகராஜன்மேல் ராஜேந்திரன். சிங்கத்தேவனையும் பின்பக்கமாய் ஏற்றிக்கொண்டான். சாலைமேல் சிட்டாகப் பறக்க ஆரம்பித்தான்.

"அனுமன் கரட்டுப்பக்கம்தான் ஊரோட மயானமிருக்கு. அங்க போய்ப் பார்த்தால் எதாச்சும் துப்பு கிடைக்கலாமில்லியா?"

ராஜேந்திரனின் கேள்வியில் உடனே கஸ்தூரியைப் பார்த்தாக வேண்டிய வெறி. சிங்கத்தேவனுக்கு அவன் வேகம் கொஞ்சம் அச்சத்தைத் தந்தது.

"ராஜேந்திரா... அந்தப் பொண்ணைக் கண்டுபிடிக்கறதுகூட அப்புறம். இரண்டு பேரும் விரும்பறீங்களே, இது பண்ணைக்குத் தெரிஞ்சா என்ன நடக்கும் தெரியுமா? அவுக மேல்சாதி மக்களில்லையா?"

ராஜேந்திரனிடம் இலேசாய் மவுனம். அதற்குள் அனுமன் கரடு தொலைவில் தெரிந்தது. ஒரு குறுமலையாய் செம்பழுப்பில் சப்பாத்திக் கள்ளிகளுக்கு நிறைய இடம் கொடுத்துவிட்டு விழிபிதுங்கும் ரகத்திற்குப் படுவறட்சியாய்!

அதன்மேல் பெரிய பிளவுகளும், மாடு முழுங்கிப் பள்ளமும் மிகப்பிரசித்தம். மேய்ச்சலுக்குப் போகும் மாடுகளில், சில கன்றுக்குட்டிகள் அந்தப் பள்ளத்தில் விழுந்துவிட்டால் அதை ஊர்க்காரர்கள் மறந்தே போவார்கள். சமயத்தில் ஊர்மக்களில்

சிலருக்கான தற்கொலைக் களமாகவும்கூட அது அமைந்துவிடும். அந்தப் பள்ளத்தில் ஒரு எலும்புக் குவியலையே பார்க்கலாம்.

அதனால் அந்தப் பக்கமாய் யாரும் விளையாட்டுக்குக்கூட போய் எட்டிப்பார்க்க மாட்டார்கள். அந்த இடத்தைத் தொடர்புபடுத்திய பேய்க்கதைகளுக்கும் ஊரில் பஞ்சமில்லை.

அப்படிப்பட்ட இடத்தைத் தேடி அடைந்த ராஜேந்திரனின், மேகராஜன் அடிவாரத்திலேயே இலேசாய் வாயோரம் நுரை ததும்ப தனது இரட்டைச் சுமைக்காக வருந்தி நின்றது.

தேவனும் ராஜேந்திரனும் இறங்கிக் கொண்டனர்.

“நம்ம ஊர்க்கார பயலுக இந்தப் பக்கமெல்லாம் வந்து பாத்து இருக்கமாட்டாங்க. பயந்தாங்கொள்ளிங்க” சிங்கத்தேவன் சலிப்போடு சுற்றுமுற்றும் பார்த்தபடியே அடிஅடியாய் எடுத்து வைத்து நடந்தான்.

“தேவரண்ணே! மாந்திரீகம், மந்திரம்னா என்ன? இதெல்லாம் நெஜம்தானா?” ராஜேந்தினிடம், பார்வையைக்கொண்டு துழாவும்போதே கேள்வி வேறு.

“அது புரியாத ஒரு சங்கதி ராஜேந்திரா. ஆனா பொய்யுன்னு ஒதுக்கிட முடியாது. மாடு முழுங்கிப் பள்ளம் பக்கம் பார்ப்போமா?”

“உம், எனக்கே அந்தப் பள்ளத்தை எட்டிப் பார்க்க ஒரே பயம். நம்ப ஊர் மாடுகளும், மனுசங்களும் எத்தினி பேர் அதுல விழுந்து செத்துருப்பாங்க! மந்திரம், மாயம்னு அலையறவங்களுக்கு ரொம்ப தோதான இடம்தான் இந்தக் கரடு.”

பேசிக்கொண்டே நடந்தவர்களை மாடு விழுங்கிப் பள்ளம் வரவேற்றது. தொண்ணூறு டிகிரிக்கு நெட்டுகுத்தலான நூறு அடிக்குப் பக்கமான சரிவு. வெளியே இருந்து பார்த்தபோது எலும்புத் துண்டங்கள் மலைபோல் தெரிய, அதை ஒட்டி மேலும் ஒரு குகைபோல் இருண்ட குழி. அதன் ஆழத்தையோ, அமைப்பையோ மேலே இருந்தபடியே அளத்தல் சாத்தியமில்லை என்பது தெரிந்தது.

சூரியன்வேறு சுத்தமாக மேற்கில் அமுங்கிவிட்டான். அதோ ஒரு சிறுபுள்ளிக் கூட்டமாய்த் தெரியும் பசும் வயல்களை ஒட்டிய ராஜமங்கலத்துக்கு அந்தப்புறத்தில் சந்திரனின் வட்டமுகம்.

ஆரஞ்சு வண்ணத்தில் அற்புத வட்டமாய், திகுதிகுவென தீப்பிடித்துப் பழுத்த இரும்புக் கோளமாய்...

ராஜேந்திரன் இருட்டிவிட்டதே என்பதற்கான கவலையோடும், எதிரே தெரியும் சந்திர விளக்கின் அழகைக்கண்டு கொஞ்சம் ரசனையோடும் மிடறு விழுங்கினான்.

சிங்கத்தேவனுக்கும் பகல் முழுக்க அலைந்த களைப்பிற்கு அந்த ரம்மியமான மாலைப்பொழுதின் தோற்றம் பார்க்கப் பரவசமாகவும் இதமாகவும் இருந்தது.

“வந்த வேலையை உட்டுட்டு நிலாவை பார்த்துக்கிட்டு நின்னா எப்படி?” அவனே கேள்வியையும் வேறு கேட்டுக்கொள்கிறான்.

“நானும் நினைவு தெரிஞ்ச நாளா ஊரை காவல் காக்கறேன். இதுமாதிரி கன்னி மகள் காணாம போனது இதுதான் மொத தடவை. திருடன்கூட நம்ம ஊர் பக்கம் நானிருக்கேன்னா வரமாட்டான். காலம் எப்படியெல்லாமோ போவுது” என்று அவன் சலித்துக்கொள்ளும் சமயம் திடும்மென்று அவன் நாசியை மல்லிகை மணம் வந்து தாக்கியது.

முகத்தைச் சுருக்கி ஊர்ஜிதப்படுத்திக்கொண்ட சிங்கத்தேவனிடம் ஆச்சரியம்.

“ராஜேந்திரா பூ வாசம் வருது பாத்தியா?”

“ஆமாம் தேவரண்ணே, திடுதிப்புன்னு எங்கிட்டு இருந்து வருது?”

மல்லிகையின் மணம் வினாடிக்கு வினாடி கூடிக்கொண்டே போனது.

“கஸ்தூரிக்கு மல்லிகைப் பூன்னா ரொம்ப இஷ்டம்!” என்ற ராஜேந்திரன் கருத்தில் அவளையே பார்த்துவிட்ட மாதிரியான உணர்ச்சிப் படிவங்கள்.

இருவரும் அந்த மணம் எங்கிருந்து வருகிறது என்று சுற்றிச்சுற்றி வந்து பார்த்துத் தேடுகின்றனர். எதுவும் புலப்படாத நிலையில் அந்த மணம் சட்டென்று நின்றுபோனது!

"என்னடாது எல்லாம் ஒரே மர்மமா இருக்கு" இருவரும் முணுமுணுத்துக் கொள்ள இப்பொழுது இலேசாய் உடுக்கை ஒலிப்பது போன்ற சப்தம். அந்தச் சப்தம்கூட வினாடிக்கு வினாடி கூடிக்கொண்டே போனது. திடீரென்று மிகச் சமீபத்தில் ஒலிப்பதுபோல் தோன்றியது.

இருவரும் சப்தத்தால் விதிர்த்துப் போய்விட்டார்கள். அடுத்து என்ன செய்வது என்பது புரியாத இறுக்கத்தில் அந்த உடுக்கை நாதம் கேட்டு ஒடுங்கும் அவர்கள் தேகம், சில அடிதூரத்தில் குப்பென்று புகை கிளம்புவதைக் காணத் தவறவில்லை,

நெட்டுக் குத்தலான பாறைகள் சூழ்ந்த ஒரு மறைவில் இருந்து புகையானது ஒழுங்கில்லாத மாபெரும் கோளங்களாய் வடிவம் காட்டி வானம் ஏறிக் கொண்டிருந்தது.

ராஜேந்திரன் துணிச்சலை வரவழைத்துக் கொண்டு அந்தப் பாறைகள் சூழ்ந்த இடத்தை நோக்கி நடக்க ஆரம்பித்தான். சிங்கத்தேவனும் சளைத்து விடவில்லை. பூனைபோல் நடந்து பாறைகளை நெருங்கிப் பதுங்கி எட்டிப்பார்த்த இரண்டு பேரின் நான்கு விழிகளும், அப்படியே தெரித்துவிடும் அளவிற்கு விரிந்து தலைகுத்தி நின்றது.

ஒரு வழவழப்பான பாறை மேலே கஸ்தூரி உட்கார்ந்திருக்கிறாள். உடம்பில் ஒரு முழம் துணிகூட இல்லை. ஆனால் உறுப்புகளோ அவ்வளவாய் வெளியே தெரியாதபடி தங்க ஆபரணங்களால் அவள் உடல் வேயப்பட்டிருக்கிறது.

நெற்றிப் பொட்டை மூடிக்கொண்டு சிவப்புக் கல் தெரிக்கும் ஜடை பில்லை, காதில் குடை ஜிமிக்கி, மூக்கில் தீபச் சுடராய் ஒளி வீசும் புல்லாக்கு, கழுத்தில் ஒரு பொற்காசு கூட்டமே தேங்கிக் கிடக்கிறது. ஊடே ரத்னாவளி, மார்பில் ஹாரம். இடைத்

தொப்புள்கூட வைரம் பதித்த ஜொலிப்பில் சுண்டி இழுக்கிறது. அதற்கும் கீழே ஆல் இலையாய் தங்க இலை. அதன் மையத்தில் ஒரு மணிப் பவழம், காலில் தண்டி, வலது - இடது கரங்களில் தங்கத்தை நுணுக்கிப் பிணைத்த சங்கிலிக் கோவை!

மொத்தத்தில் அம்மன் விக்ரமாய் அலுங்காமல் குலுங்காமல் வெறித்தபடி வீற்றிருக்கும் அவள் எதிரே ஆஜானுபாகுவாய் ஒருவன். திரிசடையும், தாடியுமாய் நெற்றியில் மையும் குங்குமமும் பளீரிட இடையில் ஒரு கறுப்புத்துண்டு மாத்திரம் அணிந்தவனாய் வானத்தையும், வட்ட நிலாவையுமே பார்த்துக்கொண்டு எதையோ முணு முணுக்கிறான்!

கஸ்தூரியின் எதிரே ஒரு தீச்சட்டி அதில் அவ்வப்பொழுது எதையோ அள்ளிப்போட, புகை அந்த இடத்தையே மூடி மறைக்கிறது. நடுநடுவே மணிக்கட்டில் கட்டியிருக்கும் உடுக்கையைத் தட்டி கண்களை இடுக்கிக் கொள்கிறான்.

இத்தனைக்கும் நடுவே கஸ்தூரியின் கால்மாட்டில் ஊன்றிப் பார்த்த போதுதான் வெட்டி எடுக்கப்பட்ட அந்த எருமைத் தலையே பார்வைக்குத் தெரிந்தது.

***

# 3

**ரா**ஜேந்திரனிடம் ரத்தம் உறைந்தேப் போனது. சிங்கத்தேவன் அந்த அளவு பாதிக்கப்படாவிட்டாலும் ஓரளவு பயந்துகிடப்பது, பள்ளம் விழுந்துவிட்ட வயிற்றைப் பார்க்கையில் தெரிந்தது.

“தேவரண்ணே என்ன நடக்குது இங்கே? கஸ்தூரி உடம்புல ஏது இவ்வளவு நகைங்க?” காதோரமாய் வந்து குசுகுசுக்கிறான் ராஜேந்திரன்.

“உன்னை மாதிரிதானே நானும்? பொறு... என்ன நடக்குதுன்னு பார்ப்போம்.”

சிங்கத்தேவன் பதில் சொல்லவும் அந்த மாந்திரீகன் விளக்கு ஒன்றை உருவாக்கவும் சரியாக இருந்தது. உச்சி மண்டை ஓட்டைக் கைய்யகலத்திற்கு வெட்டி எடுத்து அதைக் கவிழ்த்து அதில் எண்ணை விட்டு, திரி போட்டு உருவாக்கிய விளக்கு.

ஏற்றிய அந்த ஓட்டு விளக்கை கஸ்தூரியின் தலைமேல் வைத்துவிட்டு எதிரே மண்டியிட்டான் அந்த மாந்திரீகன். கண்களை இறுக மூடி கைகளைக் கூப்பினான்.

வானத்துச் சந்திரன் வேடிக்கை பார்க்க, சிங்கத்தேவனும் ராஜேந்திரனும் விதிர்த்து கிடக்க, காற்றுகூட வேகமாக வீசப் பயந்த மாதிரி சப்தமற்று விளங்கியது, அந்த முதல் ஜாமம் ஆரம்பம்.

“தேவரண்ணே வேடிக்கை பார்த்துக்கிட்டிருந்தா எப்படி?” திரும்பவும் காதோரமாய் ராஜேந்திரனின் வினா. சிங்கத்தேவன் இனியும் தாமதிக்கக் கூடாது என்பதுபோல் இடுப்புக் கட்டாரியைக்

கையிலெடுத்தான். அது பக்கத்துப் பாறைமீது மோதி ஒரு சிறு சப்தம் உண்டாக்க, சட்டென்று நிமிர்ந்தது மாந்திரீகன் உடல். சுற்றுமுற்றும் சிரம் திரும்பித் திரும்பிப் பார்த்தது.

அவனது பார்வைக்குத் தப்பிக்க வேண்டி இருவரும் சட்டென்று பாறை பின் ஒளிய, அங்கே தேங்கிக் கிடந்த சில கற்கள் அவர்கள் தேகம்பட்டு உருண்டு மேலும் சப்திக்க மாந்திரீகனிடம் விதிர்ப்பு...

“ஆரானு இவ்விட?” மெள்ள இதழைத் திறந்து சப்தம் கொடுத்தான்.

“அண்ணே தாமதம் செய்யாதீங்க...” – ராஜேந்திரனின் பேச்சுக்குப் பதில் பேச்சாகச் சிங்கத்தேவன் கட்டாரி சட்டென்று அவன் கரங்களைவிட்டு நழுவிப் பறந்தது. சரியாக அந்த மாந்திரீகனின் குரல்வளையைக் கடித்துவிட்டு, சக்கென்று கீழே விழாமல் அப்படியே நின்றது. ஒரு வினாடி அந்த மாந்திரீகன் நிலைதடுமாறி கீழே விழுந்தான்.

தேவன் வினாடிகளை வீணாக்க விரும்பவில்லை. பாறைக்குப் பின்னாலிருந்து வெளிப்பட்டு அவன்மேல் பாய்ந்து அந்தக் கட்டாரியை உருவித் திரும்பவும் அந்த மாந்திரீகனின் மார்புக்குள் பாய்ச்சவும் அந்த மாந்திரீகனின் வலுத்த கரங்கள் அந்த நிலைகுலைந்த வேளையிலும் சிங்கத்தேவனை இறுக்கிக் கொண்டன.

ராஜேந்திரன் ஓடிப்போய் கஸ்தூரியைப் பிடித்து உலுப்பினான். முதல் காரியமாய் அந்தத் தலை விளக்கைத் தட்டிவிட்டான்.

சிங்கத்தேவனால் அந்த மாந்திரீகன் பிடியிலிருந்து விடுபட முடியாத நிலை. சமாளித்து அவனை அமுக்கிப்பிடித்து, தரையோடு தரையாகப் போட்டுத் தேய்த்துவிட்டு நிமிர்ந்தவன், கம்பீரமாய் ராஜேந்திரனைப் பார்த்தான். எல்லாமே மின்னல் வெட்டாய் நிகழ்ந்துவிட்டது. மாந்திரீகன் ஆவியும்கூட அவனைவிட்டு விலகி விட்டிருந்தது. அவன் விறைத்து ஜில்லிட ஆரம்பித்தான்.

ராஜேந்திரனிடம் பெருமூச்சு, கஸ்தூரியோ சட்டென்று தூங்கி எழுந்தவள்போல் கண்களைக் கசக்கினாள்.

தன் நிர்வாணத்தையும் எதிரே தெரிந்த ராஜேந்திரனையும், சிங்கத்தேவனையும் பார்த்துக் கூனிக்குறுகி ஓடிப்போய் ஒரு பாறையின் பின்புறம் ஒளிந்து கொண்டாள்.

“கஸ்தூரி என்ன நடந்துச்சு, உன் உடம்புல ஏது இவ்வளவு நகைங்க? உன் துணி எங்க?” ராஜேந்திரன் பதட்டம் கலையாமல் கேட்கிறான்.

“எனக்கு எதுவும் தெரியாதுங்க, எதுவுமே ஞாபகத்துல இல்ல! அந்த மாந்திரீகன் என்னை மயக்கித் தூக்கிட்டு வந்தது தெரியுது. அப்புறமா எங்க கூட்டிக்கிட்டுப் போனான். என்ன பண்ணான்னு தெரியலை. ஆனா நான் தவலை தவலையா தங்கக் காசுகளையும் நகைகளையும் பார்த்தேன். அது மட்டும் என் பார்வையில் இப்பவும் அப்படியே இருக்கு. அதுல இருந்து எடுத்த நகைங்கத்தான் இதெல்லாம்!”

பாறையின் பின்னாலிருந்து அவளிடம் ஆச்சரியப்படும்படியான பதில்கள்.

“ஆமா... இப்ப உன் துணி எங்க?”

“தெரியாது.”

சிங்கத்தேவன் உடனேயே தன் இடுப்பு வேட்டியை அவிழ்த்து கஸ்தூரி ஒளிந்துகொண்ட பாறையின் பின்புறம் தூக்கி எறிந்தான். அவளும் அதைச் சுற்றிக்கொண்டு வெளியே வந்தாள். பெரிய லங்கோடுவுடன் (கோவணம்)

சிங்கத்தேவன் நிற்கவும் அவளுக்கு அவனைப் பார்க்கச் சற்று வெட்கமாக இருந்தது.

“தேவரண்ணே... இந்தப் பாவியோட உடம்பை மாடு விழுங்கி பள்ளத்துல தூக்கி எறியுங்க. வெளியே தெரிஞ்சா வில்லங்கம். கஸ்தூரியை நான் அவங்க வீட்ல கொண்டுகிட்டுப் போய்

விட்டுடறேன். விபரத்தை ஊருக்கு தழுக்கடிக்க வேண்டாம். யோசிச்சு வேற காரணம் சொல்லுவோம்.

தங்க பாத்திரம், நகைங்கன்னு, கஸ்தூரி சொல்றதை கேட்டார் ஊரே மண்வெட்டியோட ஒரு இடம் பாக்கிவிடாம தேட ஆரம்பிச்சுடும். அப்புறம் வில்லங்கம்தான். என்ன நா சொல்றது?"

சிங்கத்தேவன் மறுபேச்சு பேசாமல் மாந்திரீகன் சவத்தைத் தூக்கினான். நிலா ஒளி மோசமில்லாமல் வழிகாட்டியது. மாடு விழுங்கிப் பள்ளத்தை நெருங்கி மேலிருந்து அவன் சரீரத்தை அதில் விட்டெறிந்தான்.

அது எலும்புக் குவியல்மேல் விழுந்து, இருண்ட குகைக்குழிக்குள் எங்கோ போய் மறைந்து கொண்டது.

பெருமூச்சோடு, பயம் கலைந்தவர்களாய் மூவரும் நடக்கத் தொடங்கினார்கள். நடக்கும்போதே கஸ்தூரி தன் உடம்பு நகைகளை எல்லாம் கழட்டி மூட்டை கட்ட ஆரம்பித்தாள்.

"கஸ்தூரி உனக்கு வேற ஒண்ணும் ஆயிடலையே?" ராஜேந்திரன் சந்தேகத்துடன் இரட்டை அர்த்தத்துடன் அப்படிக் கேட்ட கேள்வி அவளை என்னவோ செய்தது. பதில் சிங்கத்தேவனிடம் பிறந்தது.

"ராஜேந்திரா... உன் கஸ்தூரி இப்பவும் கன்னிதான். மாந்திரீகர்களுக்குக் குறிப்பிட்ட சாமுத்திரிகா லட்சணம் உள்ள கன்னிமார்தான் தேவை. அவங்களாலதான் பூதம் காக்கற புதையலை ஒரு சேதமும் இல்லாம வெளியே எடுக்க முடியம்கறது ஐதீகம். எடுத்த பிறகு அவங்களைக் கொண்டே தேவதைகளுக்குப் பவுர்ணமி பூஜை செய்து சாந்தி கழிக்க பார்த்துருக்கான், அந்த மாந்திரீகன். நாம் முந்திகிட்டோம். இந்தச் சம்பவங்களால் ஒண்ணுமட்டும் நமக்கு நல்லா தெரிய வந்துருக்கு. அவன் புதையல் எடுத்துருக்கான். ஆனா அதை எங்க ஒளிச்சிருக்காங்கறது தெரியலை. தேடணும். ஊருக்குத் தெரியாம

தேடணும். கஸ்தூரியும் ஒத்துழைச்சா அந்தப் பெருஞ்செல்வம் நமக்குதான்..."

சிங்கதேவனின் விளக்கத்தில் பிடிபடாத உண்மைகள் கைகோர்த்து முகம்காட்டிக் கொண்டிருப்பது தெரிந்தது. பயமும் பதட்டமும் விலகி ஒருவகை புதிய தெம்பு ஊற்றாய்ப் பெருகியிருந்தது.

அடிவாரத்தில் மேகராஜன் களைப்பு நீங்கியவனாய் காத்திருந்தான். அதன் மேல் கஸ்தூரி ஏறி அமர்ந்தாள். நகை மூட்டையை ராஜேந்திரனிடம் தந்தாள்.

"என் குதிரை உன்னை உன் வீட்டுல சேர்த்திடும். நான் உன்னோட சேர்ந்து வர்றதை ஊர் பார்த்தா பல மாதிரி பேசும், நீ முன்ன போ. நகைங்களோட நானும் தேவரண்ணனும் பின்னால வர்றோம். இது விஷயமா யார்கிட்டயும் மூச்சு விடக்கூடாது. உன் அப்பா - அம்மாகிட்ட மட்டும் நடந்ததைச் சொல்லு என்ன?"

கஸ்தூரி தலையை ஆட்டினாள். மேகராஜன் அமர்ந்திருப்பது பெண் என்பது புரிந்தவன்போல் அதிகம் துள்ளி ஓடாமல் அமைதியாக ஓட ஆரம்பித்தான்.

நிலவொளியில் அவள் ராஜமங்கலத்துப் பிரதான பாளையங்கோட்டை சாலையை எட்டிப் பிடிப்பதுவரை பார்த்துக் கொண்டிருந்தனர் இருவர்.

"சரி நடக்கலாமா?" என்று நடையிட ஆரம்பித்த சிங்கத்தேவனை, ராஜேந்திரன் தோள்மேல் கை போட்டுத் தடுத்தான்.

"அண்ணே எனக்கென்னவோ அந்தத் தங்கப் பாத்திரங்க இந்தக் காட்டுலதான் எங்கேயோ இருக்கணும். கொஞ்சம் தேடினாலும் கிடைச்சுடும்னு புத்தி சொல்லுது. தேடிப் பாப்பமா, வர்றீங்களா?"

சபலம் ராஜேந்திரனுக்குள் தாம்பூலம் வைத்து அழைத்தது. அது சிங்கத்தேவனையும் விடவில்லை. இருவரும் திரும்பி

நடந்தார்கள். புதர்கள் பள்ளங்களை நோட்டம் போட்டபடி மாடு விழுங்கிப் பள்ளம் அருகில் மிக எச்சரிக்கையாகத் தேட ஆரம்பித்த அந்த வேளையில் எங்கிருந்தோ ஒரு பாறை பின்னாலிருந்து எட்டிப் பார்க்க ஆரம்பித்தது. அந்த முட்டிக்கால் உயர பொம்மை உருவம்! தத்தி, தத்தி நடந்து முன்னேறியது.

ராஜேந்திரன் பள்ளத்தின் மேல்புறம் படு ஜாக்கிரதையாக நின்று கொண்டிருந்தான். அவன் கைகளில் வேட்டி துண்டில் முடிந்த தங்கநகைகள். தேவன் சற்றுத் தள்ளி கத்தாழைப் புதர்களை நோட்டமிட்டுக் கொண்டிருந்தார். பொம்மை போன்ற அந்த உருவம் ராஜேந்திரனை நோக்கி நெருங்குவதை அவர்கள் இருவருமே உணர்ந்த மாதிரி தெரியவில்லை.

அந்த உருவம் ராஜேந்திரனின் கால் அருகில் வந்துவிட்டது. ராஜேந்திரனிடம் திடும்மென்று காலை யாரோ வாருவதுபோல் ஒரு உணர்ச்சி! சுதாரிப்பதற்குள் "தேவரண்ணே..." என்று அந்தப் பிராந்தியமே நடுங்கும்படி அலறியவனாய் மாடு விழுங்கிப் பள்ளத்தில் விழ ஆரம்பித்தது அவன் தேகம்!

தேவன் நடுங்கிப்போய் அதைப் பார்த்து விதிர்க்கவும் உடனேயே அவன் பார்வையில் அந்தக் குள்ள உருவம் அவனை நோக்கித் தன் பொம்மைக் கால்களை அசைத்து மெள்ள நடந்து வருவது தெரிந்தது. தேவனுக்குச் சட்டென்று தெரிந்துவிட்டது, மாந்திரீகன் இறந்தும் அவன் வைத்திருந்த குறளியிடம் அதன் சக்தி போகவில்லை என்பது. ஓடிப்போய் அதை எடுத்து அதன் உருவத்தைச் சின்னா பின்னமாக்கினால் அதன் சக்தி போய்விடும் என்று கேள்விப்பட்ட விஷயம் ஞாபகத்துக்கு வந்தது. பயத்தோடு தன்னை நெருங்கி வரும் அந்தக் குள்ள பொம்மை உருவத்தை வெறியோடு பிய்க்க தன்னைத் தயார்ப்படுத்திக் கொண்டான்.

அந்தப் பொம்மை உருவை மனத்தைத் திடப்படுத்திக் கொண்டு தூக்கினான். அந்தப் பொம்மை உருவத்திடம் சிரிப்பு. அந்த வினோதச் சிரிப்பில் தேவனின் எண்ணம் குறி தவறிக் கலைந்துபோனது. அப்படியே அந்தப் பொம்மையோடு மாடு

விழுங்கிப் பள்ளத்தின் மேல் இருந்து தற்கொலை செய்து கொள்பவர்களைப்போல பள்ளத்தில் குதித்தான்.

அதைப் பார்க்கச் சகிக்காத தினுசில் நிலாகூட சக்கென்று பக்கமாய் பாவிக்கிடக்கும் மேகக் கூட்டத்துக்குள் நுழைந்து மறைந்து போனது!

***

# 4

பச்சைப்பசேலென்று கிடந்தது ராஜமங்கலம்! சமீபத்திய புதிய மழையின் ஊட்டம், பார்க்கும் திக்கெங்கும் பளீரிட்டது. ஊருக்குக் கிழக்கு ஓரத்தில் ஒரு உதைப்பாய் உருண்டு கொண்டிருக்கும் தாமிரபரணிகூட அலை புரள சீறிக்கொண்டு இருந்தாள்.

கரை ஓரமாய் மாரியப்ப நாடாரின் தென்னந்தோப்பை ஒட்டி அமைந்திருந்த படித்துறையில் மாடு கழுவிக் கொண்டிருந்தான் கணேசன்.

திமில் பருத்த நல்ல ஜாதி மாடுகள், சீமைப்பசுக்கள். கழுத்தில் சோதி கோர்த்தக் கிண்டா மணிமாலையோடு, காளைகள் கம்பீரமாய் 'நான் பண்ணையார் வீட்டு மாடாக்கும்' என்பதுபோல் நிற்கின்றன. தாமிரபரணிக் கரையோரமாய் ராஜபார்வை பார்த்தபடி கணேசனின் கட்டுப்பாட்டில் நிற்கும் அவைகளின் கழுத்து மணிச் சப்தம் 'கிணிங் கிணிங்' என்று தாமிரபரணியின் ஓட்டத்திற்குத் தாளகதி சேர்க்கும் சமயம் ஒரு பூங்காற்று போலே ஊடே நுழைந்தாள் கனகமயில்.

வருஷத்தில் பதினாறை விழுங்கி பதினேழுக்குள் நுழைந்திருக்கும் பளபளப்பு பார்க்கும்போதே தெரிந்தது. அளந்து அளந்து வளர்த்தது மாதிரி ஒரு மார்பு - பிசிறு இல்லாத அரை கோளமாய்!

சாதாரண மேட்டூர் மல்பாவாடை தாவணிதான் கட்டி இருந்தாள். ஆனால் அதைக் கட்டியிருந்த நேர்த்தியில் தேகத்தின் வளைவு நெளிவுகள் எல்லாம் கலாரூபம் காட்டின.

ஏழைப் பெண்ணாக இருந்தாலும் எரிகின்ற ஜோதி மாதிரி ஒரு முகம். வைரமே கண்களாய் வந்து வாய்த்ததுபோல் ஒரு பளபளப்பு. தாமிரபரணிக்கேகூட அவள் கூந்தலைப் பார்க்கத் துளி பொறாமைபோல் தோன்றியது.

இடுப்பில் குடத்தோடு நீர் மொள்ள வந்த அவளைப் பார்த்த மாத்திரத்தில் சந்தோஷ பரவசமானான் கணேசன்.

"வா புள்ள, எங்க இவ்ளோ தூரம்?" தன்மையாகப் பேச்செடுத்தான்.

"உம். உருண்டுகிட்டிருக்கிற தாமிரபரணியைக் குசலம் விசாரிக்கத்தான். மாக்கான் மாறி பேசுறீயே! ஆத்துக்கு எதுக்குய்யா வருவாக? குளிக்க, புடிக்க, தண்ணி மொள்ள..." இழுத்தாள் கனகமயில்!

கனகமயிலுக்கு எப்பொழுதும் துடிப்பு அதிகம். எதிலுமே வெடிப்பும் அதிகம். அதிலும் கணேசனைப் பார்த்துவிட்டால் மண்ணுக்குள்ளே அகப்பட்ட நல்ல நீரூற்றுப்போல ஒரு சந்தோஷம் வந்து கைகோர்த்துக் கொண்டுவிடும்.

காரணம், அவனது மெலிந்த சரீரமும், சுருட்டை முடிகளும் சுள்ளி மீசையும் என்பதை எல்லாம்விட, அப்பாவித்தனமான அவன் பேச்சும், உலகம் புரியாத நடப்புமே.

இப்பொழுதோ கணேசன் முகம், தன் பதிலால் சுணங்கி விட்டிருந்தது அவளுக்கே தெரியவரவே ஆறுதலாய்ப் பேச ஆரம்பித்தாள்.

"ஆமா, எத்தினி நாளைக்குய்யா இப்படி மாடு கழுவி, ஏர் உழுதுவிட்டு ஏமாளியாவே இருக்கப் போறே?" கனகமயில் வாஞ்சையாய் கேட்டுக்கொண்டே மாராப்பு தாவணியை வாயில் கவ்விக்கொண்டு, மார்பு பிரதேசத்தை மறைத்துக்கொண்டு ரவிக்கையைக் கழற்ற ஆரம்பித்தாள்.

கணேசன், பசுமாட்டின் பருத்த மடியில் கைவைத்து அதன் காம்புகளை நிமிண்டிக் கழுவிக்கொண்டே, அவள் கேள்விக்கு

மவுனம் சாதித்தான். இதற்குள்ளாக பாடியை கழற்றும்போது விரல்கள் தனது மார்புகளில் உரசிப்பிரச கணேசன் மாட்டின் மடியைக் கழுவும் ஒற்றுமையான தன்மையை நினைத்துக் கொஞ்சம் உணர்ச்சிவசப்பட்டாள்.

பின் தாவணியை மார்போடு இறுக்கிக் கட்டிக்கொண்டு பூப்போட்ட பாவாடையைக் கழற்றிவிட்டு உள்பாவாடையை விருட்டென்று மார்புக்குமேல் அவிழ்த்துத் தூக்கியவளாய் தாவணியையும் கழற்றி எறிந்தாள்...

கணேசன் திரும்பி எதேச்சையாகப் பார்த்துவிட்டுத் தலையைத் திருப்பிக் கொண்டான். அவனது அந்தக் கவுரவமான செயல் அவளை சந்தோஷப்படுத்தியது.

'இந்த ஊர்லையும் பசங்க இருக்குதுங்களே. கொரங்குங்க! குனிஞ்சா, நிமிர்ந்தா மொறைச்சி பாத்துக்கிட்டு. கணேசன் கணேசன்தான்.'

அவள் மனதுக்குள்ளே அவனுக்கு சர்ட்டிபிகேட் கொடுத்துவிட்டு மெல்ல நடந்து இடுப்பளவு ஆழமான இடத்திற்குப் போய் நின்றபடி அப்படியே தண்ணீருக்குள் அமுங்க ஆரம்பித்தாள். கணேசன் கர்மமே கண்ணாய் இருந்தான். கனகமயிலுக்கு அதனால் சற்று வருத்தம்.

'இப்படிக்கூட ஒரு ஆம்பளைப் புள்ள இருக்குமா?' அவள் மனதுக்குள் கேள்வியோடு நிமிர்ந்தாள். எதேச்சையாக அவளை அப்பொழுதுதான் பார்த்த கணேசன் மனதால் சுண்டப்பட்டான்.

ஓடிக்கொண்டிருக்கும் தாமிரபரணி, அந்த சந்தன தேகத்தில் சொட்டிக் கொண்டிருந்தாள். வெள்ளை உள்பாவாடையோ, பூரித்த சதைப்பரப்பில் எல்லாம் சிக்கென்று ஒட்டிக்கொண்டிருந்தது.

அதிலும் இடை சிறுத்த வயிறும், அதன் மைய்யத் தொப்புள் புள்ளியும் மேலே பூரித்து நிற்கும் சதைக் கோளங்களும் அவனை சங்கடப்படுத்தின.

'ஜிவு ஜிவு' என்று உடம்பில், ஏகமாய் எறும்புகள் ஊர்வதுபோல் ஒரு உணர்வு. தாமிரபரணிக்குச் சமமாய் ஓடியது. திடும்மென்று அவன் நெற்றிப் பொட்டில் சிலீர் என்று ஒரு வலி! கண் பார்வை இலேசாய் இருட்டத் தொடங்க, உடம்பில் ஊறிய கனகமயிலின் தேகத் தொடர்பான பருவ உணர்வுகளை மென்று விழுங்கிக் கொண்டு, ஒரு நீர்ச்சுழல், நினைப்பில் தென்பட்டது!

ஒரு அகண்ட நீர்வட்டமாய், தட்டாமாலையாய் சுழன்றுக்கொண்டு, தாமிரபரணியில் அது கனகமயிலை நெருங்குகிறது... நெருங்கிவிட்டது!

எல்லாம் சில வினாடிகள் தான். பட்டென்று அந்த நினைப்பு அழிபட, பிரக்ஞை மீண்டான், கணேசன்!

எதிரே எப்பொழுதும்போல கனகமயில்!

முழு உடம்பையும் நீருக்குள் மூழ்கவைத்துக் குளிக்கவேண்டி, சற்று ஆழமான நீர்ப்படுகையை நோக்கி நடக்கத் தொடங்கியிருந்தாள்.

அவளுக்குத் தொலைவில் அதோ அவன் சற்றுமுன் தன் நினைப்பில் முந்திக்கொண்டு கண்ட சுழல்! வருவது தெரியாமல், ஒரு வட்ட நீர் தாரையாய் அது ஊர்ந்து வருவதைப் பார்த்து வேகமாய் கனகமயிலை நோக்கி நீரில் பாய்ந்தான் கணேசன்.

சடாரென்று அவள் கைகளைப் பற்றிக் கரையை நோக்கி இழுத்துக்கொண்டு வந்தான்.

"விடுய்யா கைய்யை! விடுய்யா கைய்யை!"

அவள் புரிபடாமல் அவனைப் பார்த்துக் கத்த, ஒரு வழியாகப் படித்துறையை எட்டி கல்படிகள்மேல் அவளைப் பிடித்துத் தள்ளிவிட்டு தாமிரபரணியை நோக்கித் திரும்பினான்.

சுழன்று வந்த நீர்த் தாரைக்குள் அவன் கழுவிக் குளிப்பாட்டிக் கொண்டிருந்த மாடுகளில் லட்சுமி பசுவின் கன்றுக்குட்டி அகப்பட்டு விட்டிருந்தது!

அது அந்தச் சுழலோடு சுழலாய் கூடிச் சுழன்றபடி போட ஆரம்பித்த அவலச் சப்தம் அந்தப் படித்துறையையே நடுக்கியது.

சற்றைக்கெல்லாம் அதன் இளமேனி நீருக்குள் மூழ்கித் திமிற வேகமாய் ஓடும் தாமிரபரணி அந்த உடலை இழுத்துகொண்டு ஓட ஆரம்பித்தாள்.

விக்கித்துப்போன கணேசன், அப்படியே படித்துறையில் அமர்ந்துவிட்டான். கனகமயிலோ விதிர்த்து விட்டிருந்தாள்.

'எத்தகைய ஒரு ஆபத்திலிருந்து தப்பியிருக்கிறோம்' - நினைக்கும்போதே அவளுக்குச் சிலிர்த்தது. ஓடிவந்த வேகத்தில் மார்பு மேட்டில் முடங்கியிருந்த பாவாடைகூட இளகி இலேசாய் அவிழ்ந்திருந்தது. பழமாய் வெளியே தெரிந்த கண்ணிமையைகூட மூடாமல் அவள் கணேசனை ஆச்சர்யத்துடனும் நடுக்கத்துடனும் பார்த்தாள்.

அவனுக்குள்ளும் அவளை ரசிக்கும் மனநிலை இல்லை.

அவ்வப்பொழுது தலைகாட்டி தன்னைத் திடீரென்று வளைக்கும் சிலீர் என்ற வலியையும், அதன் தொடர்பாய் மனத்தில் நிழற்படமாய் விரியும் காட்சிகளையும் எண்ணிக் குழம்பத் தொடங்கியிருந்தான் அவன்.

சமீப காலமாய், அதிலும் சிலமாதங்களாய் இந்த வலியும் அதைத் தொடரும் மனச்சாட்சிகளும் உடனேயோ அல்லது சில நாட்களுக்குள்ளேயோ அப்படியே நடந்துவிடும் ஒரு அதிசயத்தில் அவன் மனது ஆராய்ச்சித் தூண்டிலைப் போட்டு அதற்கான காரணத்துக்காகக் காத்திருந்தது.

இன்றோ அனைத்திலும் உச்சகட்டமாக கனகமயிலைக் காப்பாற்றிவிட்ட சம்பவம் ஒரு பிடிபடாத அதிசயமாய் அவனைப் போட்டு அழுத்திக் கொண்டிருக்கும் அந்த மிதமான காலை வேளையில், அவர்கள் இருவரையும் அமைதியாகத் தாண்டி ஓடிக்கொண்டேயிருந்தாள் தாமிரபரணி!

விதிர்ந்துவிட்டிருந்த கனகமயில் மெல்ல நிலை மீண்டாள். கணேசனை 'ஆச்சரியம், பயம், வாஞ்சை' என்ற கவலைகள் கொப்பளிக்கப் பார்த்தாள்.

"சுழல் வரப்போறது உனக்கு எப்படித் தெரிஞ்சுச்சு?"

கேள்வியோடு அவனைக் கூச்சமின்றி நெருங்கினாள். இப்பொழுது அவளுக்கு அவன் தெய்வமாகவே தெரிந்தான்.

கணேசன் மெல்ல வாய் திறந்தான்.

"கனகு! எனக்குள்ள என்னவோ நடக்குது புள்ள. திடுதிப்புன்னு மண்டையைக் குடையுது. வேத்துக் கொட்டுது. கண்ணை இருட்டிக்கிட்டு மயக்கமா வர்றமாதிரி இருக்குது. அப்பல்லாம் சினிமாப் படம் மாதிரி மனசுக்குள்ளே ஏதோ ஒண்ணு கொஞ்சநேரத்துக்குத் தென்படுது. பின்னால் அது அப்படியே நடந்துடுது. எனக்கு ஒண்ணுமே புரியலை. ரொம்ப பயமா இருக்கு!" என்றான்.

"அப்படின்னா உனக்குச் சுழல் வரப்போறது முந்தியே தெரியுமா?"

"என் மனசுல கொஞ்சம் முந்திதான் தோணிச்சு. சுதாரிச்சு நிமிர்ந்து பார்த்தேன். நெஜமாலுமே ஆத்துல சுழல்! உன்னையும் காப்பாத்திட்டேன்."

"என்னய்யா இது ஆச்சரியமா இருக்கு! யோவ் டாவ் கீவ் உட்றியா? இல்ல உனக்குள்ற காளியாத்தா வந்து பூந்துகிட்டாளா? எதுய்யா நெஜம்?" கனகமயில் அவனை நைச்சியமாகக் கிண்டினாள்.

"யார் வந்து எனக்குள்ள பூந்துகிட்டிருந்தாலும் வெளியே போயிட்றது நல்லது. வேதனை தாங்க முடியலை புள்ள!"

"அப்ப நீ ரீல் விடலை. நெஜங்கறே? என்னால் நம்பவும் முடியலை. நம்பாம இருக்கவும் முடியலை."

கணேசனிடம் அதற்குமேல் பதிலில்லை. அவன் இழந்துவிட்ட தனது கன்னுக்குட்டிக்காக கவலைப்பட ஆரம்பித்தான்.

"ஆமா பண்ணையார் கேட்டா என்ன சொல்லுவே!" ஆதங்கமாய்க் கேட்டாள் கனகமயில்.

"அடி பின்னப் போறாரு. வாங்கிக்கிட வேண்டியதுதான். ஆத்து சுழல்ல மாடு போயிடிச்சுன்னா நம்பவா போறாரு?"

"நா வந்து சொல்றேன். கவலைப்படாதே."

"வேலிக்கு ஓணான் சாட்சியாம்பாரு. இப்பவே ஊருக்குள்ளே உன்னையும் என்னையும் சம்பந்தப்படுத்திக் கயிறு திரிக்க ஆரம்பிச்சுட்டாங்க. நீ அதை வடமாவே ஆக்கிடுவபோல இருக்கே."

கணேசன் அதிகமாய்க் கவலைப்பட்டான். அப்படியே படித்துறைமேல் உட்கார்ந்து கொண்டான்.

திடும்மென்று திரும்பவும் நெற்றிப் பொட்டில் சுரீர் என்ற அந்த வலி! காதோரமாய் வியர்வை ஊறத் தொடங்கி விட்டிருந்தது. கையிரண்டையும் கொண்டு தலையை இறுகப் பிடித்துக் கொண்டான்.

'அம்மா' என்று வாய்விட்டு முனங்க ஆரம்பித்த சமயம் அவன் மனத்திரையில் பளீரென்று மின்னலாய் ஒரு வெளிச்சம் ஓடிப்பரவ பாத்திரம் பாத்திரமாய்ப் பொற்காசுகள் ஊடே மின்னுகின்றன. நடுநடுவே ரத்தினம், பவழம், வைரம் என்று பொக்கிஷங்களின் ஒளி வீச்சல்!

எல்லாம் சில வினாடிதான். அவ்வளவும் உடனே மறைய அவன் பழைய நிலைக்குத் திரும்பினான். கனகமயில் அவனை ஒன்றும் புரியாமல் பார்த்து நிற்க, இருவரையும் ஊடுருவியது ஊருக்குள் வந்து நிற்கும் ரெயில் போட்ட ஊளைச் சத்தம்!

ரெயிலிலிருந்து ஏகப்பட்ட பெட்டி படுக்கைகளுடன் இறங்கிய பலரில் ஒருவன் மட்டும் மிக வித்தியாசமாகத் தென்பட்டான்.

கறுப்பு வேட்டியும் திரிசடையுமாய் சிவந்த கோவைப்பழ விழிகளோடு நெற்றிக் குங்குமம் ஜொலித்தது.

திறந்த மார்பின்மேல் ஒரு கறுப்புத் துண்டை மூடியவனாய் இறங்கிய அவனைப் பார்க்க, பார்ப்பவர்களுக்கே இலேசாய் பயம் வந்து மென்னியைப் பிடிக்கும்போல் தோன்றியது. அவனது இடதுதோளில் ஒரு ஜோல்னாப் பை! அதில் எல்லோருக்கும் தெரியும்படியாய்த் துருத்திக் கொண்டிருந்தது ஒரு எலும்புத் துண்டு!

அதுவே அவன் மனிதர்களில் மிக மாறுபட்டவன் என்பதையும் பயங்கரமானவன் என்பதையும் சொல்லாமல் சொல்லிற்று.

***

# 5

பரபரப்பான ஸ்டேஷனை ஒரு தினுசாகப் பார்க்கிறான் அவன். அங்கும் இங்குமாய்ப் பயணிகள். ஊடே காபி, டீ விற்றபடி அலையும் சிலர். நெடுநாட்களுக்குப் பிறகு இதுபோல் ஒரு மனித சஞ்சாரத்தில் தான் வந்து இணைந்ததுபோல் ஒரு உணர்வு அவனுக்குள் தோன்றியது.

அது சற்றுப் பரவசமாய் அவன் முகம் எங்கும் பரவியது. எப்பொழுதும் இடுங்கிக் கிடக்கும் கண்களும், பெரு மூச்சுவிடும் நாசியும், உலர்ந்துபோன உதடுகளுமாய் ஒரு முரட்டுத்தனம் பரவிக் கிடக்கும் அந்த முகம் இப்பொழுது பார்ப்பதற்குச் சற்று இதமாக இருந்தது.

ஆனாலும் அந்தப் பார்வைச் சிவப்பு வற்றவே வற்றாதோ என்று தோன்றிற்று. மெல்ல நடக்கிறான். கறுப்புத் துண்டால் தனது ஜோல்னாப் பையை மூடியபடி மண்ணை தும்சப்படுத்தும் நடை. சர்வ அலட்சியமான ஒரு கறுப்பு காட்டுக்குதிரையைப் போன்ற அந்த நடையை இப்பொழுதுதான் ஒரு சிலர் பார்க்க ஆரம்பித்தனர்.

வித்தியாசமான தோற்றம். சர்வ அலட்சிய நடை! இரண்டும் பார்க்கும் அந்த ஒரு சிலரையும் இலேசாய் மிரள வைத்தது.

சின்ன அந்த ஸ்டேஷன் கட்டிடத்தின் முகப்பில் ஸ்டேஷன் மாஸ்டர் நின்றுக் கொண்டிருந்தார். அவரைத் தாண்டும்போது அவன் டிக்கெட்டை எடுத்து நீட்டினான். அதை வாங்கிப் பார்த்த ஸ்டேஷன் மாஸ்டர் அவனைச் சற்று அதிகமாய்ப் பார்க்க,

அவனது சிவந்த பார்வை படு தீர்க்கமாய் அவரைப் பார்த்து புன்னகைத்தது.

ஸ்டேஷன் மாஸ்டர் முகம் ஏனோ சுணங்கிப் போனது. அவர் பார்த்த அந்த முகம், ஒரு மனித முகம்போல் தெரியாத உணர்வில் அவர் அடிவயிற்றில் பயப் பள்ளம் வந்து விழுந்தது.

இதற்குள் அவன் அவரை விட்டுத் தாண்டி ஸ்டேஷனுக்கு வெளியே சென்றுவிட்டான். அவர் அவன் கொடுத்த டிக்கெட்டை திரும்ப ஒரு பார்வை பார்த்தார்.

கேரளத்துக் கொல்லத்தில் வாங்கிய டிக்கெட்! டிக்கெட்டைப் பார்த்துவிட்டுத் திரும்ப அவன் வெளியேறிய பாதையைப் பார்த்தபோது அவனைக் காணோம்!

ஸ்டேஷன் மாஸ்டர் முகம் கசங்கியது. சுதாரித்துக்கொள்ள நெடுநேரம் ஆனது. ஸ்டேஷனில் இன்னமும் நகராமல் நின்று கொண்டிருக்கும் அந்த ரயிலை அனுப்பித்தர வேண்டிய பொறுப்பும் ஞாபகத்துக்கு வந்தது.

இதற்குள் கண்ட்ரோல் ரூமிலிருந்து ஏ.எஸ்.எம். எட்டிப் பார்த்து லைன் கிளியர் என்பதுபோல் சைகை காட்ட, கைவசம் பச்சைக் கொடியோடு வாயில் வைத்த விசிலை ஊதிய வண்ணம் பிளாட்பாரத்தில் இறங்கி நடந்தார் ஸ்டேஷன் மாஸ்டர்!

என்ஜின் டிரைவரும் சந்தோஷமாய் என்ஜினை கிளப்ப, பெட்டிகள் ஒவ்வொன்றாய் அவரைக் கடக்கின்றன, ஸ்டேஷன் மாஸ்டரின் கைகள் பச்சைக் கொடியை அசைத்துக் கொண்டிருந்த போதிலும் மனதில் கொண்டிருந்த முகம், சற்றுமுன் அவரைக் கடந்த கறுப்பு உருவத்தினுடையதாகவே இருந்தது.

ரயில் ஸ்டேஷனை விட்டு வெகுதூரத்துக்குப் போய்விட்டது. ஆயினும் பச்சைக் கொடியை இவர் கைகள் இன்னமும் காட்டிக் கொண்டேதான் இருந்தன.

லைன்மேன் ரங்கசாமி அதைப் பார்த்துவிட்டுப் புன்னகையோடு அவரை நெருங்கித் தொட்டான்.

“ஐயா, ரயிலு போய் கொள்ள நேரமாச்சு...” என்றான். ஸ்டேஷன் மாஸ்டரிடம் லேசாய் கூச்சம்.

“என்ன ஆச்சு உங்களுக்கு? நல்லாத்தானே இருந்தீங்க, எதாச்சும் குழப்பமா?” திரும்பவும் கேட்கிறான்.

“அதெல்லாம் ஒண்ணுமில்லை. கொஞ்சம் முந்தி மந்திரவாதி மாதிரி ஒருத்தன் ரயிலை விட்டு இறங்கி ஊருக்குள்ள போனான். அவன் பார்த்த பார்வையும், சிரித்த சிரிப்பும் கொஞ்சம்கூட சரியில்லை ரங்கசாமி. எனக்கு ஒரே பயமாய் போச்சு...” என்றார்.

ஸ்டேஷன் மாஸ்டரின் பதில் ரங்கசாமியையும் கொஞ்சம் இறக்கியது.

“ஆமாய்யா நான்கூட பார்த்தேன்! கறுப்பு வேட்டி, கறுப்பு துண்டு, ஜோல்னாப்பையுன்னு ஆளு பார்க்க பயங்கரமாய் இருந்தான். இவன் எதுக்கு நம்ம ஊர் பக்கம் வந்தாங்கறதுதான் தெரியலை.”

பெருமூச்சோடு ரங்கசாமியும் தன் பேச்சில் பயம், கவலை என்று இரண்டு கவலைகளையும் குழைத்த சமயம் கண்ட்ரோல் ரூமிற்கு வெளியே ஏ.எஸ்.எம். தலையை நீட்டினார்.

“ஐயா பக்கத்து ஸ்டேஷன்ல செங்கோட்டை பாசஞ்சர் பிளாக் ஆயிருக்குதுபோல் தெரியுது. ஏ.எஸ்.எம். ஐயா பார்க்கிறார் பாருங்க” என்றான்.

“ஆமாமா... செங்கோட்டை வர்ற டைம்தான். இந்த ஸ்டேஷனுக்கு வந்தா வண்டிங்க வதவதன்னு வரும். இல்லாட்டி சுடுகாடு மாதிரி ஹோன்னு கிடக்கும்.” சலித்துக்கொண்டே கண்ட்ரோல் ரூமை நோக்கி நடக்க ஆரம்பித்தார் அந்த ஸ்டேஷன் மாஸ்டர்.

ரங்கசாமியின் யூகப்படியே பக்கத்து ஸ்டேஷனில் செங்கோட்டை பாசஞ்சர் பிளாக் ஆகியிருந்தது. இடையே பதினோரு கிலோமீட்டர் பாசஞ்சரும் உறுமிப் பொறுமியபடி அங்கிருந்து இங்குவர இருபது நிமிஷம் ஆகும். அந்த இருபது

நிமிஷமும் வெகுவேகமாய் ஓடிக் கழிந்துவிட்டது. அனேகமாய் இதில்தான் ஜனங்களும் அதிகமாய் ராஜமங்கலத்தில் இறங்குவார்கள்.

ஸ்டேஷனுக்கு வெளியே நிறைய குதிரை வண்டிக்காரர்கள், குதிரை வைத்துக் காத்துக்கிடப்பதும், இந்தப் பாசஞ்சருக்குத்தான். அவர்கள் எதிர்பார்ப்புக்கு ஏற்ப ஏகப்பட்டபேரைச் சுமந்தபடி, கவளம் கவளமாய் புகையைக் கக்கிக்கொண்டு மலைப்பாம்பாய் வளைந்து பிளாட்பாரத்தில் வந்து பிரேக்கடித்து நின்றது பாசஞ்சர்.

அதிலிருந்து ஏகப்பட்ட பெட்டிப்படுக்கைகளுடன் இறங்கினான் நாச்சியப்பன்! 'நல்ல முத்தலான முகம், முரட்டு மீசை! கன்னங்களில் பலதரப்பட்ட கத்திகள் கொஞ்சி விளையாடிய தழும்பு அடையாளம். ஆனால் யானைபோல் சிறுத்த கண்கள். உதட்டில் ஓயாமல் உட்கார்ந்திருக்கும் கத்திரி சிகரெட்' இத்தனையுமாய் நாச்சியப்பனை ஸ்டேஷனில் பார்த்த லைன்மேன் ரங்கசாமிக்கு தூக்கிவாரிப் போட்டது.

'போலீஸ்ல அம்புட்ட களவாணிப் பய! மூட்டை முடிச்சோட திரும்ப இதே ஊருக்கே வந்துட்டானே? பணத்தைப் பெட்டியில் வெச்சு பூட்டிப் பத்திரப்படுத்தலாம். மாடு கன்னுகளை எல்லாம் எதுல வெச்சு பூட்ட? எவ்வளவு பெரிய சண்டிக் காளையையும் சுத்தப்படாம திருடிக்கிட்டு கம்பி நீட்டிடுவானே இந்தக் களவாணி! பத்தாததுக்கு ஆ ஊன்னா கைய்யில் கத்திய எடுத்துக்கிட்டுப் பண்ணுன ரகளை வீதிக்கு நாலு தேறுமே?!'

ரங்கசாமிக்குள் நினைப்புகள் நெளிசலெடுத்தன. இதற்குள் நாச்சியப்பனும் ஸ்டேஷனுக்கு வெளியேப்போய் யாருக்கோ காத்திருப்பதுபோல் நிற்கத் தொடங்கினான்.

குதிரை வண்டிக்காரர்கள் சவாரி கேட்டுப் பார்க்க, அவன் உதட்டைச் சுழித்துவிட்டு மறுக்க, இத்தனை மூட்டை முடிச்சுக்களுடன் இவன் எப்படி இந்த ஸ்டேஷனைவிட்டுப் போகப்போகிறான் என்ற எண்ணம் ஒரு ஆச்சரியப் படுகையாய்

மாசக்கணக்காய் சிரைக்காத அவர்களின் கொத்துத்தாடி முகத்தில் தேங்கியிருந்தது.

ஸ்டேஷன் மாஸ்டரும் அவ்வளவையும் கவனித்துக் கொண்டுதானிருந்தார். அதிர்ச்சிமேல் அதிர்ச்சி என்கிற மாதிரி, அந்த ஸ்டேஷனில் அன்றைய தினம் நிற்கும் ஒவ்வொரு ரயிலும் ஒவ்வொரு அணுகுண்டை இறக்கிவிட்டுப் போய்விட்டதாக மாயத்தொடங்கியது அவர் மனம்.

அது புரிந்தமாதிரி பேசினான் ரங்கசாமி.

“ஐய்யா... நம்ம ஊருக்கு இனி நல்ல காலமில்லே. கொஞ்சம் முந்தி ஒரு மந்திரவாதின்னா, இப்ப ஒரு களவாணின்னு வந்து இறங்கியிருக்காங்க! ராஜமங்கலத்தை பொருத்து இனி விடியற ஒவ்வொரு பொழுதும் ரொம்ப சுவாரஸ்யமாத்தான் இருக்கும். நாம ரொம்ப ஜாக்ரதையா இருந்துக்கிடணும்” என்றான்.

அவன் பேசி முடிக்கும்முன்பே ஸ்டேஷனுக்கு வெளியே தெரியும் கப்பிச்சாலை மேல் வெட்டிக்கொண்டு நுழைந்தது 'ஜல்ஜல்' என்ற திருவிதாஞ்கூர் தேக்குமர வண்டியின் சக்கர உருட்டு சப்தம். அந்த சப்தத்தோடு சேர்ந்து 'கலீர், கலீர்' என இழைந்து வந்தது நெல்லை ஜில்லா ஸ்ரீவைகுண்டத்து காளைகளின் கழுத்துமணி ஓசை.

'இந்த வண்டி பரத்தைக் குட்டி தங்கமணிக்கு சொந்தமாச்சே?' இதர குதிரை வண்டிக்கூட்டம் நினைத்து முடிக்கவும், வந்துநின்ற வண்டிக்குள்ளிருந்து விரிந்த தாமரையாட்டம் தலையைக் காட்டினாள் தங்கமணி!

வண்டியின் பாதச்சிட்டங்களில், வெள்ளிக்கொலுசு கட்டிய காலைப் பதித்து ஆரணிப்பட்டு சரசரக்கத் துள்ளிக்கொண்டு தரையைத் தொட்டவளைப் பார்த்து உச்சிக்குளிர்ந்து போனான் நாச்சியப்பன்.

நரிக்குடி வெள்ளரிப் பழத்தை ஓரம் கட்டிவிட்டிருந்தது அவள் மதர்த்த மார்பு! அதைக் கட்டுப்பாட்டில் வைக்க விழியின்றித் திணறிக் கொண்டிருந்தது பிரேசியர்.

“ஆளனுப்பினா பத்தாதா, நீயே வரணுமா தங்கம்?” நாச்சியப்பன் செல்லமாகக் கடிந்து கொண்டான்.

வண்டிக்கார கூட்டமும், மற்றையோரும் இருவரையும் பார்த்து ஆவென்று வாயைப் பிளக்க, சில வினாடிகளில் சாமான் செட்டோடு திரும்பி ஓடியது அந்த தேக்கு வண்டி.

உள்ளே நாச்சியப்பனை உரசிக்கொண்டு உட்கார்ந்திருந்தாள் தங்கமணி.

“ஜெயிலுக்கு ஒரு வட்டம்கூட வந்து பார்க்கலையேன்னு கோவமா?”

தனது செயற்கைச் சிவப்பு உதடுகளை நாக்கால் நக்கி ஈரப்படுத்திக்கொண்டு கேட்டாள்.

“அதெல்லாம் ஒண்ணுமில்லை தங்கம். உன் நிலை தெரியாதா? பொழுதுதான் போவேனான்னு ஆயிடிச்சு...” என்றான் நாச்சியப்பன்.

“இனி பொழுது ராக்கெட்டா பறக்கும் பாரு. நீ வந்ததுல இருந்து எனக்கு உன் உசுர் வந்து தெம்பு” அவள் சிணுங்கும் ரகமாய்ப் பேசினாள்.

“அப்ப இவ்வளவுநாள் செத்தாக் கிடந்தே?”

“சந்தேகமென்ன?” நாச்சியப்பனும் அவளின் பதிலால் குளிர்ந்துப்போனான். அவள் அவனை குஷிப்படுத்த மாராப்பை திறந்துவிட்டாள். தலைமுறை தலைமுறையாய் விலைமகள் தொழிலை ஒரு அருங்கலையாக வைத்து செய்துவரும் சாகசம் அதில் தறிபோட்டு நூல் எடுத்து பட்டு நெய்தது!

நாச்சியப்பன் கிறங்கிப் போனான். அப்படியே அவள் மார்பு மேல் ஒரு ஆண் குழந்தைபோல் தலையைச் சாய்த்தான். அவளும் இனி உன் ராஜ்யம் என்பதுபோல் சேலைத் தலைப்பால் அவன் முகத்தை மூடினாள்.

ஆளரவமே இல்லாத சாலை!

திடும்மென்று வண்டியின் வேகம் 'பச்'சென்று குறைய, மாடுகள் இரண்டும் திணறி நிற்க, காரணத்தைத் தேடி அவள் பார்வை வண்டிக்கார நடராஜனைத் தாண்டிச் சாலையைப் பார்த்தது.

நட்டநடு சாலையில் ஆடாமல் அசையாமல் வெறித்த பார்வையோடு நின்றுக்கொண்டு இருந்தது. சற்றுமுன் ரயிலை விட்டு இறங்கிய கறுப்பு உருவம்!

அதைப் பார்த்த தங்கமணிக்கும் வாய்விட்டுக் கத்த வேண்டும் போலிருந்தது.

***

# 6

**க**த்தியே விட்டாள்!

திடுக்கிட்டு நிமிர்ந்தான் நாச்சியப்பன்

வண்டிக்கார நடராஜன் மிரண்டுபோய் விதிர்த்துக் கொண்டிருப்பது தெரிந்தது. மாடுகள் இரண்டும் தங்களுக்கு முன்னாலே தீக்கோடு இருப்பதுபோல் முன்னங்காலைத் தூக்கிக்கொண்டு ஒன்றையொன்று பார்த்துக் கொண்டிருந்தன!

நாச்சியப்பன் இவ்வளவுக்கும் காரணமான அந்தக் கருப்பு உருவத்தைப் பார்க்கவும், அந்த உருவத்துக்குரிய முகத்தில் துளி சலனம்.

நாச்சியப்பன் தன் வாழ்நாளில் பார்த்திராத வித்தியாசமான மனிதமுகம். மெள்ள வண்டியைவிட்டு இறங்கினான். தங்கமணி மாராப்பை இழுத்து மூடிக்கொண்டு தலையைக் கவிழ்த்துக் கொண்டாள்.

"யார் நீங்க, உங்களுக்கு என்ன வேணும்?" கேள்வியோடு நாச்சியப்பன் நெருங்கவும், அவன் முகம் நாச்சியப்பனை வெறித்தது. பின்னர் மெள்ள இதழ்களைப் பிரித்தது.

"அனுமன் கரட்டுக்கு எப்படிப் போகணும்?" கேட்கிறான் அவன்!

"அனுமன் கரட்டுக்கா? அது ரொம்ப தூரமாச்சே! அங்க எதுக்குப் போகணும் நீங்க, அங்க காக்கா, குருவிகூட கிடையாதே..."

தனது பதிலிலேயே, சந்தேகத்தையும் நாச்சியப்பன் கரைந்தான்.

“எப்படிப் போகணுமின்னு சொன்னா போதும். அதிகம் பேசாதே!” என்று கட்டளையாக நிமிர்ந்தான் அவன்.

இதுபோல் அத்தனை மதர்ப்பாக யாருமே நாச்சியப்பன் எதிரே பேசமுடியாது. பேசினால் தூக்கிப்போட்டுப் பந்தாடி விடுவான். இன்று ஏனோ எதற்கோ கட்டுப்பட்டவன்போல் கைகளை, அனுமன் கரட்டை நோக்கிக் காட்டினான்.

“ரொம்பதூரம் நடக்கணும். வழியில் ஒத்தையடிப் பாதை வரும். அதுல போனா ஒரு ஒத்தப் பனைமரம் வரும். அதையொட்டி பாதை பிரியும். அதுலையே போங்க. மாடு விழுங்கிப் பள்ளம்னு ஒண்ணு அங்க உண்டு. அந்தப் பக்க போயிடாதீங்க. அதுல விழுந்தா அவ்வளவுதான்.”

கைய்யைக் காட்டியபடியே பேசிய நாச்சியப்பனின் பேச்சைக் கேட்டு அவன் சிரித்தான்.

“ஐய்யா யாருன்னு தெரிஞ்சுக்கலாமா? மாந்திரீகன் மாதிரி தெரியுதே...?” நாச்சியப்பனின் நைச்சியமான கேள்வி அவனுக்கு மிகப் பிடித்துப்போனது.

“என் பேர் கருடராஜ பட்டத்திரி. நான் ஒரு உபாசகன். மாந்திரீகன்னும் சொல்லலாம்” என்று நாச்சியப்பனுக்கான பதிலைச் சொல்லிவிட்டு அனுமன் கரட்டை நோக்கி நடக்க ஆரம்பித்தான் கருடராஜ பட்டத்திரி என்னும் அந்த மாந்திரீகன்.

அவன் அகலவும் பயம் நீங்கி மெல்ல தலையை நிமிர்த்தினாள் தங்கமணி. அது அந்தப் பட்டத்திரிக்கும் தெரிந்திருக்க வேண்டும். இல்லாவிட்டால் சட்டென்று அவளைத் திரும்பிப் பார்ப்பானா?

தங்கமணிக்கு வியர்த்துவிட்டது. திரும்பவும் தலையைத் தாழ்த்திக் கொண்டாள். நாச்சியப்பனுக்கே பட்டத்திரியின் அந்தப் பார்வை இலேசாய் பயத்தைத் தந்தது.

நடராஜனைத் திரும்பிப் பார்த்து வண்டியைக் கிளப்பச் சொன்னான். நடராஜனும் நடந்ததை எல்லாம் ஒரு அதிசயமாக

நினைத்தபடி மாட்டின் வாலை முறுக்கி மூக்கணாங்கயிற்றைச் சுண்டிவிட மாடுகள் நகர ஆரம்பித்தன.

வண்டி நகர்ந்து கொண்டிருக்கும்போதே அப்படியே பின்பக்கமாக ஓடி ஏறிக்கொண்டான் நாச்சியப்பன். ஏறி உள்ளே உட்கார்ந்தவனை இறுக்கமாகக் கட்டிக் கொண்டாள் தங்கமணி.

"அந்த ஆள்கூட உனக்கு என்ன பேச்சு? முழியைப் பாரு கொலைகாரன் மாதிரி..." கட்டிக்கொண்டே வெடித்தாள்.

"பொட்டச்சிங்கறது சரியா இருக்கு. அந்த ஆள் யாரா இருந்தா என்ன? விசாரிக்கறது தப்பா...?"

"மந்திரம் மாயம்னு எத்தையாவது பண்ணிக்கிட்டுத் திரியறவங்க சாவகாசமே நமக்கு ஒத்துவராது நாச்சி. நீ என்ன புரியாம பேசறே..."

"சரி சரி... அவன்தான் போயிட்டான்ல! இன்னும் எதுக்கு அவனைப் பத்திப் பேச்சு, ஆமா அனுமன் கரட்டுப் பக்கம் இந்த ஆள் எதுக்குப் போறான். அது பயங்கரமான இடமாச்சே தங்கமணி?"

"இப்பதானே சொன்னேன். இந்த மாதிரி ஆளுங்க பேச்சே வேண்டான்னு..." மைதா மாவுப் பசையைப்போல் குழைந்தாள் தங்கமணி.

"சரி சரி..." என்று இழுத்து அவள் உதட்டோடு தன் உதட்டைப் போட்டுத் தேய்த்து இடுப்பை வளைத்து அணைப்பை இறுக்கினான்.

'பட்!' என்று ஒரு சப்தம்.

"என்ன பட்டுன்னு சப்தம் கேட்டுச்சு?"

அவள் காதோரமாய்க் கேட்கவும், அவளும் "பாடியோட ஊக்கு அறுந்துகிச்சு!" என்றாள் புதுப் பெண்போல!

அப்படியே பார்வையை வண்டி ஓட்டும் நடராஜன் பக்கம் கொண்டுப் போனாள்.

நல்லவேளை... அவன் இவர்களின் சல்லாபத்தில் தன் கவனத்தை வைத்திருக்கவில்லை.

மாட்டு வாலை முறுக்கி, அதன்பின் மடியில் நுனிக்காலை கொடுத்து அதற்குக் கிச்சுகிச்சு மூட்டி, வாலுக்கு மேலே உள்ள முதுகுச் சரிவில் வலக்கையால் ஒரு மெத்து மெத்தி 'டிர்ர்... டிர்ர்ர்!' என்று சவாரியில் கவனமாக இருந்தான்.

அவளுக்குள் அதைப் பார்க்க துளி சந்தோஷம்.

பழங்காலத்து ராஜமங்கலத்து வீதிகள் அத்தனை அகலமானவை என்று சொல்வதற்கில்லை. அதற்காக சர்வமய கிராமத்துக் குறுவலான சல்லித் தெருவைப்போல் நாயும், பன்றியும், திரியும் ரகத்திற்கும் போய்விடவில்லை.

செம்மண் புழுதி ஒரு மெல்லிய லேயராய் அந்தச் சாலையில் பரவியிருக்கும்! ஸ்கூட்டரோ, காரோ கொஞ்சம் வேகம் கூட்டிப் பறந்தாலும் புழுதி மண், அண்டை அசல் வீடுகளில் சமையல்கட்டுவரை நுழைந்துவிடும்.

"நாசமாப் போவுற கார்க்காரப் பயலுக! இது வீதியா? இல்ல ரேஸ் நடக்கற தடமா?" என்று 'உச்சு' கொட்டி சபிப்பார்கள். அந்த வகையில் வீதிப் பெண்டுகள் எல்லோரும் ஒரே தினுசுதான். ஆரம்ப வீட்டு அமலோற்பவத்திலிருந்து கோடி வீட்டு பரிமளம் வரை... இவர்கள் அத்தனைபேரையும் உறுத்தும் இன்னொரு பெரிய விஷயம் தங்கமணி

தங்கமணி வயதோ முப்பதைத் தாண்டப் போகிறது. பதினாலில் வயசுக்கு வந்ததாக வதந்தி. முதல்முதலாக அவள் ஊர்ப் பண்ணைக்கு முந்தி விரித்து சாங்கியம் பண்ணியதாகக் கேள்வி! இதுநாள் வரைக்கும் அவள் மேய்ந்து களித்த ஆடவர்களைப் பற்றி வீதிப் பெண்டுகளிடம் கேட்டால் விலாவரியாகச் சொல்லுவார்கள்.

"ஆளப்பாருடி அலங்காரம். பனமரத்துல பாதியும், தென்னமரத்துல மீதியுமா இருக்காங்க. கட்டுன பெண்டாட்டி

நெல்லப் பேட்டையில நெசவு நெஞ்சு கஷ்டப்பட்டுக்கிட்டிருக்கா. இங்க ஐய்யா தவறாம இந்தச் சிறுக்கி முண்ட தங்கமணியை தேடிவரல்லைன்னா தலை வெடிச்சுடும்...” என்பார்கள்.

“அக்கா... அவ ஊருக்கு ஒதுக்கலா பத்து சென்டு நஞ்சை நிலம் வாங்கியிருக்காளாமுல்ல...”

“ஏ அம்முணி, அவ என்னத்தடி திம்பா...? உடம்பு இந்த உடம்பு தளதளன்னு எப்படி கருக்குலையாம இருக்கு? என் ஊட்டுலையும் நாலு பசு பால் பீச்சுது. தண்ணி கலக்காம அப்படியே குடிச்சாலும் உடம்புல சதை பிடிக்க மாட்டேங்குதேடி?”

“போதும்டி... அந்த நாத்தம் பிடிச்சவ பேச்சு. நம்ப புருஷன்மார்களுக்கே அவபேர்ல சபலம் இருக்கச்சே நாம் போய் அவ புராணம் படிச்சுகிட்டு...”

மேல் மாதிரி எல்லோரும் ஆதூலப்பட்டுக் கொண்டபோது வீதிக்குள் பிரவேசித்தது தங்கமணியின் திருவிதாங்கூர் தேக்குவண்டி.

‘ஜல் ஜல் ஜல் ஜல்...’

வீதிப் பெண்டுகள் வாய் பொத்தி மவுனியாகி, கைக்குழந்தைக்கு மார்பை மாற்றி, விக்கித்து, வண்டியில் பார்வையை ஊன்ற, மெல்ல வீதிப்பெண்களை எட்டி ஒரு பார்வை பார்த்தான் நாச்சியப்பன்.

“அடச் சண்டாளா... நேத்துதான் ஜெயிலுக்குப் போனமாதிரி இருக்கு. இன்னிக்குத் திரும்பிட்டானே. இவன் கெட்ட கேட்டுக்கு சமஸ்தானத்து கட்டை வண்டி வேற கேக்குதோ...”

ஒருத்தி சற்று உச்சமாகவே சலித்துக் கொண்டாள். இதற்குள்ளாக ‘சள சள’ என்று கடலை உடைபடும் ரகத்திற்கு வீதி முழுக்க தீவுதீவாய் பெண்டுகள் தேங்கி நாச்சியப்பனைப் பற்றி ஆதூலிக்கத் தொடங்கி விட்டனர்.

அந்த அளவுக்கு அவன் ஊர்ப் பிரசித்தமானவன். ஊருக்குள்ளே வெடிக்கும் அத்தனை வல்லடி வம்புதும்புகளிலும் அவனது வாலோ தலையோ இல்லாமல் இருக்காது.

இத்தனைக்கும் இல்லாத பொல்லாதவன் இல்லை. ஊர்ப் பெரியவர் முத்துப் பண்ணைக்கு அடுத்தபடியாக நிலம் நீச்சலோடு எகத்தாளமாய் வாழ்ந்த வயிரவநாதனின் ஒரே பிள்ளைதான் இந்த முரடன்.

வயிரவன் வட்டிக்கு விட்ட காசே பல ஆயிரம் என்றால் கையிருப்பு கணக்கைப் பற்றிச் சொல்லத் தேவையில்லை. அதிலும் நெல்லை ஜில்லாவில் செட்டிநாட்டு பாணியில் தூணும் மாடமுமாய் வயிரவநாதன் கட்டியிருக்கும் வீடு தற்போது அரண்மனை மதிப்பு பெறும். எல்லாம் இருந்து சுளிக் கோளாறும், சல்லித்தனமான சகவாசங்களும் நாச்சியின் பாதையையே மாற்றிவிட்டன.

ஆளும் பார்க்க வாட்டசாட்டமாய் இருப்பான். வேளைக்கு நாலு முட்டை, இரண்டு மீன் துண்டம், ஆழாக்கு ஆட்டுப்பால் என்று குடித்து போஷிப்பாய் உடம்பை வைத்திருந்தான்.

சம்போகத்தில் பலே கில்லாடி... மறத்துப்போன தங்கமணிக்கே அவன் புது சுகம் காட்டியவன். 'தங்கமணி நீ வீணை' - என்று விதவிதமாய் ராக ஆலாபனை செய்தவன். அதனாலேயே அவளுக்கு அவன் மிக ஸ்னேகமாகி விட்டான்.

இதெல்லாம் வயிரவநாதனைப் போட்டுப் பிராண்டவே மாரடைப்பே வந்து செத்துவிட்டார்! சாகும்போதும் ஒரு சங்கடம். வட்டிக்குக் காசு கொடுத்தவர்கள் பட்டியலை அவர் எங்கே வைத்தார் என்பதே தெரியவில்லை. ஒருவேளை மனதிலேயே எழுதிவைத்துக் கொண்டுவிட்டாரோ?

நாச்சியப்பன் வீடு முழுக்க ராவிப் பார்த்துவிட்டான். அந்தப் பெரிய மச்சு வீட்டின் ஒரு மூலைமுடுக்கு பாக்கி இல்லாமல் தேடினான். வெளியேயோ போலீஸ் வேறு இவனைத் தேடிக்கொண்டு இருந்தது.

யாரோ ஒருவர் தன் மாட்டுப் பண்ணையையே காணோம் என்று புகார் கொடுக்கப் போக, போலீசுக்கு நாச்சியப்பன்மேல்

சந்தேகம் வரவும் அவனைத் தேடிக்கொண்டு வந்து வளைத்தார்கள். சந்தேகம் ஊர்ஜிதம் செய்யப்பட்டது.

எட்டாத உயரத்தில் ஒரு தேக்கு ஜன்னல், பதிமூணு கம்பி உள்ள இரும்புக் கதவு இத்தோடு நாலடி நீள, ஆறரையடி அகல ஜெயிலின் அறை ஒன்று அவனை 'வா வா' என்றது. ஆறு மாசம் அங்கே அல்லோல கல்லோலப்பட்டான். பிறகுதான் விடுதலை. தங்கமணிக்குத் தகவல் தரவும் அவளே நேராக ஸ்டேஷனுக்கு வந்துவிட்டாள்.

அதற்காக அவனோடு திரும்பும்போது இப்படியா ஊர் பார்த்து வாய் பிளக்கும்? தங்கமணி எரிச்சலோடு வீதிப் பெண்டுகளைப் பார்த்து முகம் கசக்கினாள்.

வண்டி அவன் வீட்டு வாசலை எட்டியதும் பம்மி நின்றது. துள்ளிக்கொண்டு உற்சாகமாய் இறங்கினான். நடராஜன் சாமான் செட்டை எடுத்துக்கொண்டு உள்ளே நுழைந்தான்.

“இன்னிக்குப் பொழுதோட வந்து சேர். ஒரு முக்கியமான விஷயம் பேசணும்” என்றாள் தங்கமணி.

நெடுநாள் கழித்துத் தன் வீட்டைப் பார்த்த சந்தோஷத்தில் வாசல்படிமேலே நின்றுக்கொண்டு உற்சாகமாய் வீதியைப் பார்த்தான் நாச்சியப்பன்.

தங்கமணியின் வண்டி அங்கிருந்து அகல, நாச்சியப்பன் வீட்டுக்குள் நுழைந்தான். ஒரே தூசும் துப்புமாய் ஆறு மாச அழுக்கோடு பல்லைக் காட்டியது அந்தப் பணக்கார வீடு.

பலமணி நேரம் செலவழித்து ஒருவாராய் வீட்டுக்குப் பளபளப்பு சேர்த்தான் நாச்சியப்பன். பிறகு குளித்துவிட்டு ஒரு குட்டித் தூக்கம்.

அதற்குபிறகு மிக ஞாபகமாய் அந்தப் பாண்டு பத்திரங்களைத்தேட ஆரம்பித்தான். அப்பொழுதுதான் அந்தக் கடிதம் சிக்கியது.

தகப்பன் வயிரவநாதனின் குடும்ப ஜாதக நோட்டில் ஒரு பழுத்த இலையாய்த் தென்பட்ட அந்தக் கடிதம், காகிதம் கண்டுபிடிக்கப்பட்ட காலத்தில் வாங்கப்பட்டிருக்க வேண்டும்.

மிக மிகப் பலவீனமான அந்தக் கடிதத்தின் சாராம்சம் நாச்சியப்பனைப் பிடித்து ஒரு உலுக்கு உலுக்கியது.

***

# 7

**சா**ளரம் வழியாக வெண்டோபஸ் செடி தரைமீது கள்ளென்று பொசுங்கும் சூரிய ஓட்டத்தில், அந்தக் கடிதத்தை நிறுத்தித் திரும்பவும் ஆர்வத்தோடு படிக்க ஆரம்பித்தான் நாச்சியப்பன்.

"சர்வம் சிவமயம்.

தேவரீர் ஸ்ரீமான் வயிரவநாதனுக்கு இஷ்டபந்து ராமநாதன் எழுதும் ஸ்னேகப் பத்திரிகை. இப்பவும் உடன்குடியில் அய்யம்மாளும், ராமுத்தாயும் உசித ஷேமம். அவ்விடம் கர்பவதியும், தங்கள் பார்யையுமான பார்வதி ஷேமம்தானே?

ஒரு முக்கியமான சமாச்சாரம், ராஜமங்கலத்தின் ஈசான வடக்கு பக்கம் கோடிகோடி பெறும் பொம்மத்துரை ராஜ்யத்தின் முத்திரைத் தங்கமும், காசும், நகையும் இருக்கிறதாம். இது சர்வ சத்யம். இதில் கணுக்கால் பொய்யும்மில்லை.

நேற்று பாளையங்கோட்டை ஜெயிலில் ஒரு கட்சிக்காரனை பெயிலில் விடுவிக்க உஷ்ணாதிக்கமான உச்சிவேளையில் போய் இருந்தேன். லாக்-அப்பில், மனுஷ்ய பாபிகள் அனேகர். ஒரு கிழவன் என் மனசை ரொம்பப் பிராண்டிவிட்டான். ஐயா ஐயா என்று என்னை ரொம்பவும் அழைத்து இடமொடக்கு பண்ணினான். நச்சு தாளாமல் கிட்ட நெருங்கி காது மடலைக் கொடுத்தேன்.

ஒரு ரகஸ்யம், பத்ரம், ஜாக்ரதைன்னு பீடிகையோடு துவக்கி மேற்படி விசயங்கள் சொன்னான். சொச்ச விஷயங்களை அக்கறையோடு கேட்க சூழ்நிலை சாத்யப்படவில்லை. போலீசு மனிதர்கள் சுற்றிலும் ரொம்ப ஜாஸ்தி. பிற்பாடு வார்டரின் விசேட அமைதியுடன் அந்தக் கிழவனை நாடிப்போய், இதெல்லாம் நிஜமா? யார் நீ? எதற்காக இதை என்னிடம் சொல்கிறாய்? என்று கேட்டேன். அவன் சொன்ன அனேக விஷயங்கள் என்னைச் சிலிர்ப்பி விட்டது. அவ்வளவும் சத்யம் என்று எனக்குப் படுகிறது. நீர் எவ்வளவு சீக்கிரம் என்னைக் காண நெல்லை வர முடியுமோ அத்தனை சீக்கிரம் வரவேணும். நமக்குப் பெரிய ஐஸ்வர்யமே கிடைக்கவிருக்கிறது.

மேற்படி வரிவடிவத்தை அதி ரகஸ்யமாய்க் காப்பாற்ற வேணும். இல்லாவிட்டால் ஆபத்து. வேணும் ஷேமம்.

அனந்த வணக்கத்தோடு
ராமநாதன்."

கடிதத்தைப் படித்துவிட்டுத் தேள் கொட்டிய மாதிரி ஆனான் நாச்சியப்பன். கடிதத்தில் தேதியோ ஊர் விவரங்களோ இல்லை. ஆனால் விஷயத்திலோ காந்தபலம். பல நிமிடம்வரை அவனிடம் பேச்சுமூச்சு இல்லை.

'பொம்மத்துரை ராஜ்யத்து முத்திரைத் தங்கம்' என்னும் அந்தச் செல்வம் தொடர்பான சிந்தனை ஜெட் விமானம் போடும் புகை, கோடு மாதிரி நீண்டுக்கொண்டே போக, புத்தியோ வயிரவநாதன் தன் வாழ்நாளில் அப்பொழுதைக்கப்பொழுது சில நாட்களில் இந்தத் தங்கம் தொடர்பாகப் பிரஸ்தாபித்த கருத்துக்கள் மூளையின் ஞாபகச் செல்களை நிமிண்டிக்கொண்டு அவனது நினைவுப் பந்தலில் கூடை போட்டன!

ஒருநாள் பானைக் கள்ளை குடித்துவிட்டு, தங்கமணி வீட்டில் தாளகதியோடு மயங்கி விழுந்துவிட்டவனை, அவள் வீட்டு

வேலைக்கார சண்டியர்கள் தூக்கிவந்து வயிரவநாதன் முன்னால் போட்டுவிட்டுப் போக, அக்கம்பக்கம் அத பார்த்து "ஐய்யா நீங்க சேத்துவெச்சதை எல்லாம் உங்க மகன் செலவு பண்ணவே பொறந்து இருக்கான். ஜாக்கிரதை, சொச்சத்தைப் பிடிச்சு வைங்க. அல்லாட்டி அம்போதான்!" என்று சொல்லவும், சினக்குழிக்குள் விழுந்து சிவசிவப்பானார் வயிரவநாதன்.

"என் மகன் செஞ்சது தப்புத்தான். அதுக்காக இப்படி என் செல்வத்தைச் சரிச்சு மட்டன் போட்டுபேச வேண்டாம்லே. பொம்மத்துரை காலத்து முத்திரைத்தங்கமே பானை தேறும் என்னண்ட! இவன் மாதிரி நூறு பய குடிச்சே ஒழிச்சாலும் தேயாச் செல்வண்டா என் செல்வம்" என்று அவர் வாங்கிய வக்காலத்துதான் முதலில் நாச்சியப்பனுக்குள் ஊதலெடுத்தது.

அப்பொழுது அவன் போதையில் இருந்ததால் அது காதில் விழவில்லை. இருந்த போதிலும் அன்று மாலையே அவனது நண்பன் ஒருவன், வயிரவநாதன் காலையில் முத்திரைத் தங்கம் தொடர்பாகப் பேசியதைச் சொல்லி உசுப்பிவிட்டான். நாச்சியப்பனுக்குள்ளும்கூட பிடிபடாத சந்தோஷம். ஆனால் அந்தச் சந்தர்ப்பத்தில் அப்பன் வெறும் பவிசுக்காக அப்படிப் பேசியதாகத்தான் நினைக்க முடிந்தது... ஆனால் இப்பொழுதோ?

இப்பொழுதோ?

பழுப்பு நிற பலவீனமான தாளைத் திரும்பப் படித்தான் நாச்சியப்பன். 'யார் இந்த ராமநாதன்' கேள்விக் குடைசலில் துப்பு துலக்கத் தொடங்கினான். 'இந்த ராமநாதனும், அப்பனும் கூடி அந்தச் செல்வத்தை ராஜமங்கலத்து ஈசான வடக்கிலிருந்து எடுத்தார்களா? இது எந்த அளவு நிஜம்...'

மூளையைப் போட்டுக் கசக்கிக்கொண்டு அன்றைக்கு அவன் அப்படியே மல்லாந்தபோது அதிர்ஷ்ட தேவதை உத்தரத்து ஊஞ்சல் நாதாங்கி வழியே பல்லைக் காட்டினாள்.

அந்த நாதாங்கி வளையத்தில் ஒரு சிறிய சாவிக்கொத்து! ஊன்றிப் பார்த்தால்கூட, கருத்தோடு பார்த்தால்தான் பிடிபடும்

தினுசில் பொடிப்பொடியாய்ச் சாவிகள் ஒரு வளையத்துக்குள் மாட்டிக் கொண்டுவிட்ட சாவிக் கொத்து! விசித்திரமாக அவைகள் ஏன் அந்த வளையத்தில் பதுக்கப்பட்டிருக்கின்றன?

வேகமானான் நாச்சியப்பன்.

மிக மிக அமைதியாகத் தூங்கும் பூனை மாதிரி கிடந்தது அனுமன் கரடு. சமீபத்தில் புதிய மழையின் ஊட்டத்தில் பாறைகளின் ஊடே நெம்பிக்கொண்டு தலையைக் காட்டும் சப்பாத்திக் கள்ளிகளின் மஞ்சள் பூக்கள்மேல் ஒன்றிரண்டு தேனீக்கள் மட்டும் வட்டம் போட்டுக் கொண்டிருந்தன.

மருந்துக்கும் மனித நடமாட்டம் இல்லாத அதன் சரிவில் ஊர்ப்பண்ணையாரின் சோள வயல் ஆரம்பமாகியிருந்தது. வயலைச் சுற்றிக் கான்கிரீட் கம்பம் நட்டு அதில் கம்பி வலை பின்னி வேலியை உருவாக்கி இருந்தார் பண்ணையார்.

வேலிக்கு அந்தப் பக்கமாய் மாடோ, கன்றோ போய்விடக் கூடாது என்கின்ற பயம். இப்பொழுதெல்லாம் மனிதர்களே போகப் பயப்படுவதால் அனுமன் கரட்டில் மனிதப் பாதங்கள் பட்டுப் பலப்பல வருஷங்கள் ஆகிவிட்டன.

ஒரு நாலைந்து வருஷத்துக்கு முந்தி பண்ணையாரின் மூத்த மகன் சுந்தரம் கம்பி வேலியைத் தாண்டி கரட்டின்மேல் ஏறியது மட்டும்தான் தெரியும். அதன்பிறகு அவன் திரும்பவேயில்லை.

வயலில் உழுதுகொண்டு இருந்த அத்தனைபேரும் வேடிக்கை பார்க்க, கரட்டின் மேல் ஏறியவன்தான் அந்த சுந்தரம்.

“ஒரு குட்டிக் கரட்டு மலை ஏற இப்படிப் பயப்படறீகளே கிறுக்குப் பயலுகளா? மனுசன் ராக்கெட் செஞ்சு செவ்வாய், புதன்னு பறந்துகிட்டிருக்கிற காலம்டா இது...” என்று எகத்தாளமாய்ப் பேசியபடி அவன் வேலியைத் தாண்டியதாகப் பண்ணை விவசாயிகள் சொல்லி அழுதபோது கேட்க இன்னும் சங்கடமாக இருந்தது.

அவன் என்ன ஆனான்? ஏது ஆனான்? என்பதைப் பார்க்கக்கூட திராணியில்லாத மனிதர்களாய் ஊர்மக்கள் ஆகிவிட்டார்கள்!

பண்ணையாரும் பத்தாம்நாள் காரியம் முதற்கொண்டு செய்து தலைமுழுகி சாங்கியம் எல்லாம் செய்துவிட்டார்!

அரசாள உகந்த மூல நட்சத்திரத்தில் முதல் பாதமாய் பார்த்து பிறக்க வேண்டியவன் சற்றுமுன்னதாய் நல்ல நடுசாமமாய் பார்த்து அம்மாவாசை இருட்டில் பிறந்து வைத்திருந்தான்.

ஜாதகம் கணித்த ஜோசியர்கூட "பண்ணை! பயலைப் பார்த்து வளங்க. ராட்சஷ கணத்துல பொறந்த பய. பாப கிரகங்களோட பார்வையும், சேர்க்கையும் பலமா இருக்கற கட்டத்துல பூமியில் கால் வெச்சுருக்கான். தலைச்சன் வேற! எப்பவும் கோயில், குளம்னு சாமியாராவே இருக்கும்படி பாத்துக்குங்க. இல்லாட்டி சிக்கல்தான்." என்று சொல்லியிருந்தார்.

பண்ணையும் அவனை அப்படியெல்லாம் வளர்த்தும்கூட கை மீறிப் போய்விட்டான். பார்க்க ஏறத்தாழ மாட்டுக்கார கணேசனைப்போல் இருப்பான். ஆகையால் அவன் போனதற்குப் பிறகு அந்த அனுதாபம் கணேசனுக்கு மிகமிகப் பயன்பட்டது.

பண்ணையின் மனதில் கணேசன் ஈரப்பதமாய் நேசிக்கப்பட்டான்.

"எலே நீ எந்தக் காரணத்தைக் கொண்டும் அடிவாரத்து நெலத்துப்பக்கம் மட்டும் போயிடக்கூடாது. மாடு கன்னுகளைக் கரட்டுப் பக்கம் காட்டவே காட்டாதே. என் சுந்தரம் போனதோட எல்லாம் ஒழியட்டும்." என்று எச்சரித்திருந்தார்.

இருந்தும் அதை மீறி இன்று ஒரு மாடு அதோ அடிவாரத்து சோள வயல்மேல் தன்னிச்சையாக மேய்ந்துக்கொண்டு இருந்தது! தொலைவில், வெகுதொலைவில் மிகப் பசுமையான தாமிரபரணி கரையோரங்களை விட்டுவிட்டு அப்படியே ஆடி அசைந்து நடந்தபடி மெல்ல மெல்ல அது கரட்டு அடிவாரத்துச் சோள வயல்

வரைக்கும் வந்துவிட்டதே! அதன் கழுத்து மணி சப்தம், அது வயலில் தனக்குத் தேவையானதைக் கரிக்கும் சமயமெல்லாம் 'கிணிங் கிணிங்' எனச் சப்திக்கிறது.

தாமிரபரணி மிகத் தாழ்வாக வளைந்து ஒரு வயலை ஒரு முட்டுமுட்டித் திரும்பும் படு அழகான குமாரமேடு என்னுமிடத்தில் தன் கூட்டத்து மாடு ஒன்று பிரிந்து போனதுகூடத் தெரியாமல் கனகமயிலுக்காகக் காத்திருந்தான் கணேசன்.

கையில் ஒரு கொட்டாங்குச்சி வயலின்! அதில் தாறுமாறாய் ராகம் போட்டபடி. உலகை மறக்கப் பார்க்கும் அவனைச் சுற்றி மாடு கன்றுகள் தரைப் புற்களைச் சவரம் செய்துக் கொண்டிருந்தது. தூரமாய் ராஜாக் கவுண்டரின் கடலை வயல்மேல் கனகமயில் வந்து கொண்டிருந்தாள். கையில் ஒரு தூக்குவாளி.

நடையில் ஒரு ராஜாங்க துள்ளல். தாமிரபரணிக் காற்றின் வீச்சில் சடசடக்கும் கேசத்தோடு, இடுப்பு அடக்கத்தில் இருந்து அவிழ்ந்து காற்றோடு கூடி சரியப் பறக்கும் தாவணி சகிதம் தேவதைபோல் அவள் துள்ளி வருவதைப் பார்க்கக் கணேசனுக்கு இன்பமாய் இருந்தது.

பார்வையைப் பளபளப்பாக்கிக் கொண்டு அவளைப் பார்த்தான். பக்கமாய் வந்துவிட்டாள் அவள்.

"வா கனகு வா..." வாய் நிறைய வரவேற்பு கணேசனிடம். புன்னகையோடு அவனை நெருங்கியவள் ஒரு தினுசாய் எதுவும் பேசாமல் அவனைப் பார்த்து இலேசாய் ஒரு நெளி நெளிந்தாள். கைத் தூக்குவாளி வளையக் கைப்பிடியோடு அசைந்து இலேசாய் சப்தம் போட்டது.

"என்னா கைவசம் தூக்குவாளி?" கணேசன் கேட்கிறான்.

"கணேசா... கொஞ்சம் பாலு வேணும்..." அவனிடம் குழைசல்.

"ஓஹோ... அதான் இந்த நெளி நெளியறியா... அப்ப என்னப் பார்க்க நீ வரலை?" அவன் கேள்வியில் கோபம் குமிழியிட்டது.

“யோவ் கோவிச்சுக்காதேய்யா. உன்னப் பாத்துட்டு, அப்படியே கொஞ்சம் பாலும் வாங்கிட்டுப் போகலாம்னு...” அவளும் தாபமாய் பதில் சொன்னாள்.

“ஏன் ஊர்ல பால் கிடைக்கலியா உனக்கு?”

“.....”

அவளிடம் மவுனம் காதலாய் ஊஞ்சல் கட்டி, மைக் கண்களில் வாஞ்சையாய் வழிந்தது.

“இங்க ஒரு இளிச்சவாயன் இருக்கையில் எதுக்கு காச செலவு பண்ணிக்கிட்டுன்னு வந்துட்டே. அப்படித்தானே?” வெடுக்கென்று கேட்டான் கணேசன்.

அவளது மான் விழிகளில் அதைக் கேட்டதால் உப்பு நீர் வந்து குபீர் என்று ஊறியது. கணேசன்கூட அதைப்பார்க்கப் பதறிப் போய்விட்டான்.

“ஏய் கனகு, நா சும்மா தமாசுக்குச் சொன்னேன்.” படபடப்பாய்ப் பேசியபடி அவளை நெருங்கி ஆறுதலாய்த் தொட்டான். அவள், அவன் கைகளைத் தட்டி விடாமல், “நீ இன்னும் என்னைப் புரிஞ்சுக்கலை” என்று மட்டும் சொன்னாள்.

“சரிசரி வா. நல்ல காராம் பசு பாலா பீச்சித்தரேன்.” என்றவன் தனது கூட்டத்தில் கழுத்து மணிகட்டிய அந்த மாட்டின் ஞாபகம் வந்து அதைத் தேட விழிகளைச் சுழற்றினான்.

காணோம்.

பார்வையில் பதட்டம் பரவ, அது வேகவேகமாய் வட்டம் போட்டுச் சுற்றுச்சுழல் முழுக்கத் தேடியது.

காணோம்! காணோம்!!

ஏற்கனவே ஒரு கன்றுக்குட்டியைத் தாமிரபரணிக்குத் தாரை வார்த்துக் கொடுத்துவிட்டுப் பண்ணையாரிடம் பட்ட வசவு அவனை வளைத்துக் கடிக்க, அதிக பயமானான் கணேசன்.

கால்களை வேகமாய் இயக்கிச் சூழலையெல்லாம் அலசித் தேடினான். அவளும் அது புரிந்து தேடுகிறாள். இருவரும் தேடியபடியே அனுமன் கரட்டுச் சோளக்காடுவரை வந்த சமயம் மணி சப்தம் கேட்டது.

“அதோ நம்ம பசு!” ஆச்சரியத்தோடு அவன் பசுவைப் பார்த்து வாய்விட, அதுவோ வேலிக்கம்பியை நெம்பிக்கொண்டு கரடு ஏற முனைந்து கொண்டிருந்தது.

கம்பியின் கூர் முடிச்சுக்கள் அதன் கழுத்தை, திமிலை, உடலை என்று சகல பாகங்களையும் கிழித்துக் காயப்படுத்தி ரத்தம் கசிய விட்டும் அது தனது முயற்சியைக் கைவிட்டதாகத் தெரியவில்லை.

விக்கித்து நின்றுவிட்டான் கணேசன். அவன் தோளைப் பிடித்துக்கொண்டு கனகமயிலும் நிற்க, அது கரட்டின்மேல் மெள்ள ஏற ஆரம்பித்துவிட்டது.

“யோவ் என்னய்ய இது. உன் பசு வலியக்கூட பாக்காம வேலிய நெம்பிக்கிட்டு மேல போவுது. அங்க மாடு விழுங்கிப் பள்ளமிருக்கேய்யா?” கணேசனின் காதோரமாய்க் குசுகுசுத்தாள் கனகமயில்.

“என்னை நீ கரட்டுக்குப் போகச் சொல்றியா?” கணேசன் மிடறு விழுங்கியபடி கேட்டான்.

“உன் மாடு போவுதே. போய் பிடி” - அவள் அவனை ஊக்கினாள்.

“பயமா இருக்கு கனகு…”

“உனக்குமா ஊருக்கு இருக்கற பேய் பயம்? போய்யா அதெல்லாம் ரீல். நீ போய் அதை விரட்டிகிட்டு வா.”

“நீயும் வா.”

“சரி வா போகலாம்.”

இருவரும் பின்தொடர்ந்தார்கள். அதற்குள் அது கரட்டின்மேல் ஏறி ஒரு பாறையின் பின்பக்கமாய் மறைந்தும் போய்விட்டது.

"எங்கய்யா காணோம்?" மெத்தென்ற தனது பழுத்த மார்பை கணேசனின் முதுகின்மேல் அழுத்திக்கொண்டு, செயற்கையான தனது தைரியத்தோடு அடிவயிற்றுப் பயம் மனதைத் துடிக்கவிட அவள் கேட்டாள்.

"வா ஏறிப் போய்ப் பார்ப்போம்."

ஏறிப்போய் அது மறைந்த அதே பாறையின் புறமாய் அவர்களும் நகர்ந்தார்கள். மறைவாய் நின்றபடி இருவரும் பார்வையை விட்டுப் பசுவைத் துழாவிய சமயம் கனகமயில் கண்கள் தெறிக்க கணேசனை இறுக்கிக் கொண்டாள்.

"யோவ் அங்க பாரு..." - அவள் காட்டிய திசையில் அந்த பசு நின்று கொண்டிருக்க தானாக அதன் மடியில் இருந்து பால் பெருகிக் கசிந்துக்கொண்டு இருந்தது. கசிந்துக்கொண்டிருந்த அந்தப் பாலும்கூட ஒரு மண்டை ஓட்டின் உட்குழிவான உட்புறத்தில் போய்ச் சேர பக்கமாய் நின்று கொண்டிருந்தான் கருடராஜ பட்டத்திரி.

பால் மண்டை ஓட்டை மீறி வழிந்து தரையில் பெருகியது. கருடராஜ பட்டத்திரி அதை எடுத்து குடிக்க ஆரம்பித்தான்.

***

# 8

**க**ணேசன் பட்டத்திரியைப் பார்த்த வினாடியில் முகத்தைச் சுருக்கிக் கொண்டான். என்ன ஒரு கோரமான முகம்! அவன் முகத்தில் வியர்வைக் கோடுபோடத் தொடங்கியது.

“யோவ் வாய்யா பேசாம வந்த வழியே திரும்பிடலாம்” அவள் அழுதுவிடுகிற மாதிரி பேசினாள். அவனுக்கும் அதில் உடன்பாடுதான்.

ஆனால் பசுவை என்ன செய்வது? கேள்விக்கு நடுவே அவன் ஊஞ்சல் கட்டி ஆடும் வேளை பட்டத்திரி பாலைக் குடித்து முடித்துவிட்டுப் பசுவை வாஞ்சையாகப் பார்த்தான்.

அது பேசாமல் திரும்பி நடக்கத் தொடங்கியது.

மண்டை ஓட்டில் இன்னும் கொஞ்சம் பால் இருந்தது.

அந்தப் பால் இருந்த மண்டை ஓட்டை அப்படியே கவிழ்ந்து விடாதபடி கீழே வைத்துவிட்டுப் பட்டத்திரி பக்கத்தில் ஒரு சிறுபாறைமேல் கிடந்த தனது ஜோல்னாப் பையை எடுத்தான்.

அதற்குள் கையைவிட்டு எதையோ பிடித்து வெளியே இழுக்க, ஜோல்னாப் பையைவிட்டு வெளியே சின்னக் கண்களைச் சிமிட்டிக்கொண்டு உடும்பு ஒன்று தலைகாட்டியது!

சிமிண்டு நிறத்தோடு உறுதியான கால்களோடு ஓரடி நீளத்துக்குக் குறைவின்றி, பருத்த உருவோடு அது தன் நாக்கை அடிக்கடி பாம்பைப்போல் வெளியே நீட்டியது.

பட்டத்திரியின் கைகளில் ஒரு குழந்தையைப்போல் உட்கார்ந்திருந்த அதன் முகத்துக்கு நேரே பட்டத்திரி மீதிப்பால் உள்ள மண்டை ஓட்டை நீட்டினான்.

மண்டை ஓட்டின் மூளை இருந்த இடத்தில் தேங்கிக்கிடந்த பாலில் இப்பொழுது அதன் நாக்குகள் 'சளக் சளக்' என்று பாய்ந்து பாலைப் பருகத் தொடங்கியது.

கனகமயில் அதைப் பார்க்க அப்படியே வியர்வைத் தெப்பமாகிவிட்டாள்.

"வாய்யா போயிடலாம். இன்னும் என்ன வேடிக்கை? அவன் பாத்துடப் போறான்." அவள் அவனை இழுத்தபடியே அழைத்த அழைப்பில் கூடை கூடையாய்ப் பயம்.

அவனும் பேசாமல் பின்வாங்கினான். ஒன்றுமே புரியாத ரகத்தில் குழம்பியிருந்தான். சத்தம் போடாமல் கரட்டைவிட்டு இருவரும் கால்களைச் செலுத்தி அடிவாரத்தைத் தொட்டால் போதும் ரகமாய் தொட்டார்கள்.

கம்பி வேலிக்குள் உடம்பை நுழைத்து சோளவயலில் வேகவேகமாய் ஓட ஆரம்பித்தார்கள். தாமிரபரணிக் கரையோர குமரன் மேட்டை அடையும்வரை இருவரும் ஒரு வார்த்தை பேசிக் கொள்ளவில்லை.

கூடிக்கூடி மேய்ந்து கொண்டிருந்த தங்கள் மாட்டுக் கூட்டத்தை நெருங்கி அந்தக் கொட்டாங்குச்சி வயலினும், கனகமயிலின் தூக்குவாளியும், கிடந்த வரப்பு திட்டின்மேல் போய் விழுந்தார்கள்.

நடந்தது எல்லாம் கனவா? நிஜமா? என்னும் கேள்வி மண்டையைக் குடைய இருவருமே ஒருவரை ஒருவர் பார்த்துக் கொள்ள இருவரையும் ஊடுருவியது காராம் பசுவின் மணி சப்தம்.

ஆச்சரியத்தோடு பசுவைப் பார்த்தான். ரத்தம் அங்கங்கே கசிய அது வற்றிய மடியோடு தனது கூட்டத்தோடு வந்து சேர்ந்து விட்டிருந்தது!

“கனகு எனக்கு ஒண்ணுமே புரியலை. என் காராம் பசு என்னைத் தவிர யாருக்கும் பால் பீச்ச இடமே தராது. இன்னிக்கு என்னடான்னா?”அவன் ஆயாசமாய்க் கேள்வி கேட்டான்.

“கணேசா அந்த ஆளு யாரு? அவன் எதுக்கு காட்டுல ஒளிஞ்சிருக்கான்?”

“யாருக்குத் தெரியும்? பார்க்க மந்திரவாதி மாதிரி இருக்கான். ஒரு வாயில்லா ஜீவனையே மயக்கி வளைச்சிட்டானே. பாவிப் பய” கணேசன் வாய்விட்டு சலித்துச்கொள்ளவும், அந்தக் காராம் பசு அப்படியே மண்டியிட்டுக் களைத்தமாதிரி உட்கார்ந்தது. பிறகு தரையில் உடம்பைக் கிடத்தி நீட்டிப் பெருமூச்சுவிட்டது.

“யோவ் என்னய்யா உன் மாடு சுருண்டுடிச்சு.” கனகமயிலின் கேள்விக்கு விடை கூறத்தெரியாமல் மிரள ஆரம்பித்தான் கணேசன்.

“நான் உடனே போய் பண்ணையாரைப் பார்த்துக் கூட்டிக்கிட்டு வரேன். எனக்கு வேறுவழி தெரியல.” என்று எழுந்திருந்தான்.

“நீ இங்கேயே பாத்துகிட்டு இரு வந்துடறேன்.” என்று ஓட்டம் எடுத்தவன் சிரத்தை மின்னல் வெட்டாய் வந்து வளைத்தது அந்தப் பழைய வலி...

புருவம் சுணுங்க, நெற்றிப் பொடி பொடியாவதைப்போல் அவன் உணர்ந்து அப்படியே ஸ்தம்பித்தான். இரண்டு காதோரமும் கைகளை வைத்து ‘அம்மா’ என்று தீனமாய் அலறியபடி நிலத்தின்மேல் மண்டியிட்டு விழுந்தவனின் மனக்கண்ணின் காட்சிகள்!

அந்தக் காராம் பசு கம்பீரமாய் நடந்து குகைபோல் ஒன்றுக்குள் நுழைய அங்கே தவலையாய்த் தங்கக் காசுகள். தரையெங்கும் சிதறிக் கிடக்கும் மாணிக்க வைரங்கள்! எல்லாம் சில வினாடிகள்தான். காட்சி அடைபட, வலி விலகிக் கொள்ள, புருவம் நேராக, அவனும் தனது பழையநிலைக்கு மீண்டான்.

கனகமயில் ஆச்சரியமாய் அவ்வளவையும் பார்த்தாள்.

"கணேசா, என்னய்யா ஆச்சு உனக்கு?" - என்றபடி கிட்டே நெருங்கி வந்தாள்.

"ஒண்ணுமில்லே கனகு. அடிக்கடி எனக்கு வர்ற வலிதான். அப்படியே மனசுல திரும்பவும் அந்தத் தங்கப் பாத்திரங்கள் ஊர்வலமாய் வந்து கும்மி கொட்டுதுங்க!" என்றான்.

"என்னய்யா நீ அடிக்கடி தங்கப் பாத்திரம், தங்கப் பாத்திரம்கறே! ஏன் இப்படி ரீல் உட்றே?" இடக்காகக் கேட்டாள்.

"என்னைப் பார்த்தா ரீல் உட்றவன் மாதிரியா இருக்கு கனகு?" பரிதாபமாய்க் கேட்கிறான் கணேசன். கனகமயில் பதில் பேசாமல் அவனை நெருங்கினாள். பிறகு அவன் தலையை வருடியவள் அப்படியே அவனைத் தன் மார்புமேல் போட்டு அணைத்துக் கொண்டாள்.

அந்த அணைப்பில் அவன் மேலான அவளது அன்பும், காதலும் கடல் மட்ட அளவில் இருப்பதாகவே அவனுக்குப்பட்டது.

"யோவ் உனக்குள்ற ஒரு அபார சக்தி இருக்குய்யா. அது நம்ம ஊர் எல்லைக் காளியாதான் இருக்கணும். நீ அவளோட பிள்ளை மாதிரி" என்று சொல்லியபடி தனது அன்பான பிடியை மேலும் இறுக்கினாள். அவனுக்கு அது பேரானந்தமாய் இருந்தது.

"நீ சொல்றதெல்லாம் நடந்துடுதே. இந்தத் தங்கப் பாத்திரமும் உனக்குக் கிடைச்சுட்டா?"

"கிடைச்சுட்டா?" அவன் ஆர்வமாய்த் திரும்பிக் கேட்டான்.

"நீ ராசா, நான் உன் ராணி" என்றவள் மெள்ள பிடியைத் தளர்த்திக்கொண்டு, "சரி சரி விஷயத்துக்கு வா. பண்ணையாரைப் பார்க்கப் போறேன்னியே..." என்று கேட்டபடி எழுந்து நின்றாள்.

அவசியமேயில்லை என்பதுபோல் அந்தக் காராம்பசு நிமிர்ந்து விட்டிருந்தது.

இருவரும் ஆச்சரியமாய்ப் பார்க்க, கணேசனை அது நெருங்கி வந்தது. கணேசன் அதை வாஞ்சையாய் வருடிவிட்டான்.

பிறகு கனகமயிலின் தூங்குவாளியை இரண்டு தொடைகளுக்கு இடையே இடுக்கிக்கொண்டு குந்தியபடி அதன் மடிகளில் கை வைத்துப் பால் பீய்ச்ச ஆரம்பித்தான். வஞ்சனையில்லாமல் பால் கொடுத்தாள் அந்த பசுப் பெண். பால் வழியும் தூங்குவாளியைக் கணேசன் கனகமயில் எதிரே நீட்டினான். அவள் அதை வாங்கிக்கொண்டு 'வரட்டுமா?' என்பதுபோல் பார்த்தாள்.

"கனகு, நாம கரடு ஏறி அந்த மந்திரவாதிய பார்த்தது பற்றி யார்கிட்டையும் மூச்சுவிடாதே, நான் பண்ணைகிட்ட பேசிக்கிறேன்" என்றபடி அவளுக்கு விடை கொடுத்தான்.

அவள் அகன்று நடக்க, அவனுக்கு அந்தப் பிரிவு மிக்க வேதனையாக இருந்தது.

அவள் வயல் வரப்புகளை மீறி ஊருக்குள் காலை வைத்து வீதிகளைத் தொட்ட சமயம் அவளைத் தாண்டிக்கொண்டு போனது தங்கமணியின் திருவிதாங்கூர் தேக்குமர ஸ்ரீவைகுண்டத்து காளை பூட்டிய வண்டி.!

தங்கமணி உள்ளே இருந்தாள். அவளைப் பார்த்த கனகமயில் "தட்டுவாணி!" என்று வாய்விட்டு முனங்கிக் கொள்ள தங்கமணியின் வண்டியோ நாச்சியப்பனின் வீட்டைக் குறிவைத்து இருந்தது.

நாச்சியப்பன், வீட்டில் தான் கண்டு எடுத்த சாவிகளில் கவனத்தை வைத்துக் கொண்டு ஒன்றும் புரியாமல் அல்லாடிக் கொண்டிருந்தான்.

சாவிகளோ துருவேறி விட்டிருந்தன. தகட்டை வெட்டி தன் வசதிக்குச் செய்து கொண்ட மாதிரி பற்கள் ராவி விடப்பட்டு இருந்தன. எல்லாச் சாவிகளும் ஒன்றுபோல் இருந்தாலும் மிக ஊன்றிப் பார்த்தபோது பற்களின் நீட்டத்தில் கண்ணால் உணர முடியாத வித்தியாசங்கள் தெரிந்தன.

"அப்பா இதை ஏன் இங்க வெச்சுருக்காரு?" கேள்வியோடு குமையத் தொடங்கினான். சில வினாடிகளில் வாழ்க்கைப்

போக்கையே கலக்கும் விதமாக, பிடிபடாத ரகசியங்களைச் சந்தித்துவிட்ட பதட்டத்தில் உடம்பில் வியர்வைப் புள்ளிகள். அவை ஒன்றுபட்டு ஒற்றுமையாகக் கோடு போட்டு ஒழுகத் தொடங்கிய சமயம் வாசலில், திருவிதாங்கூர் தேக்குமர காளை மாட்டுவண்டி ஜில்லித்து நிற்க, தரையைத் தொட்டாள் தங்கமணி.

வெங்காயச் சருகை ஓரம் கட்டிவிடும் ரகத்தில் மெல்லிசான புடவைக்குள் கொழும்பு மரத் தேங்காயாய் திண்ணென்று கிடந்த மார்புக்கு, வெள்ளை ரவிக்கையை மாட்டி மூடிவிட்டிருந்தாள். அவசரத்தில் பிரேசியர் போட மறந்துவிட்டதை மைய்யத்தில் தெரிந்த இலேசான புள்ளி சொல்லிச் சிரித்தது.

யாரையும் கிறங்க அடிக்கும் அந்தக் கோலத்தில் வண்டி ஓட்டிவந்த நடராஜனை ஒரு தினுசாகப் பார்த்து 'காத்திரு' என்று கண்ணாலே சொல்லாமல் சொல்லிவிட்டு, நல்ல விராலிமலை சாகுந்தலப் பறவையாட்டம் 'கலீர் கலீர்' என்று கொலுசு சப்திக்க வீட்டுக்குள் நுழைந்தாள்.

அவளை அந்தக் கோலத்தில் பார்த்ததால் போதையும், அந்த நேரத்தில் பார்த்ததால் வாதையும் அடைந்தவனாக ஒருமாதிரி நெளிந்தான் நாச்சியப்பன்.

சாவிக் கொத்தைப் பாக்கெட்டுக்குள் தள்ளிக் கொண்டான். குடும்ப ஜாதக நோட்டையும், அந்த ரகசிய கடிதத்தையும் வேகவேகமாகப் பதுக்கத் தொடங்கினான்.

அவள் அதைப் பார்த்துவிட்டாள்.

***

# 9

இருந்தும் கண்டுக்கொள்ளாத மாதிரி அவனை நெருங்கினாள். "நாச்சி வந்து எவ்வளவு நேரமாச்சு? ஆளையே என் மாளிகைப் பக்கம் காணலியே, ஏதும் உடம்புக்கு முடியலையா?"

உதட்டை ஈரமாக்கிக்கொண்டு, முகத்தில் சங்கட பாவங்களைத் தேக்கினவள், செயற்கையாய் இழைப்பாய் பேசியபடி நாச்சியப்பனை உரசிக்கொண்டு கேட்டாள்.

"உம், ஆமாம்... ஆமாம்..." - அந்த வேளையில் முடிந்த மட்டும் அசடு வழிவது என்று தீர்மானித்தவனாக நெளிந்தான் நாச்சியப்பன்.

"என்ன வீடெல்லாம் படு பளிச்சின்னு இருக்கு..." சூழ்நிலையில் பார்வையைப் பரப்பிவிட்டாள். நாச்சியப்பன் தன்னை ரொம்பவும் இறுக்கிக் கொண்டான்.

கொஞ்சலாய் "நாச்சி ஒரு உபகாரம், அதான் வீடு தேடி வந்துருக்கேன்" என்று மெல்ல விஷயத்திற்கு வந்தாள். அவள் வந்த கோலமே அவள் காரணமில்லாமல் வரவில்லை என்று நாச்சியப்பனின் முனைப்பான மூளைக்கு உணர்த்தி விட்டபடியால் எச்சரிக்கையாகப் பார்த்தான்.

"ரெண்டாயிரம் பணம் வேணும். ரொம்ப அவசரம்..." போகம் பண்ணும்போது முனங்கும் காட்டுக்குயில்போல் குழைந்தாள்.

"ரெண்டாயிரமா? எதுக்கு? என்கிட்ட ஏது அவளோ பணம்?" படுவேகமாய் எதிர் கேள்விகளைச் செங்கல்லாய் வைத்து அடுக்கினான் நாச்சியப்பன்.

“பொய்யி...” - செல்லமாய்க் குரலை இழுத்து மார்பைக் குலுக்கிக்கொண்டே சிணுங்கினாள். அந்தக் குலுங்கலின் வேகம் தாளாமல் அவள் அணிந்திருந்த பிளவுசின் முதல் ஊக்கு தனது நூல் காதை அறுத்துக்கொண்டு ஒரு அரைக் கோளத்தையே ‘குபீர்’ என்று காட்டியது.

நாச்சியப்பன் கொஞ்சம் சூடாக ஆரம்பித்தான். தனி அறைக்குள் அவளைத் தள்ளிக்கொண்டு போய் சருகுக் சேலையை உரித்துச் சுருட்டி வீசிவிட்டு அவளைக் கட்டிக் கொண்டான்.

“எதுக்கு ரெண்டாயிரம் கேட்டே?” அவளைத் தன்னோடு இறுக்கிக்கொண்டு, மலைப்பாம்பாய் செருமியபடி கேட்டான்.

“ஒரு சிக்கல், அதான்!”

“உன்கிட்ட இல்லாத காசா?”

“ஏன் நான் என்ன பணங்காய்ச்சி மரமா?”

“பின்ன? ஒரு ஆளைப் பார்த்தா, முழுசா ஒரு நோட்டுல்ல உனக்கு?”

“உன்னப் பார்த்த பின்ன நான் பிற ஆளுகளை கிட்ட சேர்க்கறதைக் குறைசிட்டேன் நாச்சி...”

“ஏன்?”

“எல்லாம் உன் நினைப்பு படுத்தற பாடுதான்! நீ புருஷன்கற மாதிரியும் நான் பொஞ்சாதிங்கற மாதிரியும் நெனைப்பு பல தினுசா மனசுல விழுந்திடுச்சு.”

“வேணாம் தங்கம், அது மோசமான நினைப்பு. நான் நல்ல பொண்ணா பார்த்து கண்ணாலம் கட்டிக்கற நெனைப்புல இருக்கேன்.”

“அப்ப நான் கெட்டவளா?” அப்படியே அவனை விட்டுவிலகி மல்லாந்த நிலையில் கண்களைக் கசக்க ஆரம்பித்தாள். அப்பொழுது உடம்பெங்கும் அந்த விசும்பல் வெட்டி, வெட்டி

இழுக்கவே, அவளது மடிப்பு, மடிப்பான இடுப்புச் சதை ஒரு தினுசாய் ஆடியது.

சகல நினைப்பையும் அதைப்பார்த்துப் பின்னுக்குத் தள்ளிவிட்டு அப்படியே அவள்மேல் சாய்ந்தான் நாச்சியப்பன்.

சட்டையைக் கழட்டியிராததால் சட்டைப்பைக்குள் முடங்கிவிட்டிருந்த அந்தச் சாவிக் கொத்து இப்பொழுது பழுத்த தங்கமணியின் மார்பை அழுத்திக் கடிக்கவும் அவள் விசும்பலை நிறுத்திக்கொண்டு லாகுவாக பாக்கெட்டில் கையை விட்டு அந்தச் சாவிக்கொத்தை அவனிடமிருந்து வெளியே எடுத்து விட்டாள்.

போக வேகம் பச்சென்று ஒரு வினாடி பின்னுக்குப் போக விருட்டென்று எழுந்து சாவிகொத்தை அவளிடமிருந்து பிடுங்கப் பார்த்தான் நாச்சியப்பன். அவள் அதைப் பார்த்து சாவிக்கொத்தைப் பலமாக இறுக்கிக் கொண்டாள்.

“இந்தச் சாவிக்கொத்துல என்னவோ இருக்கு... இல்லேன்னா இப்படி நீ பரப்பியா?” - கேள்வி வேறு கேட்டாள்.

“சொன்னா கேளுநு தங்கமணி! அத்த கொண்டா... உனக்குப் பணம்தானே வேணும்? தரேன்! அத மொதக் கொண்டா...” சற்று உக்ரமாகப் பேசிக்கொண்டே எழுந்துக்கொண்டான் நாச்சியப்பன்.

தங்கமணிக்குள் ஆச்சர்ய பூவாணம். கூடவே சாவிக்கொத்து தொடர்பாய் தனது சந்தேகத்தைச் சாரைப்பாம்பாய் உள்ளே நுழைத்தபடி, சாவிக்கொத்தை அவன் வசம் தந்தாள்.

தருவதற்கு முன்பாக அதை ஒருமுறை பார்த்தாள். ‘மஞ்சள் காவியாய் துருவேறி, பற்களே சரியாகத் தெரியாத, தினுசில் அயிரை மீன் குழம்பலாய்...’

சாவிக்கொத்தை வாங்கிக் கொண்டு வேகமாய் உள்ளே போனான் நாச்சியப்பன். பின் தொடர் எழுந்த தங்கமணியைப் பார்த்து ‘அங்கேயே உட்கார்ந்திரு!’ என்று சைகை காட்டினான்.

பிரேசியரை மாட்டிக்கொண்டே அவன் அப்படிச் சொன்னதற்காக அவமானப்படும் தினுசில், முகத்தில் கவலைப் புறாக்களைப் படபடக்க விட்டாள் அவள்.

"பெரிய்ய அரண்மனை இந்த வீடு. நீ ராஜகுமாரன். நான்லாம் உள்ளே நுழைஞ்சிட்டாதான் கெட்டுடப் போவுது..." - வாய்விட்டுச் சலித்துக் கொண்டாள்.

ஆமோதித்தது சுவர்க் கடிகாரம்.

மணி பன்னிரெண்டு என்று சொல்லி, பன்னிரெண்டு முறை சப்தங்களைச் சிந்தத் தொடங்கியது. அதைத் தொடர்ந்து சில வினாடிகள் மோசமான ஒரு அமைதி. தங்கமணி சுற்றுமுற்றும் பார்த்தபடி உடம்பை நெளித்தாள்.

'ஒரு காலத்தில் தங்கமணி, தங்கமணி என்று நாயைப்போல் காலைச் சுற்றி வந்தவன், எத்தனை ஆயிரம் கேட்டாலும் எண்ணாமல் எடுத்து அப்படியே தலைமேல் கொட்டி அபிஷேகம் செய்து வந்தவன், இப்பொழுது எப்படி இப்படி மாறினான்?' என்று கேட்டபடி தனக்குள் ஆயாச ஊஞ்சல் ஆடினாள். இதற்குள் பணத்தோடு வந்து சேர்ந்தான் நாச்சியப்பன்.

பணத்தை அவள் வசம் தருவதற்கு முன்பாக "எப்ப திருப்புவே" என்று கேட்டான். இந்தக் கேள்வி அவளைப் பலமாகச் சிரிக்க வைத்தது.

"ஏன் சிரிக்கறே?" கேட்டான்.

"பின்னே என்ன, புரியாம நீ பேசுனா! சிரிக்காம, நா என்ன பண்ணட்டும். பணம் பணமா திரும்பாதுங்கறது உனக்குத் தெரியாதா?"

இப்படித் தங்கமணி கேட்கவும் பணம் எப்படித் திரும்பும் என்பதற்கான வழியை, நழுவின அவள் மேலாக்கு காட்டியது. நாச்சியப்பனுக்கும் அது புரிந்தது.

“என் கைல முந்தி மாதிரி பண ஓட்டம் கிடையாது தங்கமணி. நீ வட்டி தரவேண்டாம். ரொக்கமாகத் திருப்புவேன்னு சொல்லு, தரேன். இல்லாட்டி நடையைக் கட்டு.”

நாச்சியப்பனின் நறுக்கென்ற பேச்சு தங்கமணியை ஒரு துவட்டு துவட்டி விட்டிருந்தது.

“யோவ் என்னய்யா நீ! என் சங்காத்தத்தை துண்டா அறுத்துக்கிட்ட மாதிரி பேசறே?” கலங்கிப்போய்க் கேட்டாள்.

“அப்படி எல்லாம் ஒண்ணுமில்ல... என் பணத்தேவை அப்படி! என் அப்பு பெரிய லட்சாதிபதியா இருந்தும் நான் இப்ப பிச்சாதிபதியா நிக்கிறேன். என் அப்புகிட்ட கடன் வாங்குன ஊர்க்கார பயலுக அப்படியே அமுக்குக் கள்ளனுங்க ஆயிட்டாங்க. யாருக்கு என் அப்பு எவ்வளவு பணம் கொடுத்துருக்குங்கற விவரமே தெரியலை. என் நிலை இப்படி இருக்கச்சே நான் எப்படி முன்னமாதிரி தாராளமா இருக்க முடியும் தங்கம்?”

அவனது நீண்ட பேச்சில் அவள் பெருமூச்சானாள்.

“ப்பூ... இவ்வளவுதானா? நான் எதையெல்லாமோ நெனைச்சு பயந்துட்டேன். நீ கவலைப்படாதே, இந்த ஊர்லையே நாமதான் பெரிய பணக்காருங்கன்னு சொல்லிக்கிற காலம் வரப் போவுதைய்யா!”

ரகசியம் பேசும் குரலில் தங்கமணி உற்சாகமாய்ப் பேசினாள். அந்தப் பேச்சின் பொருள் புரியாமல் நாச்சியப்பன் அவளை ஏறிட்டான்.

“முந்தி விரிக்கிறவதானேன்னு முசுக்முசுக்குன்னு பேசாம, என்னை உன் மகாராணியா நீ நெனைக்கறதா இருந்தா, நான் உனக்கு ஒரு ரகசியத்தைச் சொல்றேன். நெனைப்பியா?”

தங்கமணியின் பேச்சில் சுவாரஸ்யமான ஜொலிப்புகள்.

“நினைக்கிறேன்... சொல்லு!”

“சத்தியமா?”

“சத்தியமா தங்கம்.”

“அப்புறமா குடும்பப் பொண்ணுகளைதான் கட்டுவேன். உன்னை மாதிரி மேனாமினுக்கிகளை இல்லன்னு டபாய்க்கக் கூடாது.”

“தங்கம்... வழவழக்காதே, விஷயத்துக்கு வா!”

“யோவ் நம்ப ஊர்ல பானை பானையா தங்கக் காசுங்க இருக்குதாம். அப்புறமா நகைங்க, வைரம், பவழம்னு ஐஸ்வர்யங்க வேற இருக்குதாம்!” தங்கமணியின் பேச்சில் அவள் விழிகள் விரிந்த சமயம் நாச்சியப்பன் அப்படியே இறுகிப் போனான். சற்று முன்னால் ஜாதக நோட்டு கடிதம் மூலமாகப் பரவசப்படுத்திய அதே ரகசியம் இப்பொழுது தங்கமணியின் மூலமாகவும் முகம் காட்டுகிறது.

“தங்கம் உனக்கு எப்படித் தெரியும் அந்த ரகசியம்?” அவன் குரலில் சற்றுக் கடுமையோடு, தங்கமணியை ஏறிட்ட சமயம் ‘எனக்கும் தெரியும்’ என்பதுபோல் ஒரு உடும்பு தனது நான்கு கால்களை அகட்டி வைத்து நடந்தபடி வாசற்படி ஏறிக் கொண்டிருந்தது...!

மாந்திரீகன் கருடராஜ பட்டத்திரியின் ஜோல்னாப் பையில் இருந்து விடுதலை பெற்று வந்திருக்கும் மகிழ்ச்சி அந்த உடும்பின் நடையில் நன்றாகத் தெரிந்தது. தனது பேரபோலா வடிவ முகத்தை தூக்கி பொடிக்கண்களால் சூழ்நிலையை அளந்தபடி வீட்டிற்குள் நுழைந்துவிட்ட அது வேகமாய்ச் சுவர் ஏறியது!

***

# 10

**வ**ழவழப்பான சுவர். அதில் துள்ளிக்கொண்டு மேலேறிய அந்த உடும்பு கீழே ஹாலில் நின்றபடி பேசிக்கொண்டிருக்கும் நாச்சியப்பன், தங்கமணியின் பார்வையில் படமுடியாத ஒரு உத்தரத்து மூங்கில் வளவிமேல் போய் உட்கார்ந்துகொண்டது.

உட்கார்ந்த நிலையில் கீழே வீட்டைச் சுற்றி ஒரு நோட்டம். தங்கமணி படு சுவாரஸ்யமாக நாச்சியப்பனைப் புரட்டிக் கொண்டிருந்தாள்.

"நாச்சி... நேற்று என்கிட்ட ஒருத்தன் வந்தான்!"

"எதுக்கு?"

"என்கிட்ட எதுக்கு வருவாங்க?"

"ஹோ... சரி, சரி..."

"வந்தவன் ஒரு கவருமென்ட்டு வேலைக்காரன்போல தெரிஞ்சுது. வேலைக்காரன்னா உன் வேலை இல்ல. என் வேலை இல்ல. பெரும்பச்சை நோட்டா இரண்டு மூணு சம்பாதிக்கிற ஆளு!"

"அது சரி என்ன சோலி அந்த ஆளுக்கு கவருமென்டுல?"

"ஏதோ ஆராய்ச்சி துறைன்னான்."

"ஆயிரம் ஆராய்ச்சித்துறை இருக்குதே தங்கம். எந்த ஆராய்ச்சித் துறையை அவன் சொன்னான்?"

"தோல்பொருள் இலாக்கான்னோ? என்னவோ சொன்னான்."

“தோல்பொருளா? அதான் உன்னிய ஆராய்ச்சி பண்ண வந்தானா?”

“ச்ச்சீ... நடுவுல பேசாம சொல்றத கேளு, நாச்சி.”

“அது தோல்பொருள் இல்ல, தொல்பொருள் இலாக்கா! சரிதான். கதை சரியாத்தான் போவுது. ஆமாம் அப்புறம்?”

நாச்சியப்பன் தங்கமணியிடம் கேள்வி கேட்ட அதே வினாடியில் அந்த உடும்பு தனது இரட்டை நாக்கை சிருட்டென்று ஒரு சாண் நீளத்துக்கு வாய்க்கு வெளியே நீட்டியவாறு நிமிர்ந்தது.

“என்னடா வில்வாத்திரி தயக்கம்? ஒளிஞ்சிருந்தது போதும். இறங்கி பூஜை அறைக்குப் போடா. வயிரவநாதன் என் குருகிட்ட இருந்து வாங்கின அந்த மந்திர தாயத்து என்னாச்சுன்னு பார். பூஜை அறையில் முருகன் படத்துக்குக் கீழே விபூதிப் பாத்திரத்துல உள்ள விபூதிக் குவியல்ல அந்தத் தாயத்து மூழ்கிக் கிடக்கிறதா மேல்மலையூர் ருத்ரகாளி சொல்றா. பூஜை அறைக்கு போடா போ!”

அனுமன் கரட்டிலிருந்து மாந்திரீகன் கருடராஜ பட்டத்திரி தனக்குக் கட்டளையிட்டதும், இடுவதும் அதற்குள் அலையடிக்க, தனது எஃகு நிகர் கால்களை அசைத்து அரவமின்றித் தரை இறங்கத் தொடங்கியது.

ஹாலில் நாச்சியப்பன் கால்களைச் சற்று அகட்டி விரித்து நின்றவனாய் தங்கமணியைப் பார்த்துப் பேசிக் கொண்டிருந்தான். அவனுக்கு நேர் எதிரே பூஜை அறை.

பூஜை அறையில் தரைமேலும், சுவற்றிலும் ஏகமாய் சுவாமி படங்கள். மையத்தில் ஒரு தேக்குமர மண்டபம். அதற்குள் வேல் பிடித்து நிற்கும் பழனி முருகனின் படம். முருகன் படத்துக்கு முன்னாலே அந்த விபூதிப் பாத்திரம்!

வில்வாத்திரி! சுவற்றில் பைய்ய நடைபோடும்போதே திறந்து கிடந்த பூஜைக்கதவின் வழியாக அவ்வளவையும் பார்த்துவிட்டது.

“வந்த அந்த கவருமெண்டு ஆராய்ச்சிக்காரன் நல்லா ஊத்திக்கிட்டு வந்திருந்தான். கல்யாணமாகி குழந்தை குட்டிங்கல்லாம்கூட இருக்குதாம். இப்பல்லாம் வயசுப் பசங்க, கல்யாணமாகாதவங்க என்னண்ட வர்றதே இல்லை நாச்சி. ரொம்பதான் நாடு கெட்டுப் போச்சி.”

தங்கமணி தொடர்ந்துக் கொண்டிருந்தாள்.

“ஏன் நான் வர்றதில்லையா? நீ சுத்தமா நேர விஷயத்துக்கு வா.”

“வந்த ஆளு என்னைக் கட்டிகிட்டு, நீதான் எவ்ளோ அழகு? மானு, மயிலு, கொக்கு, அது, இதுன்னு உட்டான் வாணம். யோவ் ஜோலிய பாருய்யான்னா கேக்க மாட்டாங்கறான்.

அப்பால, அந்தத் தங்கக் காசுங்க மட்டும் கிடைச்சா என் பொண்டாட்டிக்குக்கூட மால செஞ்சு போட மாட்டேன். உனக்குதான் போடுவேன்னு சொன்னப்பதான் நான் சுதாரிச்சேன்.

எந்த தங்கக் காசுன்னு கேட்டேன்?”

வில்வாத்திரியும் அதைக் கேட்டுக்கொண்டே கீழே இறங்கிவிட்டது. தனது மெல்லிய செதில்களைக் கொண்ட நீண்ட வாலை வளைத்து, நெளித்து தனது பேரபோல முகம் தூக்கி, இரட்டை நாக்கை நீட்டி, சிமெண்ட்டு நிற சின்னக் கண்களால் தங்கமணியையும், நாச்சியப்பனையும் பார்த்துக்கொண்டு சுவர் ஓரமாய் நடந்து பூஜை அறையை நோக்கி முன்னேறிக் கொண்டிருந்தது.

இருவரும் தங்களுக்கு மிக அருகில் அப்படி ஒரு ஜீவன் நடமாடிக் கொண்டிருக்கிறது என்பதே தெரியாமல் பேசிக் கொண்டிருந்தார்கள்.

படு சுவாரஸ்யமான பேச்சு!

ரகசியங்கள் அங்கும் இங்குமாய் ஒளிந்திருந்து முகம்காட்டும் புதிர்ப் பேச்சு!

நாச்சியப்பனின் ரத்தத் திவலைகளில் உஷ்ணத்தையும், புத்திக்குள்ளே வேகத்தையும் தோற்றுவிக்கும் பேச்சு.

"எல்லாம் ராஜா காலத்து கஜானா தங்கம்னான்! என்னய்யா உடான்சு உட்றேன்னேன். இல்ல சத்தியம், சரித்திரத்தைக் கரைச்சுக் குடிச்சிட்டு வந்து சொல்றேன்னு சொன்னான். உம் சரிய்யான்னு அதன் பெறவு ரவிக்கையை அவுத்தேன், அப்பால்."

தங்கமணி தன் பேச்சில் தேர்ந்த கதாசிரியனைப்போல் ஒரு சுவாரஸ்யமான இடைவெளி வைத்து அவனைப் பார்த்தாள்.

"தங்கம் ரொம்ப என்னைத் துவட்டாதே. விஷயத்தை முழுசும் சொல்லு." நாச்சியப்பன் அவளைச் செல்லமாய் வைதான்.

"தாலி கட்டுவியா? பெண்டாட்டியாக்கிக்குவியா?"

"நான்தான் கட்டிக்கிறேன்னு சொல்லிட்டேன்ல."

"அப்ப சத்தியம் பண்ணு!"

அவன் சத்தியம் பண்ண கையை உயர்த்திய சமயம் விருட்டென்று திறந்து கடந்த பூஜை அறைக்குள் நுழைந்துவிட்டது வில்வாத்திரி.

"போடா வில்வாத்திரி போ. நிற்காதே. அவங்க என்ன பேசினா உனக்கென்ன? வயிரவநாதன் என் குருகிட்ட இருந்து வாங்கின அந்த யந்திர தாயத்து என்னாச்சுன்னு பார். பூஜை அறையில் இருக்கிற விபூதி பாத்திரத்துல இருக்கு அது. உன் இரட்டை நாக்கால சுருட்டி விழுங்கு. ஒரு மண்டல காலம் இடுப்பளவு தண்ணியில் உட்கார்ந்து, உடம்பு விரைக்க, மந்திர உச்சாடனம் பண்ணி, யட்சணி வசியம்செய்து, கன்னி பலி கொடுத்து உருவாக்கின சொர்ண தாயத்து! எத்தனை ஆவி எதிர்த்து வந்தாலும் கட்டிப்போட்டு அடக்க முடிஞ்ச வல்லமை கொண்ட அபூர்வ தாயத்து அது!"

மாந்திரீகன் கருடராஜ பட்டத்திரியின் கட்டளைச் சொற்கள் அதன் இரும்புக் கால்களில் வேகம் கூட்டின.

சான்னித்யமே துளிகூட இல்லாத பூஜை அறை வில்வாத்திரியை வரவேற்றது. பூஜைக்கண்டு பல வருடமாகிவிட்ட சுவாமி படங்கள், நூலாம்படைக்குள் சிக்கிக்கொண்டு அழுக்கு படிந்துப்போன தேக்குமர பூஜை மேசை.

பளபளப்பைத் தொலைத்துவிட்டு, வெறித்துப் பார்க்கும் குத்துவிளக்கு என்று பொலிவே இல்லாத பூஜை அறையில் சுவாமி படங்கள் முன்னே வேகமாக நடந்து பூஜை மேடை ஏறி தனது இரட்டை நாக்கை ஒருமுறை நீட்டி எதிரே தெரிந்த முருகனைப் பார்த்துவிட்டு இலேசாய்ப் பம்மியது விஸ்வாத்திரி.

அதோ விபூதிக் குண்டிகை. அதில் மணம் இழந்த சாம்பலாய் விபூதி. வில்வாத்திரி அதை நோக்கி முன்னேறி, தனது நாக்கைத் திரும்பவும் சிருட்டென்று அதற்குள் நுழைந்து அளம்பிவிட இலேசாய் விபூதிப் புகை கிளம்பு வெளியே தலைகாட்டியது அந்தத் தாயத்து.

அதைப் பார்த்ததுதான் தாமதம். 'கபக்' என்று சுருட்டி விழுங்கி, நாக்கின் சுண்ணங்களில் கடக்கிக்கொண்டு திரும்பித் திரும்பிப் பார்த்தது.

"வந்த வேலை முடிந்தது. இனி கிளம்ப வேண்டியதுதான்!"

அது வேகமாய்த் திரும்ப யத்தனிக்க அதன் நீண்ட வால் பக்கத்து விநாயகர் பீடத்தின் ஃபிரேமின் மேல்பட்டு அது நகர்ந்து சப்தத்துடன் சரிய 'என்ன சப்தம்?' என்று, தங்கள் சம்பாஷணைக்கு நடுவே எட்டிப் பார்த்தான் நாச்சியப்பன்.

'ஐய்யய்யோ பார்த்துவிடப் போகிறான்!' என்ற பயத்தில் வில்வாத்திரி வேகமாகி, சுவர்மேல் சரிந்தபடி தரைமேல் நின்றுகொண்டிருக்கும் படம் ஒன்றின் பின்னால் போய் ஒளிந்து கொள்ள, நாச்சியப்பன் அதைப் பார்த்துவிட்டு விதிர்த்துப் போனான்.

“தங்கமணி பூஜை அறைக்குள்ள பாம்போ, ஓணானோ நுழைஞ்சிருக்கு!” என்றவனாய்ப் பயத்துடன் அறைக்குள் கால் எடுத்து வைத்து நுழைந்தான்.

வில்வாத்திரியிடம் விதிர்ப்பு.

“என்னய்யா சொல்றே?” என்ற கேள்வியோடு தங்கமணி பூஜை அறைக்கு வெளியேயே நின்று கொண்டாள்.

நாச்சியப்பன் பூஜை மேடையைப் பார்த்தான். விபூதி சிந்திக் கிடந்தது. படமுருகன் வேலோடு நாச்சியப்பனை வெறித்துப் பார்த்தான்.

வில்வாத்திரியின் வால் வெளியே தெரிந்து கொண்டிருந்தது.

“மாட்டிக்கிட்டியா” என்ற கேள்வியோடு அப்படியே பின்வாங்கி ஒரு குச்சியையோ, கம்பையோ அவன் தேட முனைய...

“என்னய்யா ஆச்சு? பாம்பா, ஓணானா?” தங்கமணி கேட்டாள்.

“இரண்டும் இல்லை. வேற ஏதோ ஒண்ணு. உடும்பு மாதிரி தெரியுது. அங்க எங்கியாவது தடிகிடி இருக்கா பாரு, ஒரே போடு. ஆள் ஆறுமாசமா வீட்டுப்பக்கம் வராம இருந்துட்டேனா? கண்ட கழுதையெல்லாம் உள்ள நுழைஞ்சிடுச்சி.” என்றபடி சுற்றுமுற்றும் பார்வையை விட்டான்.

வில்வாத்திரி நடுங்க ஆரம்பித்தது. “கவலைப்படாதேடா நான் பாத்துக்கறேன்” என்று கருடராஜ பட்டத்திரியிடம் இருந்து பதில் வந்ததுபோல் ஒரு உணர்வு.

தெருவில் கணேசன் மேய்ந்து முடித்திருந்த பண்ணையார் வீட்டு மாடுகளை ஒன்றாகத் திரட்டிக்கொண்டு அப்பொழுதுதான் நுழைந்திருந்தான்.

அதில் ஒரு சண்டிக்காளை திடீரென்று தறிகெட்டு ஓட ஆரம்பித்தது! கூர்தீட்டிய தனது கொம்புகளால் தரையைக் குத்திக் கிளறிப் புழுதியைப் பறக்கவிட்டுக்கொண்டு வீதியில் நடப்போர் மிரண்டு ஓட பாய்ந்து ஓடியது.

கணேசனுக்கு ஒன்றும் புரியவில்லை.

“என்னாச்சு இந்த செங்கோடன் காளைக்கு?” என்று அவன் வாய்விட்டுப் புலம்பும் சமயம் அது நாச்சியப்பன் வீட்டுவாசலை எட்டி அவன் வீட்டு வராண்டாவிற்குள் நுழைந்தேவிட்டது!

வெறிக்கொண்டு நுழைந்த அதைப்பார்த்து வீல் என்று அலறினாள் தங்கமணி!

***

# 11

அந்த சப்தம் நாச்சியப்பனை ஒரு உலுக்கு உலுக்கியது. தங்கமணி ஏன் அப்படிக் கத்தினாள் என்று பார்க்க வேண்டி பதைப்போடு பூஜை அறையைவிட்டு வெளியே வந்தவன் ஒரு வினாடி ஸ்தம்பித்தான்.

வீட்டுக்குள் நுழைந்துவிட்ட அந்த மாடு 'புஸ் புஸ்' என்ற பெருமூச்சோடு, தனது பெரிய கண்களால் தலையை ஒரு இருபது டிகிரிக்குத் தாழச் சரித்தபடி தங்கமணியை ஒரு பார்வையும், நாச்சியப்பனை மறுபார்வையும் பார்த்தது.

ஒரு கட்டுப்பாட்டுக்குள் அது இல்லாத வெறி அதன் கோபக்கண்களில் தெரிந்தது. முன்னிரண்டு காலில் வலக்காலை அது வளைத்துக்கொண்டு நிற்கும் தோரணையே வயிற்றைக் கலக்கியது.

தங்கமணி, மாட்டுக்கு அந்தப்புறமாய் நின்றபடி அலறிய அலறலின் பயம் குறையாதவளாய் நாச்சியப்பனைப் பார்த்தாள். "நாச்சி என்னைக் காப்பாத்து... மாடு என்னை முட்டிடப் போவுது... அது மொறைக்கிற மொறைப்பப் பாரு..." - அவள் படபடத்தாள்.

இதற்குள் கணேசன் தன் மாட்டைப் பிடிக்கு முகமாய் நாச்சியப்பன் வீட்டுக்குள் நுழைந்து வராண்டா வாசலில் நின்றவனாய் ஹாலில் நிற்கும் தனது மிரண்ட மாட்டைப் பார்த்து அதைத் தன் பக்கம் திசைதிருப்ப ஆரம்பித்தான்.

'இது ஏன் இப்படி மிரண்டு ஓடி இங்கே வந்து நுழைந்தது?' அவனுக்குள் ஆச்சர்யமான ஆச்சர்யம்.

"எலே! மாடு மேய்க்கற லட்சணமாடா இது? பிடிச்சு இழுத்துக்கிட்டுப் போடா, பரதேசி..." நாச்சியப்பன் கணேசனைப் பார்த்துவிட்டுச் சற்றுக் கடுமையாய் குரல் எடுக்க, அந்த மாடு அதைக் கேட்டுப் பயந்ததுபோல் அப்படியே அங்கே அமர்ந்தது!

பிறகு மெள்ள உடம்பைத் தரையில் கிடத்தியது. அனைத்தையும் ஒரு அதிசயமாய் மூவரும் பார்த்துப் பிரமித்து நிற்க, தரையில் கிடந்த அந்த மாட்டின் வாயண்ணங்களில் நுரை ததும்பத் தொடங்கியது. கண்கள் செருக ஆரம்பித்தன.

கணேசனைப் பயம் வந்து கவ்வியது.

"எலே என்னடா வேடிக்கை பார்த்துக்கிட்டு நிக்கிறே? உம் மாட்டுக்கு என்னடா வந்துச்சு? கோமாரி நோய் வந்தாப்ல வெறிக்குதே..." நாச்சியப்பன் கணேசனின் பயத்துக்குத் தகுந்த மாதிரி கேள்வி வேறு கேட்க, கணேசன் குடை ராட்டினமாய் மனது சுழன்று குழம்ப, நாச்சியப்பனை ஏதும் புரியாமல் பார்த்தான்.

ஊடே அந்த மாட்டின் துடிப்பு மெல்ல அடங்க ஆரம்பித்தது. பருத்த வயிற்றில் காற்றுப் போக்குவரத்து குறையத் தொடங்கி ஒரு கட்டத்தில் வயிற்றின் அசைவு அப்படியே நிற்க, நிலைகுத்திய விழிகளோடு அந்த மாடு தனது ஜீவனைக் காற்றோடு கலக்கவிட்டுச் சவமானது.

"அய்யோ மாடு செத்துப் போச்சே... என் மாடுங்களுக்கு என்ன வந்துச்சுன்னே தெரியலையே. ஒரு பசு மாடு என்னான்னா அனுமன் கரட்டு பக்கம் போய் ஒரு மந்திரவாதிக்குப் பால் பீச்சிட்டு வருது, ஒரு மாடு என்னான்னா மிரண்டு ஓடிவந்து தரையில் விழுந்து சாவுது. எனக்கு என்ன பண்றதுன்னே புரியலையே..."

கணேசன் வாய்விட்டு வெடித்தான். பயத்திலும் பதட்டத்திலும் இருந்தபோதும் தங்கமணி, மந்திரவாதியைப் பற்றிக் கணேசன் சொன்னதைக் கூர்மையாய்க் கேட்டுக் கொண்டாள்.

மெல்ல நாச்சியப்பனை நெருங்கி அவனோடு சேர்ந்துக்கொண்டு கணேசனைப் பார்த்தாள்.

"எலே... என்னடா கதையடிக்கிறே? மந்திரவாதி, அனுமன் கரடுன்னு ஏதேதோ சொல்றே?" நாச்சியப்பன் கோபமாகக் கேட்டான். கேட்டுவிட்டு அதிசயமாகத் தன் வீட்டுக்குள் நுழைந்து தன்னை வெறித்துவிட்டுச் சவமான மாட்டைப் பார்த்தான்.

"ஆமா நாச்சியப்பா! இன்னிக்கு மாடு மேய்க்கையில ஒரு காராம் பசு தனியா பிரிஞ்சு கம்பி வேலியக்கூட தாண்டிக்கிட்டு அனுமன் கரட்டு பக்கம் போயிடுச்சு. நானும், வள்ளியம்மா மவ கனகமயிலும் பின்னாடியே போய்ப் பார்த்தோம். கரட்டுல ஒரு மந்திரவாதி உட்கார்ந்துருந்தான். பாக்கவே பயமா இருந்துச்சு. அவனோட ஜோல்னாப் பையுல மண்டை ஓடும். எலும்புத் துண்டமுமா இருந்துச்சு. அத்தோட அதுக்குள்ள புத்தகம் சிலேட்டை வெச்சுக்கற மாதிரி ஒரு உடும்பை வேற வச்சிருந்தான். அதுவும் என் பசுவோட பாலைக் குடிச்சுச்சு!"

கணேசனின் பதில் நாச்சியப்பனைப் 'பச்'சென்று நிமிர்த்தியது. உடும்பு என்று அவன் சொன்னதும் சற்றுமுன் தான் பூஜை அறையில் அதைப் பார்த்தது ஒரு மின்னலாய் நினைப்பில் வெட்டியது.

அதை அடித்துக் கொல்ல ஒரு தடியைத் தேடி எடுப்பதற்குள்தான் எத்தனை அசம்பாவிதங்கள்? வெறிபிடித்தாற்போல் மாடு நுழைந்து தங்களது கவனத்தைக் கலைத்துச் சவமாகிக் கிடக்க, இதோ இப்பொழுது அதே உடும்பைப் பற்றி இந்த மாட்டுக்கார கணேசன் நம்ப முடியாதபடி ஒரு தகவல் வேறு தருகிறான்!

என்ன இதெல்லாம்?

எதற்காக இந்த நிகழ்ச்சிகள்?

மனச்சலனத்தோடு பூஜை அறைப்பக்கம் திரும்பி அங்கே தூசும் தும்புமாய்க் கிடந்த சுவாமி படங்களைப் பார்த்தவன் அப்படியே குழம்பிப் போய் நின்றான்.

வில்வாத்திரியோ இதுதான் சமயம் என்று அங்கிருந்து தப்பிவிட்டிருப்பது பார்க்கும்போதே தெரிந்தது. நாச்சியப்பன் மனதுக்குள் பயம் கலந்த சிந்தனை அலையடிக்கத் தொடங்க, தங்கமணி அவனை நெருங்கி வந்து, கணேசன் இருப்பதைக்கூட பொருட்படுத்தாமல் அவனைக் கட்டிக் கொண்டாள்.

கணேசன் சவமாய்க் கிடக்கும் மாட்டின் தலைமாட்டில் வருத்தமாய் உட்கார்ந்து விட்டிருந்தான். வாஞ்சையாய் அவன் விரல்கள் அதன் நெற்றியை வருடி, அவன் கண்களில் கண்ணீரைத் திரட்டும் சமயம்...

"நாச்சி! இந்தப் பய சொன்ன அந்த மந்திரவாதி நாம ரயில்வே ஸ்டேஷன்ல இருந்து வர்ற வழியில் பாத்தவனாத்தான் இருக்கணும். நீ என்ன நினைக்கிறே?" தங்கமணி கேட்டாள். ஆமோதிக்கிறது நாச்சியப்பனின் தலையசைப்பு. ஆனால் உதடு பிரிந்து வார்த்தைகள் சிதறவே இல்லை.

அப்படியே பூஜை அறைக்குள் நுழைந்து சுவாமி படங்களைத் தீர்க்கமாய் ஒரு பார்வை பார்த்தான். விபூதிப் பாத்திரம் குலுங்கிக் கிடப்பது தெரிந்தது.

அதில் ஒரு தாயத்து இருந்த விஷயமே நாச்சியப்பனுக்குத் தெரியாததால், அப்பன் வயிரவநாதன் மரணத்துக்குப் பிறகு இப்பொழுதே அந்த பூஜை அறைக்குள் அவன் நுழைந்திருப்பதால் அங்கே வில்வாத்திரியால் நடந்த எந்த ஒரு சம்பவத்தையும் அவனால் யூகிக்கக்கூட முடியவில்லை.

சுற்றுமுற்றும் பார்த்தான். பக்கத்து ஜன்னல் திறந்து கிடக்க ஜன்னலுக்கு அந்தப்புறமாய் வீட்டின் பக்கவாட்டு தோட்டவெளி தெரிந்தது. தான் சற்றுமுன் பார்த்த அந்த உடும்பு அது வழியாய்த் தப்பியிருக்க வேண்டும் என்பதும் புரிந்தது.

திரும்பவும் ஹாலுக்கு வந்தான். அழுதுக் கொண்டிருந்த கணேசனைப் பார்க்கச் சற்றுப் பரிதாபமாகவும், சற்று எரிச்சலாகவும் வந்தது.

“டேய்... அழுவறதை நிறுத்திட்டு ஆக வேண்டியதைப் பாருடா. பண்ணை ஆளுங்களைக் கூட்டிவிட்டு வந்து சவத்தை வெளியே எடுத்துக்கிட்டு போகப் பாரு. நல்ல மாடப்பா! சாகறதுக்கு என் வீடுதானா கிடைச்சுச்சு?” பெரிதாகச் சலித்துக் கொண்டான்.

கணேசன் கவலையோடு எழுந்து அகலவும், தங்கமணி நாச்சியப்பன் காதைக் கடிக்க ஆரம்பித்தாள். தான் பாதியில் விட்டதைச் சொல்ல வாயெடுத்தாள்.

“நாச்சி... அந்த அரசாங்க அதிகாரி ரொம்ப விவரமான ஆளா இருக்கான். தங்கக் காசு பத்தி அவனுக்கு நெறைய விஷயம் தெரிஞ்சிருக்கு. குடிபோதையில்கூட தொண்டைக் குழி தாண்டி ஒரு விஷயம்கூட வரலேன்னா பாத்துக்கையேன். அவனை மடக்கி விசாரிச்சா நமக்கு நிறைய விசயம் கிடைக்கும். அதுக்குத்தான் நான் இரண்டாயிரம் கேட்டேன்” என்றாள்.

“ரெண்டாயிரத்த கொண்டு என்ன பண்ணி அவன்கிட்ட விசயத்தை வாங்குவே?” நாச்சியப்பன் செத்துக் கிடக்கும் மாட்டைப் பார்த்துக்கொண்டே கேட்டான்.

“ஒரு நல்ல கேமராவா வாங்கி அவன் என்கிட்ட வரும்போது படம் எடுக்கத்தான்.”

“எடுத்து?”

“அந்தப் படங்களைக் காட்டி மிரட்டுனா விசயத்தைக் கக்கிட்டுப் போறான்.”

“யார் படம் எடுக்கப் போறது?”

“நீதான்!”

“நல்லது தங்கம். அப்படியே செஞ்சு பார்ப்போம். நீ சொல்ற விசயத்துல நிறைய உண்மைங்க இருக்கு. நம்ம ஊர்ல தங்கக் காசுங்க இருக்கிறது நெஜம்தான். எங்க இருக்குன்னுதான் தெரியலை! எனக்குக்கூட அது பத்தித் தகவல் கிடைச்சுருக்கு. இந்தச் சாவிக்கொத்துக்கும் அதுக்கும்கூட ஏதோ சம்பந்தம் இருக்கும்னு நினைக்கிறேன். ஆனா...”

"என்ன ஆனா?"

"இந்த மந்திரவாதிப் பயல நினைச்சாத்தான் குழப்பமா இருக்கு."

"அவனுக்கும் இதுக்கும் என்ன சம்பந்தம் நாச்சி?"

"இல்லாமலா உடும்பு என் வீட்டுப் பூஜை அறைக்குள்ள நுழைஞ்சிருக்கு?"

"நல்லா பாத்தியா அது உடும்புதானா?"

"எனக்கென்ன நொள்ளக் கண்ணா? அடிச்சு காலி பண்றதுக்குள்ளே இந்த மாட்டு உருவத்துல தடை!"

"கணேசன் சொல்றதை நம்பிக் குழம்பாதே. எதார்த்தமா ஏதாவது நடந்திருக்கும்."

"இல்ல தங்கம். இதை இப்படியே விடக்கூடாது. மாட்டோட சாவக் கவனிச்சியா? இதுலே ஏதோ மாயமந்திரம் இருக்கு. நா உடும்பைக் குறி வைச்சு அடிக்க நினைக்கச்சே, வீதியில் போய்க்கிட்டிருந்த இந்த மாட்டுக்கு அப்ப பார்த்து ஏன் வெறி பிடிக்கணும்? இந்தப் புதிரை உடைக்கணும். நீ வீட்டுக்குப் போ. நா அந்த மந்திரவாதிப் பயல கவனிச்சிட்டு வரேன்."

தங்கமணி உடனேயே 'வேண்டாம்' என்பதுபோல அவனை வந்து கட்டிக் கொண்டாள்.

"பயப்படாதே... பயந்தா காரியம் ஆவாது. கணேசன் ஒளிஞ்சிருந்து அந்த மந்திரவாதியைக் கவனிச்சுட்டு வந்த மாதிரி நானும் கவனிச்சிட்டு வரேன்."

பேசிவிட்டுக் கிளம்புவதற்கு ஆயத்தமானான் நாச்சியப்பன்.

இதற்குள் கணேசனோடு நாலுபேர் வெளியே இருந்து உள்ளே நுழைந்திருந்தனர். பண்ணை வேலையாட்கள் என்பது பார்க்கும்போதே தெரிந்திருந்தது.

கூடவே பண்ணையாரும் வந்திருந்தார். அதனால் நாச்சியப்பன் வீட்டுக்குள் நுழைய பிரியமில்லாதவராய் வெளியேயே நின்றிருந்தார்.

வேலையாட்கள் இறந்துபோன மாட்டின் கால்களைச் சேர்த்து கட்டி ஒரு மூங்கிலை அதற்குள் விட்டு மாட்டைத் தூக்கினபடி வெளியே கிளம்ப ஆரம்பித்தனர்.

கணேசன் மிக வருத்தமாய், நடந்துவிட்ட சம்பவத்துக்காகவும், வருந்துவதுபோல நாச்சியப்பனைப் பார்த்தான்.

நாச்சியப்பன் அதைச் சட்டையே செய்யவில்லை. அவன் நினைப்பெல்லாம் இருட்டுவதற்குள் கரட்டுப் பக்கம் சென்று அந்த மாந்திரீகனைக் கவனிக்க வேண்டும் என்பதிலேயே இருந்தது.

அதற்கேற்ப கிளம்பியும் விட்டான்.

வெறிச்சோடிக் கிடந்த கரட்டின்மேல் தனது முரட்டுப் பாதங்களை வைத்துவிட்டுப் பயத்தோடு நிமிர்ந்து பார்த்தான் நாச்சியப்பன்.

இலேசான உயரத்தில் அனுமன் கரடு அவனை ஆச்சரியமாகப் பார்த்தது.

மெள்ள சப்தமின்றி நடக்க ஆரம்பித்தான்.

பாறை பாறையாகப் பார்த்தபடி, முன்னும் பின்னும், திரும்பி சூழ்நிலைகளை அளந்தபடி மெள்ள மெள்ள நடந்து உச்சிக்கு வந்து பட்டத்திரியைத் துழாவிற்று அவன் பார்வை.

ஆனால் யாரையும் காணவில்லை. பிரண்டைக் கொடியும் சப்பாத்திக் கள்ளிகளும் மட்டுமே அவனை வெறித்தன.

எங்கே போனான் தன்னிடம் வழிகேட்ட அந்தப் பட்டத்திரி?

இன்னும் சற்று முன்னேறித் துழாவினால் என்ன?

பயந்தாலும் ஒருவகை தைரியத்தோடு அவன் கால்கள் பாறைகளில் எகிறி நடந்து முன்னேறின. பயங்கரமான மாடு விழுங்கிப் பள்ளம் பக்கமாய்த் திரும்பி நடந்தவன் அப்படியே ஒரு வினாடி திகைத்து நின்றான்.

'ஹோ'வென்று ஒரு பூதம்போல வாய்பிளந்து இருண்ட ஆழக்குழிபோல் இலைகொடி மூடி, கடூரமாய்க் காட்சி தந்த பள்ளத்துக்குள் பட்டத்திரி இறங்கிக் கொண்டிருந்தான்.

தனது இடுப்போடு ஒரு கயிற்றைக் கட்டிக்கொண்டு, மறுமுனையை வில்வாத்திரியின் உடம்போடு சேர்த்துக் கட்டியிருந்தான். வில்வாத்திரியோ மாடு விழுங்கிப் பள்ளத்தின் வெளிவிளிம்புப் பாறை ஒன்றின்மேல் பட்டத்திரியின் சுமையோடு தனது கால்களை மிக உறுதியாய்ப் பற்றிக்கொண்டு உட்கார்ந்திருந்தது.

தனது பேரபோலா வடிவ முகத்தை வளைத்து எதிரே எட்டிப் பார்க்கும் நாச்சியப்பனைப் பார்த்துவிட்டுத் தனது சின்ன தேன்நிற விழிகளால் அவனை வெறிக்கத் தொடங்கியது!

***

# 12

**வி**ல்வாத்திரி தன்னை வெறிப்பதை நாச்சியப்பன் கவனித்த மாதிரி தெரியவில்லை. அவன் கவனம் கயிற்றைப் பிடித்தபடி மாடு விழுங்கிப் பள்ளத்தில் இறங்கும் பட்டத்திரி மேலேயே இருந்தது.

பட்டத்திரி மிக நிதானமாய் இறங்கிக் கொண்டிருந்தான். பாறைகளின் இரண்டு இடுக்குகளில் வேர்விட்டுக் கிளைவிட்ட பூவரச மரத்தின் இலையும், ஈச்சங்கோரைப் புற்களின் நீண்ட குஞ்சரமும் பட்டத்திரியின் உடம்பை உரச அதிர்வின்றிச் சரீரம் கீழே இறங்கிக்கொண்டு இருந்தது.

அந்தகாரமான இருட்டு.

அங்கங்கே ஊடுருவி விளையாடும் சூரியக் கதிர்.

அதன் பிரதிபலிப்புகளில் ஒரே எலும்புத் துண்டங்கள்!

பட்டத்திரியின் கைகளில் வலி பரவவே அப்படியே தொங்கும் நிலையில் சற்று ஊசலாடி, பாறைச் சரிவின் ஒரு திண்டான மேட்டின்மேல் காலை வைத்துச் சற்று இளைப்பாறினான்.

பார்வையைக் கீழே விடுமுன் வலது கரத்தைக் கயிற்றுப் பிடிப்பினின்றும் நீக்கி நெற்றிப்பொட்டின் மேல்கொண்டு சென்று கண்களை இடுக்கினான். உதடுகள் அசைந்து எதையோ முணுமுணுத்தன.

அவன் நெற்றியின் கூட்டுப் புருவத்தின் இடையில் அவனது சகல எண்ணங்களும் ஒன்றாய் வந்து கூடி கலைந்துபோக ஒரு தீபச்சுடர் மட்டும் இப்பொழுது சுடர்விட்டது!

‘ருத்ர காளி... சக்ரதேவி... யட்ச நீலி வா... வா...’ – அவன் ஆழ்மனத்தில் தனது உபாசனை தேவியை நோக்கி அழைப்புக் குரல்.

அந்தக் குரலுக்கு இசைந்த மாதிரி அவளும் வந்ததுபோல் ஒரு பரவசம் அவனிடம். அவனுக்குள் அவளது பதில் குரல்!

“இன்னும் முப்பது தப்படி ஆழம்தான் பட்டத்திரி. போ... போ! பிரச்சினை இல்லை. துளியும் சிதையாத எலும்புக் கூடுதான். உன் குருவுக்குக் குருவான மாந்திரீகனின் கூடும், மார்பின் மத்திம எலும்பின்மேல் அவன் அணிந்திருந்த சொர்ண வயிரவர் மந்திரத்தகடு பத்திரமாய் இருக்கிறது.

பக்கத்தில் நைந்து போய் கிடக்கிறது குறளி. ஆனாலும் சக்தி போய்விடவில்லை. உன் நிழலோ, உடலோ எதுபட்டாலும் வந்துவிடும் விபரீதம். ஜாக்ரதை!

மேலே வில்வாத்திரி விழிப்பாகத்தான் இருக்கிறான். புதிதாய் ஒரு மானிடன் வந்திருக்கிறான். நாச்சியப்பன் அவன் பேர் என்று நாடி சொல்கிறது.

என்ன செய்யப் போகிறாய்? மேலே வரப்போகிறாயா? இல்லை கீழே போய் சொர்ணவயிரவர் தகட்டை எடுக்கப் போகிறாயா?”

யட்ச நீலி அவனுக்குள்ளே புகுந்து கேட்ட கேள்வி அவனை விதிர்ப்படைய வைத்தது.

‘எதற்காக வந்திருக்கிறான் இந்த நாச்சியப்பன்? வில்வாத்திரியை வீட்டில் பார்த்து விட்டதன் விளைவா?’

கயிற்றில் தொங்கிக்கொண்டே அவன் கேள்வியிலும் தொங்கிய சமயம், மேலே நாச்சியப்பன் என்னதான் நடக்கிறது என்பதில் ஜரூராக இருப்பது துல்லியமாய்த் தெரிந்தது.

வில்வாத்திரி அவன்மேல் வைத்த விழியை விலக்கவே இல்லை. ஒரு முழ நீளமே உள்ள அந்த ஜீவன் தன்னைப்போல் பல மடங்கு பருமனுள்ள ஒரு தேகத்தை மிக அசாதாரணமாய்ச்

சுமந்தபடி பாறையில் நிற்கும் காட்சியைப் பார்க்கும்போது நாச்சியப்பனால் ஆச்சரியப்படாமல் இருக்க முடியவில்லை.

மாடு விழுங்கிப் பள்ளத்தின்மேல் வைத்த விழிகளை அகற்றாமல் அப்படியே சிலையாய் நின்றுவிட்டவன், மெல்ல பிரக்ஞை பெற்று ஒருமுறை சுற்றுமுற்றும் ஒரு மாறுதலுக்காகப் பார்த்தான்.

பக்கத்தில் அதோ அந்தப் பட்டத்திரி சுமந்து வந்த ஜோல்னாப் பை!

'அதில் என்னதான் இருக்கிறது? இந்தப் பட்டத்திரி கேரளத்துக் கொல்லத்தில் இருந்து ஒரு உடும்பு சகிதம் இந்த ராஜமங்கலம்வரை வந்து இப்படி ஒரு படு ஆபத்தான பள்ளத்தில் இறங்கிக் கொண்டிருக்கும் மர்மம்தான் என்ன?'

நாச்சியப்பன் கேள்விகளோடு துணிச்சலாய் அந்த ஜோல்னாப் பையை நோக்கி நகர்ந்தான்.

வில்வாத்திரி அதைப் பார்த்து வேகமாய் நாக்கினைச் சிருட்டென்று நீட்டி, தனது மொட்டை வாலை வளைத்து, உடம்பை மிக லேசாய் அசைத்தது.

ஆனாலும் கூரிய நகம் வளர்ந்த அந்த உறுதியான கால்களில் துளிக்கூட அசைவே இல்லை!

நாச்சியப்பன் பையை நோக்கி நகர்ந்த அதே சமயம் பட்டத்திரியும் ஒரு தீர்மானத்தோடு, யட்ச நீலி தனக்குள் விடுத்த எச்சரிக்கை உணர்வோடும் கீழே தொடர்ந்து இறங்கத் தொடங்கினான்.

கோரமான இருட்டு!

கால்களைப் பிசுபிசு என்று சிலந்தியின் கூட்டுவலை வந்து வளைத்ததுபோல் ஒரு உணர்வு.

சடாரென்று பட்டத்திரியைத் தாண்டிக்கொண்டு வானம் ஏறத் தொடங்கின அந்த இருட்டுக்குள்ளே தொங்கிக் கொண்டிருந்த வவ்வால்கள்.

பயம் என்றால் கிலோ என்ன விலை என்று கேட்கும் பட்டத்திரிக்கே தன்னை விருட்டென்று தாண்டி மேலேறிய வவ்வால்களின் வேகம் கண்டு ஒரு வினாடி இதயம் துடித்து அடங்கியது.

“பட்டத்திரி இன்னுமா உன்னுள் தேக பயம் அடங்கவில்லை? இன்னுமா உன்னுள் மனிதர்களுக்கே உரித்தான உணர்ச்சிகளின் பெருக்கு? நீ எல்லாம் பஞ்சாட்சர வலிமை பெறுவதெப்போது?

ஹையக்ரீவனுக்குச் சொர்ணாபிஷேகம் செய்து சித்தமுக்தி அடையத் துடிக்கும் உன் எண்ணம் ஈடேறுமா? எனக்கு நம்பிக்கை இல்லை. வல்வாலுக்கே பயப்படும் சாதாரண மனிதன்தான் நீ...”

யட்சநீலிதான் அவனை அப்படிப் பரிகசித்தவள். அவனது உபாசனையால் அவன் அழைக்கும் சமயம் வந்து திருஷ்டியில் அமர்ந்து முக்காலமும் சொல்லும் அவள், சில சமயம் உரிமையோடு பட்டத்திரியை இப்படிக் கேலி செய்து வாரிவிடுவதும் உண்டு.

பட்டத்திரி, யட்ச நீலி தன்னுள் பரிகசித்தது கண்டு அப்படியே நொறுங்கிப் போனான்.

மாந்திரீக உலகில் தான் போக வேண்டிய தூரம் இன்னும் பலகாதம் இருப்பதாக அவனுக்குள் ஒரு உணர்வு.

தனது மாந்திரீக உபாசனைகளின் மூல நோக்கமான அந்த சொர்ணாபிஷேகம் சாத்தியம் ஆகுமா? அவனுக்குள் வினா!

சொக்கத் தங்கம் உருகிப் பெருகி குழம்பாகி ஹையக்ரீவன் எனும் பெயரோடு குதிரை முகம்கொண்ட பெருமானின் திருமேனிமேல் ஓடிப் பரவிட அந்த தேவன் குளிர்வதெப்போது? அதனால் தான் சித்தமுக்தி பெறுவதுதான் எப்பொழுது?’

கவலை மிகுந்த கேள்விகளைச் சுமந்தவனாய், தன்னுள் பரிகாசமாய்க் கேள்வி கேட்கும் யட்சநீலியை நினைத்து மனம் நொந்தவனாய்த் திரும்பவும் கீழே இறங்க ஆரம்பித்தான்.

ஒரு வினாடி மேலே தனது செயல்களை நோட்டமிடும் நாச்சியப்பனையும் மனது நினைத்துப் பார்த்தது.

யட்ச நீலி உடனே அவனுக்குள் சிரித்தாள்.

"பட்டத்திரி... அந்த நாச்சியப்பன் இப்பொழுது உனக்கு ஜோல்னாப் பையைத் துழாவிக் கொண்டிருக்கிறான். உனது குரு எழுதி வைத்துவிட்டுப் போன அதிமுக்கிய மாந்திரீக குறிப்புகளை எடுத்து வாசித்துக் கொண்டிருக்கிறான். என்ன செய்யப் போகிறாய்? மேலே ஏறப் போகிறாயா? இல்லை தொடர்ந்து கீழே போகப் போகிறாயா?"

யட்ச நீலி தனது மனதுக்குள் நின்று மேலே நடப்பதைப் படம் பிடித்துக் காட்டிய கேள்வி, பட்டத்திரியைப் பிராண்டியது.

"நீலி நான் முன்வைத்த காலைப் பின்வைக்கப் போவது இல்லை. அவனை அங்கேயே அப்படியே கட்டி வைத்திரு. அவன் அந்தக் குறிப்புகளோடு கம்பி நீட்டிவிடப் போகிறான். அப்படி அவன் போனால் நீ தொலைந்தாய். எனது மகாகோபத்திற்கும், வீரிய உபாசனைக்கும் நீ பதில் சொல்லியே தீரவேண்டும். ஜாக்கிரதை."

யட்சநீலிக்குத் தனக்குள்ளேயே ஒரு எச்சரிக்கையை விடுத்துவிட்டுத் தொடர்ந்து கீழே இறங்க ஆரம்பித்தான். இப்பொழுது மேலும் கீழும் வெறும் இருட்டு மட்டுமே தெரிந்தது.

இடுப்பில் கட்டியிருந்த எண்ணையில் ஊறிய துணித் திரியை அவிழ்த்து வெளியே எடுத்தவன் அதைக் கயிற்றைப் பிடித்துக்கொண்டு தொங்கும் நிலையிலேயே பற்ற வைத்தான்.

சடாரென்று முதல்முறையாக அந்தப் பிராந்தியத்தில் வெளிச்சம் பரவியது.

ஓ! என்ன ஒரு கோரமான இடம்! குவியல் குவியலாய் எலும்புகள். தரைப்பரப்பே தெரியாத செதில்செதிலான மண்ணும் கல்லுமான குகைச்சுவர் எங்கே போய் முடிகிறது என்பதே தெரியாத வளைவுகள்.

கால்களைப் பள்ளத்தின் குகை போன்ற சுவர் பரப்பின்மேல் பதித்து பதித்து, எரியும் துணித்திரியை இடது கையால் பிடித்துக்கொண்டும், வலது கையால் கயிற்றைப் பிடித்துக்கொண்டும் சூழலை உற்றுப் பார்த்தவனாய் மேலும் மேலும் கீழே இறங்கியவன் சரியாக முப்பதாவது அடியில் நிற்கத் துளிஇடம் கிடைத்த ஒரு பாறைமேலே போய் நிற்க, திரியின் வெளிச்சத்தில் சற்றுத்தள்ளி நைந்த நிலையில் காட்சிக்கு அகப்பட்டது யட்ச நீலி எச்சரித்த அந்த குறளி!

ஒரு மாந்திரீகனால் சக்திபெற்று இறுதிவரை அவனுக்கே தனது சக்திகளால் பலன்தரும் வல்லமை மிகுந்த சாத்தானின் குறளி!

அதே மாந்திரீக இனத்தில் எவர் வந்தாலும் அவருக்குக்கூட கட்டுப்படாமல் தனது சக்தியை அந்தக் குறளி அவருக்கு எதிராகப் பிரயோகித்து அடக்கப் பார்க்கும் என்பது மாந்திரீகர்கள் உணர்ந்து வைத்திருக்கும் ரகசியம்.

அந்த வகையில் இரண்டு தலைமுறைக்கு முன்னாலே தனது குருநாதருக்குக் குருநாதராய்த் திகழ்ந்தவரின் மகா உற்பத்தியே இந்தக் குறளி.

ஒரு மண்டல வருஷம் எந்தவித மந்திர உருவேற்றுதலும் இல்லாமல் போய்விட்டபடியாலே செத்த சவம்போல ஆகிவிட்ட போதிலும், மீண்டும் உயிர்பெற வழி இருப்பதாக யட்ச நீலி சொன்னது நினைவுக்கு வர அந்தக் குறளி பொம்மையை உற்றுப் பார்த்தான் பட்டத்திரி.

திரும்பவும் அங்கே கண்களை மூடி தியானத்தில் மூழ்கி யட்சநீலிக்கு அழைப்பு விடுக்க, அவன் தியானத்தில் பொங்கி எழுந்து வந்தாள் யட்சநீலி.

அவன் அவளிடம் கேள்விகளாய்க் கேட்கத் தொடங்கினான்.

“நீலி... இங்கே எங்கிருக்கிறது அந்த மாந்திரீகனின் கூடு?”

"உனக்கு வலப்பக்கத்தில் பார். சரீரத்தில் உச்சி முதல் பாதம் வரை உருக்குலையாமல் முழுமையாய் அப்படியே ஒரே கூடாய்!"

"மற்ற கூடுகள் ஏன் நொறுங்கிக் கிடக்கின்றன."

"சாமான்யர்களின் கூடுகளைப் பற்றிய கேள்வி உனக்கு எதற்கு?"

"தெரிந்துக்கொள்வதில் தப்பென்ன?"

"தற்கொலை செய்துக்கொண்ட துரதிருஷ்ட ஆவிகளின் கூடுகள் ஒன்றுபட்டு அப்படியே கிடக்காது. சதை அழுகும் சமயம் சிதைந்து போகும். அந்த சரீரங்களைக் கால பைரவன் பஞ்சபூத நிவேதனமாக்கி விடுகிறான். ஈடேறாத எண்ணங்களைக் கொண்ட தேகங்களே கலையாத கூடுகள் ஆகின்றன."

"அப்படி ஆனால் அந்த ஆன்மா சாந்தி பெற்றிருக்காதே?"

"நிச்சயமாக. நீ அந்தக் கூட்டைத் தொட்டும், அந்தக் கூட்டில் உயிர் வாழ்ந்த சமயம் அணிந்திருந்த சொர்ண வயிரவர் தகட்டைக் கழற்றி எடுக்கும் சமயம் அந்த ஆன்மா உனக்குத் துணையும் வரலாம்; துன்பமும் தரலாம்"

"எதற்காக எனக்குத் துன்பம் தரவேண்டும். அந்த மாந்திரகரின் நோக்கமே என் நோக்கம். அவர் எதற்காக இந்த ராஜமங்கலம் வந்தாரோ, நானும் அதற்கே வந்திருக்கிறேன்!"

"இருக்கலாம். முக்காலத்தையும் உணரப் பார்த்த அவரின் விதி எப்படி முடிந்தது என்பது தெரியுமா?"

"நீயே சொல்."

"சிங்கத்தேவன் என்னும் வீரனால்! அவனது கட்டாரியால்!!"

"சாதாரண மனிதனாலா?"

"ஆம்! விதிப்போக்கு அப்படி அமைந்துவிட்டது..."

"எனக்கு அப்படி எதுவும் ஆகிவிடாதே. மேலே வந்திருக்கும் நாச்சியப்பன் எனக்குத் துயர் தருவானோ?"

"அது அவனை நீ பயன்படுத்திக் கொள்வதைப் பொறுத்தது."

"எப்படி?"

"அவனும் உன்னைப்போல் தங்கத்தைத்தான் தேடிக் கொண்டிருக்கிறான்."

"நிஜமாகவா? அவனுக்கு எப்படி ராஜமங்கலத்தில் தங்கம் இருப்பது தெரியும்?"

"வளவள என்று பேசாதே. பேசும் நேரமா இது? பஞ்சாட்சரம் ஜெபி. மாந்திரீகன் கூட்டிலிருந்து முதலில் அந்தத் தகட்டை எடு. கூடு அசைந்து உன் கைகளைப் பிடித்தால் தகட்டை விட்டுவிட்டு மேலே வந்துவிடு. நான் பிறகு வேறு உபாயம் சொல்கிறேன். மேலே வந்த நாச்சியப்பன் உனது நோக்கம் முழுவதையும் இப்பொழுது ஓலைகளால் அறிந்து கொண்டுவிட்டான். அவனை முதலில் கவனி."

யட்ச நீலி அவனை எச்சரித்துவிட்டு ஒதுங்கிக்கொள்ள, பட்டத்திரி சுற்றிலும் பார்வையை விட்டான். குறிப்பாக வலப்பக்கம்.

நீலி சொன்னதுபோலவே ஒரு பாறைமேல் முப்பது டிகிரி சரிந்த நிலையில் துளியும் உருக்குலையாத, அந்த மாந்திரீகனின் கூடு தென்பட்டது.

மார்பின்மேல் மூன்றாவது வரிசை எலும்புக்குள் துருத்திக கொண்டு கிடந்த அந்தத் தகடு! அந்தத் தகட்டைத் தாங்கியிருந்த கயிற்றுப் புரிகள் இற்று மண்ணோடு மண் ஆகிவிட்டிருந்தன.

மெள்ள பட்டத்திரி அந்தக் கூட்டை நெருங்கி, திரி நெருப்பினால் ஊன்றிப் பார்த்தான். பிறகு பஞ்சாட்சரம் ஜெபித்தபடி கைகளை நீட்டி, தகட்டைத் தொட்ட அதே வினாடி, அந்தக் கூட்டிற்கே உயிர் வந்ததுபோல், அந்த எலும்புக் கூட்டின் வலதுகரத்து எலும்புகள் சட்டென்று உயர்ந்து பட்டத்திரியின் கையைப் பிடித்தன!

***

# 13

பட்டத்திரிக்குச் சட்டென்று உடம்பு வியர்த்தது. யட்ச நீலி சொன்னது போலவே உடனடியாக அந்தத் தகட்டைப் பற்றிய கைகளை நழுவவிட, அந்த எலும்புக் கூட்டுக் கைகளும்கூட தனது பிடிப்பைக் கைவிட்டது.

“பட்டத்திரி... போதும் சட்டென்று மேலேறு. அந்த நாச்சியப்பன் கிளம்பிவிடப் போகிறான்!” யட்ச நீலியிடம் இருந்து அவசர அழைப்பு.

பட்டத்திரி அதற்குத் தோதாகக் கயிற்றைத் திரும்பவும் இறுக்கமாய்ப் பிடித்து அதை இலேசாய் சுண்டிவிட, அந்தச் சுண்டுதலின் அதிர்வு மேலே பாறைமேல் அமர்ந்திருக்கும் வில்வாத்திரி வரை போனது.

வில்வாத்திரியும் அது புரிந்ததுபோல் தனது கால்களை அசைத்துப் பாறைமேல் நடக்கத் தொடங்கியது.

அங்குல அங்குலமாய் அது கயிற்றை இழுப்பது தெரிந்தது. பட்டத்திரியும் முனைந்து கயிற்றைப் பிடித்து வேகமாக ஏறினான். ஜோல்னாப்பை அருகில் அதற்குள் கிடந்த ஓலைகளை வேகமாய் வாசித்துக் கொண்டிருக்கும் நாச்சியப்பனோ ஓலைகளின் இறுதிப் பக்கத்தை நெருங்கியிருந்தான், பட்டத்திரி மேலேறி வந்துக்கொண்டிப்பது தெரியாமல்!

ஓலையின் அந்த இறுதிப் பக்க விஷயம் மிகக் கடூரமாய் இருந்தது.

தேவாதி தேவன் ஹையக்ரீவன் அவன் சாது ஜனப்பிரியன். வரம் தருவதில் வள்ளல். ஐம்புலன் சுருக்கி உள்ளொளி பெருக்கி

விரதம் காத்து தன்னை அணுகுவார் துன்பம் துடைப்பதில் அவனே நிகரற்றவன்.

துஷ்ட தேவதைகளைத் தொழுவதுபோல, அவைகளைக் கட்டுப்படுத்த மயான நிஷ்டை புரிவதுபோல சிவனை அணுகத் தேவையில்லை.

இவன் ஆலயவாசன். ஆயினும் ரௌத்ர உபாசனை இவன்மேல் புரிபவர்களை, இவன் விரைந்து அனுக்கிரகிக்கிறான்.

ரௌத்ர உபாசனை புரியும்முன் பஞ்சாட்சர சித்தி பெற்றிருக்க வேண்டும். பஞ்சாட்சர சித்திக்கும் முன்பாக பட்சி வசியம், ஸ்திரி வசியம், மானுட மனோவசியம் முதலான சித்துகள் கைவரப் பெற்றிருக்க வேண்டும்.

அதற்காகத் தேக சவுந்தரியத்தையே இழக்க நேரிடலாம், மண்டல மண்டல காலம் மயான வேட்டை ஆடவேண்டி வரலாம்.

துர்கால பிறவிகளின் தற்கொலை ஆன்மாக்களைக் கொண்டு நல்ல காரியங்கள் செய்து, அவைகளுக்கு விடுதலை பெற்றுத் தரவேண்டி வரலாம்.

இடையே சித்தம் சுவாதீனம் இழக்காதபடி இருக்க வேண்டும். ஒருக்காலும் பெண்ணாசை தலைகாட்டக் கூடாது. உடம்பின் இந்திரியத்தை ஒரு பொட்டுக்கூட இழக்கக்கூடாது.

இவ்வளவெல்லாம் செய்தவன் ஹயக்ரீவனுக்கு சொர்ணாபிஷேகம் செய்தால் கேட்டது கிடைக்கும். நினைத்தது நடக்கும். சித்த முக்தி அவனுக்கே...

அந்த சொர்ணாபிஷேக தங்கம் ராஜமங்கலத்து ஈசான வடக்கில் உள்ளது.

எண்ணிரண்டு பதினாறு சக்திகளின் பலம்மிக்க காவலில் உள்ளது.

கிட்டச் செல்வதே கடினம். அதைத் தொட்டு எடுக்க ஹயக்ரீவன் அனுக்கிரகம் வேண்டும். ஒரு ராஜ அம்ச சவத்தின் வாயில் மூடி ஊற வைக்கப்பட்ட அவை சாந்தி பெற்று வழிவிடும்.

இல்லாவிட்டால் வலது மார்பிலும், இடது மார்பிலும் ஒரு சேர மச்சம் உள்ள சாமுத்திரிகா லட்சணம் மிகுந்த பெண்ணைக் கொண்டு சாதாரணமாய் அதை எடுக்கலாம். மேலும், ஓலையின்பால் வைத்த விழிகளை அகற்றாமல் விஷயத்தைப் படித்து விதிர்ப்படைந்து கொண்டே வந்த நாச்சியப்பன் மேலும்... என்ற கட்டத்தை அடைந்த சமயம் பட்டத்திரியின் நிழல் அவன்மேல் விழுந்தது.

திடுக்கிட்டு நிமிர்ந்தான் நாச்சியப்பன்.

பட்டத்திரி முகத்தில் கர்ண கடூரம்.

நாச்சியப்பனிடமும் உதறல்.

"எங்கே வந்தே... யாரைக் கேட்டு இதையெல்லாம் எடுத்துப் படிக்கிறே? நான் யார்னு தெரியுமா உனக்கு?"

பட்டத்திரி அப்படிக் கேட்கவும் நாச்சியப்பன் மிடறு விழுங்கினான். எப்படிப் பதில் சொல்ல ஆரம்பிப்பது என்பது தெரியாமல் விழிகள் தெரிக்க பட்டத்திரியைப் பார்த்தான்.

அந்தப் பார்வையில் என்னை ஒன்றும் செய்துவிடாதே என்னும் கெஞ்சல். ஊடே ஓடிவந்து பட்டத்திரியின் தோள்மேல் விறுவிறு என்று ஏறி நாச்சியப்பனைப் பார்த்துத் தன் நாக்கைக் கோபமாக நீட்டி முறைத்தது வில்வாத்திரி.

"ஆமா... உனக்குத் தங்கம் பத்தி தெரியும்போல இருக்கே?" பட்டத்திரியிடம் மீண்டும் கேள்வி.

நாச்சியப்பனிடமோ அந்தக் கேள்வி ஒரு குலுக்கே குலுக்கிவிட்டது.

"அது உனக்கு எப்படித் தெரியும்?" மெல்ல வாயைத் திறந்தான் நாச்சியப்பன்.

“சாதாரண மனுஷனைப் பார்த்துக் கேட்க வேண்டிய கேள்வியைச் சர்வசக்திகளை அடையத் துடிக்கற என்னைப் பார்த்து நீ கேட்கலாமா?” பட்டத்திரியிடம் கேள்வி இடிபோல் பிறந்தது.

நாச்சியப்பனிடமோ அசாத்திய மவுனம், தனது வறட்டுத் தைரியம் மாட்டிக்கொண்டு விட்டதுபோல் ஒரு பயம்.

இனி இவனிடம் இருந்து எப்படி வில்லங்கமின்றித் தப்பிப்பது என்ற கேள்வி வேறு. அனைத்துக்கும் மேலாக ஓலையில் படித்த அசாதாரண விஷயங்களால் உண்டான திகைப்பு, என்று நாச்சியப்பன் முகத்தில் பலவித உணர்ச்சிகள் கூடிக் குழுமி கும்மாளமிட்டன.

“உனக்கு இந்த ஊர்ல தங்கம் இருக்கற விஷயம் எப்படித் தெரியும்?” திரும்பவும் பட்டத்திரி அதட்டுவதுபோல் கேள்வி கேட்க பதில் சொல்லாவிட்டால் விடமாட்டேன் என்பதுபோல் அமைந்துவிட்ட அந்தக் கேள்வியின் தொனிப்புக்கு நாச்சியப்பனிடம் ஒரு பொய் பதிலாகப் பிறக்க ஆரம்பித்தது.

“இந்த ஊர்ல எங்கையோ ஒரு இடத்துல தங்கம் நிறைய இருக்குங்கற விஷயம் ஊர்ல ரொம்ப பேருக்குத் தெரியும். எல்லாரும் அதை வதந்தி மாதிரி நினைக்கிறாங்க. தீர்மானமா இருக்குன்னு யாரும் நம்பலை...”

“ஆனா நீ மட்டும் தீர்மானமா இருக்குன்னு நம்பறே! உண்மைதானே?”

“ஆமா!”

“எதை வெச்சு?”

“அந்த நம்பிக்கைக்குக் காரணம் சொல்ல என்னால் முடியாது. எனக்குத் தெரியாது. ஆனால் நான் நம்பறேன்.”

“சரி தங்கத்தைத் தேட வேண்டியவன் என்னைத் தேடி எதுக்கு வந்தே?”

"உன் உடும்பு என் வீட்டுக்கு எதுக்கு வந்தது?" நாச்சியப்பன் இப்படிக் கேட்கவும் பட்டத்திரி சற்றுப் பின்வாங்கித் தயங்கினான். அதே வேளை நாச்சியப்பன் ஏகமாய் உண்மைகளை மறைத்துச் சாமர்த்தியமாய்ப் பேசுவதும் புரிந்தது. இனிமேல் எதையும் மறைக்காமல் பேசிவிடுவது என்ற முடிவிற்கு வந்தான்.

"உன் வீட்லதானே எனக்குத் தேவையான தாயத்து இருந்தது?"

"தாயத்தா, எனக்குத் தெரியாமலா?"

"ஆமாம். உன் அப்பா வயிரவநாதன் என் குருநாதர்கிட்டே வேண்டி வாங்கிய ஆவிகளைக் கட்டுப்படுத்தற எந்திரத் தாயத்து!"

"என் அப்பா தாயத்தை வாங்கி வெச்சிருந்தாரா? இதெல்லாம் உனக்கு எப்படித் தெரியும்?"

"இது மட்டும் இல்ல. நான் இப்போ சில நிமிஷம் கண்மூடி உட்கார்ந்து தியானம் பண்ணினா, என் யட்ச நீலி நீ இங்க வருவதற்கு முன்புவரை என்ன செஞ்சேங்கறதைகூட சொல்லிவிடுவார். என் உபாசனை தேவதை அவள். தேவி காயத்ரியின் அம்சம் அவள்!"

"தயவுசெய்து புரியும்படி சொல்லு. என் அப்பா எதுக்கு ஆவிகளைக் கட்டுப்படுத்தற தாயத்தை வாங்கணும்?"

"நீயும் நானும் தேடற தங்கத்தை எண்ணிரண்டு பதினாறு சக்திகள் காவல் காக்கிறதா சுவடி ஓலைக் குறிப்பு சொல்வதைப் படிச்சிருப்பியே..."

"ஆமா!"

"அந்தப் பதினாறு சக்திகளை வெற்றி கொள்ளத்தான்..."

"என் அப்பா வெற்றி கொண்டாரா? தங்கம் அவருக்குக் கிடைச்சதா? உன் சக்தியால் கண்டறிஞ்சு சொல்லு..."

"வெறும் எந்திரத் தாயத்துனால் மட்டும் அந்தச் சக்திகளை வெற்றி கொள்ள முடியாது நாச்சியப்பா. அதற்கு மேலும் பல சக்திகள் தேவை. அது உன் அப்பாகிட்ட இல்லே. அதனால்

தங்கத்தை அடையற முயற்சியில் பாதி வெற்றிதான் உன் அப்பாவுக்கு. மீதியை அவர் அடையும் முன்னே அவர் விதி முடிஞ்சு போச்சு!"

"எங்கியோ இருக்கற ஒரு மலையாளியான உனக்கு இதெல்லாம் எப்படித் தெரியும்?"

"உன் அப்பாவுக்கு எந்திரத் தாயத்து செய்து கொடுத்ததே என் குருநாதர் ஸ்ரீசக்ர பட்டத்திரிதானே?"

"இப்போ உன் குரு எங்கே?"

"அவர் சமாதியாயிட்டார். அவருடைய இறுதி ஆசை ஈடேறாமலே போயாச்சு! குடவல்லித் தோட்டத்து பட்டத்திரி கோட்டம், கேரள மலைநாட்டின் பிரதான கோட்டமாகும்.

ஆன்மீக உலகத்தின் அவ்வளவு ரகசியங்களையும், பிரபஞ்ச மாயங்களையும் கண்டறிஞ்சு சர்வ சித்தி பெறுவதுதான் அந்த கோட்டத்து பட்டத்திரிகள் நோக்கம்.

பட்டத்திரி என்பது ஒரு உயர்ந்த சொல். பிராமண பாரம்பரியத்தைக் குறிக்கிற சொல். எங்க குரு வழியில் யாரும் போகமுடியாத, போகக்கூடாத பாதையில் என் குருவுக்கு முந்தைய பட்டத்தைச் சேர்ந்த குருவான பாஸ்கர பட்டத்திரி போனார். சுதந்திரப் போராட்ட காலத்துல வாழ்ந்தவர் இவர்.

மாந்திரீகம் பற்றித் தெரிஞ்சு வெச்சுக்கறது மட்டுமே எங்க கோட்ட நோக்கம். அதைக் கண்டு வித்தைகள் புரியக்கூடாதுங்கிறது எங்க கோட்டக் கட்டுப்பாடு.

அதை மீறினார் பாஸ்கர பட்டத்திரி. காரணம்? ராஜமங்கலத்து தங்கம்!" கருடராஜ பட்டத்திரி சரியான இடத்தில் இடைவெளிவிட்டுப் பேச்சை நிறுத்திவிட்டுத் திரும்பவும் ஆரம்பித்தான்.

"ஒரு நாள் உபாசனை சமயம்; ஆஞ்சநேய மூர்த்தி பாஸ்கர பட்டத்திரிக்குக் காட்சி தந்தார். ஹையக்ரீவனுக்குச் சொர்ணாபிஷேகம் செய்தால் சர்வசித்தியும் உடனடியாகச் சித்திக்கும்னு வழிகாட்டினார்.

சொர்ணாபிஷேகம்னா என்ன சும்மாவா? தோலா தோலாவா தங்கம் வேணுமே? அதுவும் சொக்கத் தங்கமா ஒரு மண்டல வருஷமாவது மனிதர்கள் உபயோகப்படுத்தியிராததா இருக்கணும். பாஸ்கர பட்டத்திரி எப்படியாவது தனது காலத்தில் சொர்ணபிஷேகம் செய்து சர்வ சித்தியை அடைஞ்சிடணும்னு முடிவு பண்ணினார்.

குடவல்லி தோட்டத்து பட்டத்திரிகளுக்கான கட்டுப்பாடுகளை மீறினார். பூஜை, புனஸ்காரம், உபவாசம், ஆராதனை, தியானம்னு சத்வ மயமா போக வேண்டியவர். மயானம், மண்டல விரதம், ஆவி ராஜ்யம், அனுஷ்டானம்னு ரவுத்ர மயமாக மாறினார்.

இருந்தும் பலனில்லை. இதோ இந்த மாடு விழுங்கிப் பள்ளத்துல அவரோட சிதையாத எலும்புக் கூடு ஆன்மா சாந்திபெற வழியில்லாம தவிச்சுக்கிட்டு இருக்கு!

அதற்கு அடுத்து வந்தவர்தான் என் குருவான ஸ்ரீசக்ர பட்டத்திரி. தன் குரு பாஸ்கர பட்டத்திரிக்கு ஏற்பட்ட கதியைத் தனது சக்தியால தெரிந்துக்கொண்டு எச்சரிக்கையாகி விட்டார்.

ஒருநாள் என் குருவின் கனவுல பாஸ்கர பட்டத்திரியின் ஆவி வந்து தனக்கு விடுதலை வாங்கித் தருமாறு கெஞ்சினது. தன் ஆவி தற்சமயம் பல ஆவிகளுக்கு மத்தியில் மாடு விழுங்கிப் பள்ளத்திலே வசிப்பதாகவும், ஆவி ராஜ்யத்துக்குள்ளே நுழைய தடை இருப்பதாகவும் சொன்னது.

என் குரு பாஸ்கர பட்டத்திரியோட ஆவிக்குச் சமாதானம் தர முயற்சி பண்ணினார். அதற்காக ராஜமங்கலம் வந்தப்போதான் உன் அப்பா வயிரநாதனோட பழக்கம் ஏற்பட்டது. வயிரவநாதனுக்கு யாரோ இந்த ராஜமங்கலத்து தங்கம் பற்றிக் கடிதம் எழுதியிருந்த சமயம் அது!"

பட்டத்திரி தனது வெகுநீளப் பேச்சில் நடந்த நிஜங்களை வரிசைப்படுத்திச் சரியாக நாச்சியப்பன் எடுத்துப் படித்த ஜாதக நோட்டு கடிதம் வரை வந்துவிட்டு, அவன் முகத்தைப் பார்த்தான்.

நாச்சியப்பன் அதைக் கேட்டு வாயைப் பிளக்காத குறையாக விதிர்த்திருந்தான்.

“உன் அப்பாவும் தங்கம் பற்றித் தனக்குக் கடிதம் வந்த விஷயத்தை என் குருநாதர்கிட்ட சொல்ல என் குருநாதர் ஒரு முடிவுக்கு வந்தார்.

அதன்படி தங்கம் பற்றி உன் அப்பாவுக்குக் கடிதம் எழுதின ராமநாதன்கிற நபரோட சேர்ந்து உன் அப்பாவும், என் குருவும் தங்கத்தைத் தேடி எடுக்க வேண்டியது, தங்கம் கிடைத்த உடனே அதை உருக்கிச் சொர்ணாபிஷேகம் செய்து சர்வசித்தி அடைஞ்ச மறுகணமே அவ்வளவு தங்கத்தையும் உன் அப்பாவுக்கும், அந்த ராமநாதனுக்குமே கொடுத்து விடுவதுங்கற முடிவுக்கு என் குரு வந்தார்.

அதற்கு முன்னால பாஸ்கர பட்டத்திரியோட ஆவிக்கு விடுதலை வாங்கித்தர அவர் மாடு விழுங்கி பள்ளத்துல இறங்க வேண்டியிருந்தது.

அந்தப் பள்ளத்துல இறங்கி பாஸ்கர பட்டத்திரியோட எலும்புகளை எடுத்து சாந்தி கழிச்சு சாம்பலாக்கி தாமிரபரணியோட கலக்க விடணும்.

இப்படிச் செய்தா தன்னோட தங்கம் எடுக்கற முயற்சிக்கு பாஸ்கர பட்டத்திரியின் ஆவியும் உதவும்னு நம்பினார். ஆனா பாஸ்கர பட்டத்திரியின் ஆவி தங்கம் விஷயமா வாயே திறக்கலை. என் குருவான ஸ்ரீசக்ர பட்டத்திரிக்குக் கோவம் கோவமாக வந்தது.

பாஸ்கர பட்டத்திரியின் ஆவியை அடக்கித் தன் வசப்படுத்த முடிவு பண்ணினார். ராஜமங்கல மயானம் அதற்கு உதவி செய்தது.

ஒரு அமாவாசை இரவு முழுக்க புதைக்கப்பட்ட ஒரு கன்னியின் பிணத்தைக் கட்டிப்பிடித்தபடி யார் படுத்திருந்தாலும் அவர்களுக்கு அந்தப் பிணத்தின் ஆவி அடி பணிந்தே தீரும்.

என் குருவும் அந்த மாதிரி செய்ய மயானத்துக்குப் போனார்"- கருடராஜ பட்டத்திரி சொல்லச் சொல்ல நாச்சியப்பன், அசைவற்ற சிலையாக மாறிக் கேட்டுக் கொண்டிருந்தான்.

***

# 14

கருடராஜ பட்டத்திரி மேலும் தொடர்ந்தான்:

“அமாவாசை இரவு முழுக்க மயானத்தில் ஒரு கன்னியின் பிணத்தை ஒருவன் கட்டிப்பிடித்தபடி படுத்திருந்தால், அந்தப் பிணத்தின் ஆவி அவனுக்குக் கட்டுப்படும் என்பதால் அந்த முயற்சியில் ஈடுபட்ட என் குரு ஸ்ரீசக்ர பட்டத்திரியின் திட்டத்துக்கு இடையூறுகள்...

ஏனெனில் ஒரு மயானசூலி காவல் காக்கிறா. அவளை மீறி யாரும் மயான பூஜையோ, உபாசனையோ அல்லது இதுபோல ஆவி வசியமோ செய்ய முடியாது.

அப்படி யாரும் செய்ய முயற்சி செய்தா, மயான சூலியோட கடும் கோபத்துக்கு ஆளாக வேண்டிவரும். ரத்தப் பசி எடுத்து அலையற அவளோட கோரப் பசிக்கு இரையாயிட வேண்டியிருக்கும்.

ஆகையினால் மயான சூலியோட பசிக்கு இரையா ஒரு ரத்தப் பானையை உண்டாக்கி அதுல மிருக ரத்தத்தை வெச்சு அவளைச் சமாதானப்படுத்திட்டு, ஒரு கன்னிப் பொண்ணோட பிணத்தைக் கட்டிப்பிடித்தபடி என் குருநாதர் படுத்துக்கிடக்கவும் அந்தப் பிணத்தோட ஆவி என் குருநாதருக்குக் கட்டுப்பட்டது!

அந்த ஆவியைக் கொண்டு பாஸ்கர பட்டத்திரியின் ஆவியைப் பிடிக்க என் குரு முயற்சி செய்தார். இது ஒரு புறமிருக்க, மறுபுறம் தங்கம் தேடும் முயற்சி தொடர்ந்தது. ஆனா தங்கம் கிடைக்கலை. அதற்குப் பதிலா பெண்ணோட ஆவி பாஸ்கர பட்டத்திரியின் ஆவியை மயக்கி இழுத்து வந்திருந்தது.

பட்டத்திரியின் ஆவியை என் குரு ஒரு சுரைக் குடுக்கைக்குள் போட்டு அடைத்துக் கொடுமைப்படுத்தவும், அதுதான் கஸ்தூரிங்கிற சாமுத்திரிகா லட்சணம் உள்ள பெண்ணைக்கொண்டு தங்கத்தைத் தேடி எடுத்த விஷயத்தைச் சொன்னது!

நீ கொஞ்சம் முந்தி படிச்சியே சுவடிக் குறிப்பு... அதுல சொன்ன மாதிரி இரண்டு மார்பிலும் மச்சம் உள்ள பெண் அவள்!

இப்ப இருக்கிற ஊர் பண்ணையாருக்கு, அத்தை முறையாகணும் இந்தப் பெண். தங்கப் பாத்திரங்களை நேரில் பார்த்ததுமல்லாமல், அந்தத் தங்கத்தை நிர்வாணமா நின்று, தன்மேலே அணிந்துக்கொண்டு பவுர்ணமி பூஜையில் பங்கு கொண்டவ இவ.

அந்தச் சந்தர்ப்பத்துலதான் கஸ்தூரிய தேடிவந்த சிங்கத்தேவன் பாஸ்கர பட்டத்திரியைத் தன் கட்டாரியால் கொன்னுட்டான்.

எப்படியோ பாஸ்கர பட்டத்திரியின் ஆவி வழிகாட்ட, என் குருவான ஸ்ரீசக்ர பட்டத்திரி, உன் அப்பா மற்றும் ராமநாதன் அந்தத் தங்கக் காசுகள் நிரம்பி வழியற இடத்தை அடைஞ்சாங்க.

எண்ணிரண்டு பதினாறு சக்திகளுக்காக, கைகளில் ஒரு ராஜ அம்ச சவத்தின் வாயில் ஊற வைக்கப்பட்டிருந்த நூற்றி எட்டு மிளகுகள் தயாராக இருந்தது. அது மட்டுமா?

என் குரு மயான நிஷ்டை செய்து உருவாக்கிய ஆவி வசிய தாயத்து வேற. அதை உன் அப்பா தன் கைகள்ல கட்டியிருந்தார். தங்கப் பாத்திரங்களை நெருங்கப்போன அந்தக் கடைசி வினாடியில், பாஸ்கர பட்டத்திரியின் ஆவியை அடக்கியிருந்த சுரைக் குடுக்கை எதிர்பாராத விதமா கீழே விழுந்து உடைய, பட்டத்திரியோட ஆவி அங்கு இருந்து பறந்தது.

அது மட்டுமா?

அந்த வல்லமை மிகுந்த ஆவி ராமநாதனோட சித்தத்தைக் குழப்பி சித்தப்பிரமைக்கு உள்ளாக்கிடிச்சு. ஆனா உன்

அப்பாவையோ, என் குருவான ஸ்ரீசக்கர பட்டத்திரியையோ நெருங்கி எதுவும் பண்ண முடியலை. ஏன்னா ஆவி வசிய தாயத்து தடை செய்தது.

ஆனாலும் மேலும் முன்னேறி தங்கத்தை அவங்களால் அடையமுடியலை. அன்றைக்கு அத்தோட திரும்பிட்டாங்க. நடுநடுவே பாஸ்கர பட்டத்திரியின் ஆவி வந்து மிரட்டிக்கிட்டே இருந்தது.

என் குரு பஞ்சாட்சர சித்திகளை அடைஞ்சு மிரட்ற ஆவிகளை ஒரு வழி பண்ணுவதற்காகக் குடவல்லி தோட்டத்து பட்டத்திரி கோட்டத்துக்கே திரும்பி விட்டார்.

உன் அப்பாவும் காலம் வரட்டும்ங்கற மாதிரி அமைதியாயிட்டார். இடையிலையே இரண்டு பேரோட விதியும் முடிஞ்சுப் போச்சு. ஆனா மூன்றாவதா சித்தப்பிரமை பிடிச்ச ராமநாதன் மட்டும் இன்னும் சாகலை. சென்னையில பைத்தியக்கார ஆஸ்பத்திரியில இப்பவும் சித்தப் பிரமை நீங்காம அல்லாடிக்கிட்டுத்தான் இருக்கார். அவரோட பிரமை நீங்கினா பாதி காரியம் முடிஞ்சிடும்."

பட்டத்திரி தனக்குத் தெரிந்த உண்மைகளை ஒரு பூச்சரத் தொடுப்புபோல் வரிசையாய்ச் சொல்லி ராமநாதன் இன்னமும் உயிரோடு, ஆனால் சித்தப்பிரமையோடு இருப்பதாகக் கூறிவிட்டு சற்றே ஆயாசமாகப் பெருமூச்சு விட்டான்.

நாச்சியப்பனிடமோ அந்த மூச்சுவிடும் சத்தம்கூட இல்லை. அத்தனை தூரத்திற்குப் பட்டத்திரி கூறிய நிஜங்களில் உறைந்து கல்லாகி விட்டிருந்தான்.

"என்ன நாச்சியப்பா! பேசக்கூட மாட்டேங்கிற. நான் சொன்னது உனக்குப் புரியலையா, இல்லை குழப்பமா இருக்கா?" பட்டத்திரி திரும்பவும் கேள்வி. நாச்சியப்பன் தலை அதை ஆட்சேபித்து அசைந்தது. உதடுகளும் பிரிந்தன.

“இல்ல பட்டத்திரி... நீ சொன்னதெல்லாம் நிஜம்தான். உன் பேச்சுல நீ சொன்ன அந்தக் கடிதத்தை நான் நேற்றுதான் பார்த்தேன். அதை எழுதினதுகூட ராமநாதனுங்கற நபர்தான். யார் இந்த இராமநாதன்னு நான் புரியாம தவிச்சுக்கிட்டிருந்தேன். இப்ப நீ சொல்லவும் தெரிஞ்சு போச்சு. அதுசரி நீ எதுக்கு இந்த மாடு விழுங்கிப் பள்ளத்துல இப்ப இறங்கினே?”

நாச்சியப்பனும் எதையும் மறைக்காதபடி பேசி சினேகமாகக் கேள்வியைக் கேட்கவும் பட்டத்திரிக்கு அது மிகவும் பிடித்துப்போனது.

தனது முயற்சிக்கு உறுதுணையாய், ஒரு முரட்டு மனிதனின் துணை கிடைக்கப் போகிறது என்பது போன்ற சந்தோஷம் பட்டத்திரி முகத்தில் பரவியது.

“நாச்சியப்பா! உன் கேள்விக்கு நான் பதிலைப் பிறகு சொல்றேன். அதுக்கு முன்னால சில விஷயம்.” பட்டத்திரி கேட்டுவிட்டு நாச்சியப்பன் முகத்தில் தன் கண்களை ஊன்றினான். நாச்சியப்பனும் என்ன என்பதுபோல் பார்க்க பட்டத்திரி மிக நிதானமாக அந்தக் கேள்வியைக் கேட்டான்.

“உன் முயற்சியும் தங்கத்தைத் தேடறதுதான். என் முயற்சியும் தங்கத்தைத் தேடறதுதான். நாம் ஏன் ஒண்ணா சேர்ந்து முயற்சி செய்யக்கூடாது?”

நாச்சியப்பன் முகத்தில் அதை ஆமோதிப்பதுபோல் மகிழ்ச்சி பரவியது. அதைக் காணப் பட்டத்திரியிடமும் பரவசம்.

“எனக்கு அந்தத் தங்கம் சொர்ணாபிஷேகம் வரை பயன்பட்டா போதும். அப்புறம் அவ்வளவும் உங்களுக்கே. நான் அடையத் துடிக்கிற சர்வசித்தியைவிட அந்தத் தங்கம் எனக்குப் பெரிசில்ல! சர்வசித்தியை நான் அடைஞ்சிட்டா ஒரு தங்க மலையையேகூட என் வல்லமையால் உருவாக்க முடியும். நீ என்ன சொல்றே?” பட்டத்திரி பரவசம் கலையாமல் கேட்கவும் நாச்சியப்பன் முகம் பூப்பூத்தாற்போல் சிரித்தது.

“பாஸ்கர பட்டத்திரியால் முடியாமபோன செயல், என் குரு ஸ்ரீசக்ர பட்டத்திரியாலயும் செய்துமுடிக்க முடியாம போனசெயல், இப்ப இந்த கருடராஜ பட்டத்திரியாலதான் நடக்கணும்னு அந்த தேவன் விரும்பறான். இந்தமுறை நான் தோல்வி அடையப்போவதே கிடையாது.” பட்டத்திரி உரக்கக் கத்தினான். ஆள் நடமாட்டமே இல்லாத அந்த அனுமன் கரட்டு பாறைச் சுவர்களில் அந்தக் கத்தல் மோதி எதிரொலித்தது.

“நாச்சியப்பா! உன்னைப் பற்றி எனக்கு நல்லாத் தெரியும். நான் ஊரைவிட்டுக் கிளம்பும்போதே என் யட்ச நீலி எனக்குக் குறி சொல்லிவிட்டா. நீ போகப் போற இடத்துல உன் முயற்சிக்கு உறுதுணையா ஒரு ஆத்மா கிடைக்கும்ணு. நீயும் கிடைச்சுட்டே!” பட்டத்திரி தனது சந்தோஷத்தை வார்த்தைகளாக்கி விட்டு அர்த்தபுஷ்டியோடு சிரித்தான். நாச்சியப்பனுக்குள்ளேயோ ஏகப்பட்ட சந்தேகங்கள்.

“பட்டத்திரி! நீ எதற்கு இந்த மாடு விழுங்கிப் பள்ளத்துல இறங்கினே? தங்கம் இதுக்குள்ளையா இருக்கு?” அவனது சந்தேகத்தின் முதல் கேள்வி இது. பதில் பட்டத்திரியிடம் உடனே வந்தது.

“தங்கம் எங்க இருக்குன்னு தெரியாது. இந்தப் பள்ளத்துக்குள்ள பாஸ்கர பட்டத்திரியோட எலும்புக்கூடு இருக்கு. அந்தக் கூட்டு மார்புமேலே பாஸ்கர பட்டத்திரி தவமிருந்து, உபவாசம் இருந்து உருவாக்கின சொர்ணலிங்கத் தகடும் இருக்கு...”

“பாஸ்கர பட்டத்திரியோட ஆவிதான் அமைதி இல்லாம அலையறதா சொன்னியே...”

“ஆமா... தங்கப் பாத்திரம் பற்றி உண்மைகள் தெரிஞ்ச ஒரே ஆவி அதுதான். ஏனோ அது என் குருவான ஸ்ரீசக்ர பட்டத்திரிக்கு வழிகாட்ட விரும்பலை. எனக்குக் காட்டும்னும் நான் நம்பலை!”

“அப்ப எதுக்குப் பள்ளத்துல இறங்கினே?”

"அந்தத் தகடை என் வயப்படுத்திக்கொள்ள. அது மட்டுமில்லே. பாஸ்கர பட்டத்திரியோட ஆவி எனக்குத் தொல்லை தராம இருக்க. அதோட எலும்புகளை எரிச்சு சாம்பலாக்கிடலாம்னு நெனச்சிருந்தேன்."

"தகட்டை எடுத்து எலும்பைச் சாம்பலக்கிட்டியா?"

"இல்லை. அதுக்குள்ள நீ வந்து காரியத்தைக் கெடுத்துட்டே..."

"அப்படீன்னா நீ பாஸ்கர பட்டத்திரியோட எலும்பைத் தொடக்கூட இல்லையா? பாதியிலேயே என்னால மேலே ஏறி வந்துட்டியா?"

"தொட்டேன். தகட்டைத் தொட்ட மறுவினாடியே அந்தக் கூட்டுக்கு உயிர் வந்த மாதிரி அந்த எலும்புக் கைகள் என் கைகளைப் பிடிச்சு இழுத்தன! பட்டத்திரியோட ஆவி வேலைதான் இது. என் யட்ச நீலி எச்சரிக்கை செய்து என்னை மேல வரும்படி பண்ணி இப்போ உன்கூட என்னைச் சேர்த்துட்டா..."

"மேற்கொண்டு என்ன செய்யப் போறே?"

"பாஸ்கர பட்டத்திரி ஆவியை ஏன் நாம் நம் வசப்படுத்தி என் குரு ஸ்ரீசக்ர பட்டத்திரி முயற்சி செஞ்ச மாதிரி முயற்சி செய்து பார்க்கக் கூடாது?" ஆவி... அதன் வசியம் என்று கருடராஜ பட்டத்திரி தன் பதிலைச் சொல்லவும் ஒரு வினாடி நாச்சியப்பன் ஆடிப் போய்விட்டான்.

"பட்டத்திரி! ஆளை அடிக்கறது, கை கால் ஒடிக்கிறது, துணிச்சலா திருடுறது இதுதான் எனக்குக் கைவந்த கலை. உன் மந்திர தந்திர சமாச்சாரமெல்லாம் எனக்குக் குலை நடுக்கம் தரும் விஷயங்கள். நீயே தனிச்சு முயற்சி பண்ணு என்னை விட்டுடு. எனக்குப் பயமா இருக்கு..." என்றான்.

"பயப்படாதே நான் இருக்கேன். என் குரு உன் அப்பாவுக்குச் செய்துகொடுத்த ஆவி வசிய தாயத்து இருக்கு. அதைக் கட்டிக்கோ, இப்போ முதல் வேலை பாஸ்கர பட்டத்திரியோட ஆவியை நம் வயப்படுத்துவதுதான்."

“அடுத்து?”

“மெட்ராஸ்ல இருக்கற சித்த சுவாதீனம் பிடிச்ச ராமநாதனை இங்கு அழைச்சிட்டு வரணும்.”

“எதுக்கு?”

“தங்கப் பாத்திரம் உள்ள அந்த இடத்தைத் தெரிஞ்சுக்கத்தான்...”

“சித்தச் சுவாதீனமில்லாத ஒரு பைத்தியம் எப்படி நமக்கு உதவ முடியும்?”

“அவன் சித்தத்தை நாம் பாஸ்கர பட்டத்திரியோட ஆவியைக் கொண்டே தெளிவிப்போம்.”

“நல்ல ஐடியாதான். ஆமா தங்கம் இருக்கற இடம் தெரிஞ்சிடுச்சின்னு வெச்சுப்போம். அந்த இடத்தை எண்ணிரண்டு பதினாறு சக்திகள் காவல் காக்கறதா சொல்றியே! அந்தச் சக்திகளை எப்படி ஜெயிப்பே, ராஜ அம்ச சவத்தின் வாயில் ஊற வைக்கப்பட்ட மிளகுகளைக் கொண்டா? இல்லை கஸ்தூரி மாதிரி சாமுத்ரிகா லட்சணம் உள்ள ஒரு பெண்ணைக் கொண்டா?”

“அந்தக் கஸ்தூரியே இன்னமும் கன்னித்தன்மை நீங்காம உயிரோட இருக்கும்போது இன்னொரு பெண் எதுக்கு நாச்சியப்பா?” பட்டத்திரியின் பதிலால் நாச்சியப்பன் அப்படியே சுண்டிவிடப்பட்டான்.

“என்ன பட்டத்திரி சொல்றே நீ. கஸ்தூரி கன்னித்தன்மை கெடாம இன்னமும் அப்படியே இருக்காளா?”

“ஆமாம் நாச்சி... அவள் இன்னமும் உயிரோட இருக்கா. ராமநாதன் மாதிரியே உண்மை தெரிஞ்ச இன்னொரு ஜீவன் அவள்.”

“பட்டத்திரி இன்னொரு விஷயம். ராமநாதனுக்கும், கஸ்தூரிக்கும் மட்டும்தான் தங்கம் பற்றித் தெரியும்கறது உன் நினைப்பு. ஆனா ஒரு கவர்மென்ட் ஆபீசர் ஒருவனுக்கும் இது பற்றித் தெரிஞ்சிருக்கு. என்னோட வைப்பாட்டியப் போல உள்ள

தங்கமணிங்கற வேசிகிட்ட வந்து குடிபோதையில தங்கம் பற்றி நிறைய உளறியிருக்கான் அவன்."

நாச்சியப்பன் பதிலால் பட்டத்திரி முகம் வதங்க, யோசனைகளில் மூழ்கவும், நாச்சியப்பனும் அதற்காகக் கவலைப்படும் தினுசில் பேசினான்.

"பட்டத்திரி! நாம நினைக்கிற மாதிரி தங்கம் பற்றிச் சிலருக்குத்தான் தெரியும்கிறது தப்பு, பலருக்குத் தெரிஞ்சிருக்கு. இந்த ராமநாதனுக்கே ஜெயில்ல யாரோ ஒருத்தர் சொல்லவும்தானே தெரியும்? ஆகையினால் நாம் தங்கத்தைத் தேட்ற அதே சமயம் மற்ற யாரும் அதைத் தேடாதபடி பாத்துக்கணும். என்ன சொல்றே?"பட்டத்திரியிடம் பதில் இல்லை. புதிய சிக்கலுக்கான விடைகளை யட்ச நீலியிடமே கேட்டு விடுவது என்பதுபோல் கண்கள் இடுங்க, நெற்றிப் பொட்டின் மேல் ஐந்து விரல்களைக் குவித்து மனத்தை ஒருமைப்படுத்தி யட்ச நீலியை அழைத்தான்.

அவன் அழைப்புக்காகக் காத்திருந்தவள்போல் அந்தத் தேவதை உடனேயே கிளம்பி வந்தாள்.

***

# 15

கருடராஜ பட்டத்திரி கண்கள் செருக, தன்னுள் விஸ்வரூபம் எடுத்து அழைத்த அழைப்புகளுக்கு இணங்கி ஓடிவந்த அந்தத் துர்தேவதையை ஒரு பார்வை பார்த்தான்.

பார்வையிலேயே அவள் பேரில் தனக்குக் கோபம் இருப்பதை உணர்த்தவும் அவன் தவறவில்லை.

"என்ன பட்டத்திரி! எதற்காக அழைத்தாய்...?" யட்சநீலியிடம் கேள்வி.

"நீலி, நீ எப்பொழுதும் நான் கேட்கும் கேள்விக்கு மட்டும்தான் பதில் தருவாயா?" பட்டத்திரி தனது ஐயப்பாட்டைக் கோபத்தோடு ஒரு கேள்வியாக்கிக் கேட்டான்.

"எதற்காகக் கேட்கிறாய்?" இது யட்சநீலி.

"உன்னை என் ஆதர்ச தேவதையாய், மாபெரும் பலமாய் நான் நம்பிக் கொண்டிருக்கிறேன். நீயும் என் தவம், உபவாசம், பூஜை, புனஸ்காரம் முதலான செயல்களினால் மகிழ்ந்து எனக்கு அடிமைபோல் செயல்பட்டுக் கொண்டிருக்கிறாய். ஆனாலும் உன் செயல்பாடுகளில் எனக்குத் திருப்தி இல்லை. உன்னை ஏன் நான் பூதகணாதி பத்யனான பைரவ மூர்த்திக்கு மயானக் கொள்ளை அன்று பலியாகக் கொடுக்கக் கூடாது?"

பட்டத்திரி இப்படிக் கேட்டதுதான் தாமதம், யட்ச நீலியிடம் குலைநடுக்கமே ஏற்பட்டுவிட்டது. 'என்னதான் சக்திவாய்ந்த தேவதையாக இருப்பினும்கூட பூதகணாதி பத்யனான ஈசனின் மயான ராஜ்ய பலியாகி, பின்பு அங்குள்ள அரக்கப் பிசாசுகளுக்குக்

காலமெல்லாம் கட்டுப்பட்டுக் கிடப்பதா?' நினைக்கும்போதே யட்ச நீலிக்கு மலைப்புத் தட்டியது.

"பட்டத்திரி நான் செய்த தவறுதான் என்ன? எதற்காக என்னைப் பயமுறுத்துகிறாய்?" கேட்டது.

"பின் என்ன...? நான் எதற்காக இந்த ராஜமங்கலம் வந்தேனோ அந்த நோக்கம் ஈடேறாதுபோல் உள்ளதே?"

"எதை வைத்துச் சொல்கிறாய்?"

"அந்தத் தங்கம் பற்றி இந்த ராஜமங்கலத்தில் பல பேருக்குத் தெரிந்திருக்கிறது. அதை அபகரிக்க முயற்சிகளைப் பலரும் பல விதத்தில் எடுத்துக் கொண்டிருக்கின்றனர். நீ அதுபற்றி மூச்சுகூட விடவில்லை எச்சரித்துச் செயல்பட வைத்து வெற்றியடைய உதவுவது தானே உனது கடமை?"

"நிச்சயமாய்?"

"என்றால் யார் யாருக்குத் தங்கம் பற்றித் தெரியும். எப்படி அவர்களுக்கு அந்த ரகசியம் தெரியவந்தது. இதில் யாருக்கு உண்மையிலே அந்தத் தங்கம் இருக்கும் இடம் தெரியும் என்று கண்டறிந்து சொல்."

"உத்தரவு! பட்டத்திரி ஒரு வேண்டுகோள்..."

"என்ன?"

"எத்தனை பேருக்கு அது பற்றித் தெரிந்து என்ன? அதை நெருங்கி எடுக்கும் வல்லமை உன் போன்றவர்களுக்குத்தானே உண்டு. நீ ஏன் கவலைப்படுகிறாய்?"

"இருக்கலாம். இருந்தாலும் துளி எச்சரிக்கையாக இருக்கவும், போட்டி போடுகிறவர்களை அடையாளம் கண்டுகொள்ளவும்தான் கேட்கிறேன். சொன்னதை நீ செய்."

"நல்லது. என்னை ஏதேனும் ஒரு கறுப்பு ஆடையில் ஐக்கியப்படுத்தி அந்தக் கறுப்பு ஆடையை உற்றுப் பார். நான் உனக்கு விடை தருகிறேன்."

நீலி சொல்லிவிட்டுத் தற்காலிகமாக விலகியது. நிலை மீண்ட பட்டத்திரி புன்னகையோடு எதிரே நிற்கும் நாச்சியப்பனைப் பார்த்தான். நாச்சியப்பனுக்கு எல்லாமே புதிராக இருந்தது.

"என்ன பட்டத்திரி தியானம் செய்யற மாதிரி கண்ணை மூடினியே? விடை தெரிஞ்சுதா?"

நாச்சியப்பனின் கேள்விக்குப் பதில் பேசாமல் தனது கறுப்புத் துண்டைச் சுருட்டி ஒரு பந்துபோல் ஆக்கிவிட்டு, அதன்மேல் கண்களை ஆடாமல் அசையாமல் வைத்துவிட்டு இமைகளை அகல விரித்தான் பட்டத்திரி.

மனம் அவனது அசுர பயிற்சி காரணமாக நிர்மலமாகி அந்தக் கறுப்பு ஆடையின்மேல் யட்சநீலியை மட்டுமே நினைத்து ஒன்றுபட, பொங்கிப் பிரவாகமாகி அதன்மேல் தனது முகத்தைப் பட்டத்திரி மட்டுமே உணரும்விதமாய்க் காட்டினாள் யட்சநீலி. அவள் உதடுகள் உண்மைகளைப் படம்பிடித்துக் காட்டத் தொடங்கின.

"பட்டத்திரி... பார்கவ வருடத்திலேயே இந்தத் தங்கம் பற்றிய விஷயம் ராஜமங்கலத்தில் இரண்டு பேருக்குத் தெரிந்துவிட்டது. தெரிவித்தவள் கஸ்தூரி என்னும் லட்சணம் உள்ள எழில் வல்லபியாவாள்!"

"பார்கவ வருடம் என்றால்?"

"அதாவது இன்றைக்குச் சரியாக 67 வருடத்துக்கு முன்பு 1921-ல்..."

"நல்லது மேலே போ..."

"இப்பொழுது மாடு விழுங்கிப் பள்ளத்தில் மரண சான்னித்தியத்தில் ஆன்ம தவிப்போடு கிடக்கும் பாஸ்கர் பட்டத்திரியே முதலில் தங்கத்தை அணுகி அதை எடுத்தவன். உதவியவள்தான் கஸ்தூரி."

"அந்தக் கஸ்தூரி இப்பொழுது எப்படி இருக்கிறாள்?"

“அதைப் பிறகு சொல்கிறேன். கஸ்தூரியும் பாஸ்கர பட்டத்திரியும் கார்த்திகை பவுர்ணமியில் சாந்தி பூஜையில் ஈடுபட்டிருந்த சமயம் சிங்கத்தேவனும் ராஜேந்திரனும் வந்து பாஸ்கர பட்டத்திரியைக் கொன்று கஸ்தூரியை மீட்கின்றனர்.”

“ம்... சொல்!”

“மீட்சி பெற்ற கஸ்தூரி மட்டும் தனக்குத் தங்கம் பற்றித் தெரிந்த உண்மைகளோடு ஊர் போய்ச் சேருகிறாள். ராஜேந்திரனையும் சிங்கத்தேவனையும் குறளி பொம்மை கொல்கிறது.”

“ராஜமங்கலத்தை அடைந்த கஸ்தூரியைப் பற்றிச் சொல்.”

“அவள் தனது தாய் தந்தையிடம் இதனைத் தெரிவிக்கிறாள். அவர்கள் முதலில் நம்ப மறுக்கின்றனர். ஆனாலும் சிங்கத்தேவனும், ராஜேந்திரனும் மரணமடைந்தது தெரியாததால் அவர்கள் ஊர் திரும்பாததைக் கண்டு ஆச்சரியப்படுகின்றனர்.

தங்கத்தை அவர்கள் எடுத்துக்கொண்டு ஊரை விட்டே ஓடிவிட்டதாகக் கருதுகின்றனர். ஆனால் கஸ்தூரி அதை நம்ப மறுக்கிறாள். தங்கத்தைச் சாதாரண மனிதர்களால் தீண்டக்கூட முடியாது என்கிறாள். இதை அவளது அப்பாவான பண்ணையார் முத்துசுந்தரம் நம்புகிறார். அதேவேளை கஸ்தூரியிடம் இதுபற்றி யாரிடமும் பிரஸ்தாபிக்கக் கூடாது என்கிறார்.

கஸ்தூரி தனது காதலன் வராத அதிர்ச்சியில், அவன் என்ன ஆனான் என்பது புரியாத நிலையில் மனம்கலங்கிப் போகிறாள். எந்தக் காரணத்தைக் கொண்டும் வேறு ஒருவரைத் திருமணம் செய்துக்கொள்ள முடியாது என்று கூறிவிடுகிறாள்!”

“என்றால் கஸ்தூரி இப்பொழுதும்கூட கன்னி! அப்படித்தானே?”

“ஆமாம். இடையில் சுதந்திரப் போராட்டம் வலுக்கிறது. ஒருநாள் முத்துசுந்தரம் தனது நண்பரில் ஒருவரான ஏழுமலை என்பவரோடு, அனுமன் கரட்டை அடைந்து தங்கத்தைத் தேடுகிறார். இரண்டு நாள் கரடு முழுக்க அலைந்து தேடியதில் தங்கத்தை அவர்கள் பார்த்து விடுகின்றனர்.”

"என்னது தங்கத்தை அவர்கள் பார்த்து விடுகின்றனரா?"

"ஆமாம் எண்ணிரண்டு பதினாறு சக்திகளின் காவல் இருப்பது தெரியாமல் அதை இருவரும் எடுத்துக்கொண்டு ஊர் திரும்பப் பார்க்கும் சமயம் பண்ணையார் முத்துசுந்தரம் ஊர் எல்லையைத் தாண்டுவதற்கு முன்னமே வாயில் நுரைகக்கி மரணமடைகிறார். ஏழுமலை இதனால் பயந்து தங்கத்தை எடுத்த இடத்திலேயே வைத்துவிட்டுத் திரும்புகிறார்!"

"அதன் பிறகு எழுமலை என்ன ஆனான்?"

"ஏழுமலையைக் காவல் சக்திகளால் தீண்ட முடியவில்லை."

"காரணம்?"

"ஏழுமலை தேவகணத்தில் ஈசனுக்கு உகந்த திருவாதிரை நட்சத்திரத்தில் ஆருத்ரா தரிசனத்தன்று பிறந்தவன்."

"என்றால் உன்னால்கூட மனிதர்களில் சிலரைத்தான் நெருங்க முடியும். அப்படித்தானே?"

"ஆமாம். பூதகணம், மனிதகணவாசிகளைத்தான் என் போன்ற தேவதைகள், ஆவிகளால் எதுவும் செய்ய முடியும். மாறாக தேவகணத்தில் பிறந்தவர்களை அவ்வளவாய் நெருங்க முடியாது. இவர்களும் வாழ்நாள் முழுக்க என் போன்ற சக்திகளை நம்பாமலேகூட காலம் கழித்துவிடுவர்."

"சரி விஷயத்துக்கு வா."

"ஏழுமலை தங்கத்தை எடுத்த இடத்திலேயே வைத்துவிட்ட போதிலும் அதை இழக்க மனமில்லாமல் அல்லாடுகிறான். அந்தச் சமயத்தில் சுதந்திரப் போராட்டகளத்தில் கைதாகி ஜெயிலில் அடைக்கப்படுகிறான்.

பத்தாண்டு சிறைவாசம்! இந்தச் சிறைவாச காலத்தில்தான் ராமநாதன் என்பவன் சிறையில் ஏழுமலைக்குப் பரிச்சயமாகிறான். ராமநாதன் ஒரு வக்கீல், ராமநாதனிடம், ஏழுமலை தங்கம் பற்றிக் கூறுகிறான்.

அதே சமயம் ஜெயிலர் விஸ்வநாதன் என்பவரிடமும் கூறுகிறான். ஜெயிலரின் ஒரே மகன் காசிநாதன் தமிழக அரசின் புதைபொருள் ஆராய்ச்சித் துறையில் இருப்பவன்!

இப்படியாக ஏழுமலை மூலமாக விஷயம் ராமநாதனுக்கும் ஜெயிலர் விஸ்வநாதன் மற்றும் காசிநாதனுக்கும் போகிறது."

"நல்லது. இதில் ராமநாதன் தற்சமயம் சித்தப்பிரமை பிடித்துச் சென்னையில் இருப்பதாக முன்பே கூறினாய். இந்த விஸ்வநாதனும் அவர் மகன் காசிநாதனும் என்ன ஆனார்கள்?"

"விஸ்வநாதன், ஏழுமலை சொன்னதை அவ்வளவாக நம்பவில்லை. ஆனால் காசிநாதன் நம்பி அனுமன் கரட்டுக்குப் போய் தோண்டித் துருவிப் பார்க்கிறான்!"

"ஏழுமலை எதற்காக இதை ஜெயிலர் விஸ்வநாதனிடமும் வக்கீல் ராமநாதனிடம் கூற வேண்டும்?"

"தான் ஜெயிலிலேயே மரணமடைந்து விடக்கூடும் என்று கருதியதாலும், அப்படியே ஜெயிலிலேயே ஏழுமலை மரணமடைந்து விட்டதும்தான் காரணம்."

"ஏழுமலை சரியாக இடத்தைச் சொல்லவில்லையா? சொல்லியிருந்தால் ராமநாதனும், விஸ்வநாதன் மகன் காசிநாதனும் பார்த்திருக்கலாமே."

"ஏழுமலைக்கு நினைவு தப்பிப் போய்விட்டது. ஆகையால் திசையையும், சில மர அடையாளங்களையும் மட்டுமே காட்டிக் கூற முடிந்திருக்கிறது."

"சரி, காசிநாதன் அந்த அடையாளங்களை வைத்துத் தங்கத்தைப் பார்த்தானா?"

"இல்லை. ஆனால் அந்த அடையாளங்களை, தனது சந்தேகத்தைத் தனது வேலைநாளில் அரசாங்கத்துக்கு எழுதி பின்னாளில் அவசியப்பட்டால் ஆராய வேண்டும் என்று குறிப்பெழுதி விட்டான்!"

“அப்படியானால் அரசாங்கம் வசம் தற்போது அந்த உண்மை குறிப்பாக உள்ளது. அப்படித்தானே?”

“ஆமாம்! அரசாங்கத்திடம் நம்பமுடியாத விஷயமாக, அதே சமயம் தொண்ணூறு சதவிகிதம் அது இருக்கும் இடம்பற்றிய குறிப்புகளுடன் இந்தத் தகவல் உண்டு. ஜெயிலர் விஸ்வநாதனும் காசிநாதனும் இப்பொழுது உயிருடன் இல்லை. அதேபோல் ஏழுமலையும் இல்லை. ஆனால் ராமநாதன் மட்டும் சித்தச்சுவாதீனமின்றி இருக்கிறான்.”

“மொத்தத்தில் அரசாங்கத்தில், குறிப்பு ரூபத்தில் இருக்கிறது. இது பற்றித் தெரிந்த ராமநாதனுக்கும் தற்சமயம் சித்தச்சுவாதீனம் இல்லை. அவ்வளவுதான். வேறு யாருக்கும் இதுபற்றித் தெரியாது! அப்படித்தானே?”

“ஆமாம். ஆனால் இப்பொழுது அரசாங்கம் வசம் உள்ள குறிப்புகளைச் சந்திரசேகர் என்னும் அதிகாரி பரிபூரணமாக நம்புகிறான். அந்தக் குறிப்புகளோடு அவன் ராஜமங்கலம் வந்திருக்கிறான். அவன் சரியான பெண் பித்தன். ஆதலால் தங்கமணி என்கிற வேசியைத் தேடிப்போய் இந்த விஷயங்களை உளறி விட்டான். ஆனால் குறிப்புகளைக் கொடுக்கவில்லை!”

“தங்கமணி நாச்சியப்பனின் ஆள்தானே?”

“ஆமாம், நாச்சியப்பனுக்காக ஏங்கித் தவிக்கும் பெண். எமகாதகி. எச்சரிக்கையாய் நீ இருக்க வேண்டும்.”

“நாச்சியப்பன் தற்சமயம் எனது கட்டுப்பாட்டில், ஆகையால் எனக்குப் பயமில்லை.”

“மொத்தத்தில் உன்னைத் தவிர நாச்சியப்பன், தங்கமணிக்குத் தங்கம் பற்றி மட்டுமே தெரியும். ஆனால் சந்திரசேகர் எனும் தொல்பொருள் இலாகா அதிகாரிக்கோ, அது குறிப்புகளோடு இருக்கும் இடம்வரை தெரியும்! தவிர ராமநாதனுக்கும் தெரியும். இந்த ராமநாதன் சித்த சுவாதீனமற்றவன். ஆகவே அவனை விட்டுவிடு. சந்திரசேகரைப் பிடித்துக் கொள்.”

“நல்லது. கஸ்தூரி என்ன ஆனாள்? அவளைப் பற்றி நீ எதுவும் சொல்லவில்லையே?”

“கவலைப்படாதே. கஸ்தூரி கன்னித்தன்மை குன்றாமல் இன்றும் அப்படியே உள்ளாள். கணக்குப்படி அவளுக்கு இப்பொழுது எண்பத்தைந்து வயது. ஆனால் பார்த்தால் அப்படித் தோன்றாது. பார்க்க அதே பதினெட்டு வயதுப் பெண்போலதான் இருப்பாள்!” யட்ச நீலியின் பதிலால் பட்டத்திரி ஒரு வினாடி தடுமாறிப் போனான். வாழ்க்கையின் முதுமைக்கு இடம் கொடுக்காமல் நித்ய இளமையோடு கஸ்தூரி இருக்கிறாளா?

***

# 16

பட்டத்திரி ஆச்சர்ய அதிர்ச்சியில் வாயைப் பிளப்பது கண்டு நாச்சியப்பனுக்குள்ளேயும் ஆச்சர்யம்.

“என்ன பட்டத்திரி ஏதாவது அதிசயமா?” கேட்டான்.

“ஆமாம். அதிசயம்தான். முதுமையை ஒருவர் ஜெயிச்சு எப்பவும் இளமையாகவே இருக்கறது ஆச்சர்யமில்லையா?”

“நிறையபேர் இருந்துருக்காங்களே! தங்கபஸ்பமா சாப்பிட்டு உடம்பைத் தங்கமா ஆக்கிக்கிட்டவங்க நிறைய பேர் உண்டு, பட்டத்திரி.”

“நீ சொல்றது மனத்திட்டங்களால் ஏற்படற இளமை. நான் சொல்ல வந்தது மந்திரத்தால் ஏற்பட்ட இளமை!”

“மந்திரத்தாலையா? யார்?”

“வேற யார்? கஸ்தூரி பற்றிக் கேட்டியே அவதான்?”

“என்னது கஸ்தூரியா?”

“ஆமா... நித்ய இளமையோட கன்னியாகவே இன்னமும் இருக்காளாம்!”

“எங்க, ராஜமங்கலத்துலையா?”

“பொறு கேட்டுச்சொல்றேன்”

பட்டத்திரி திரும்ப கண்களை இருக்கி, மனத்தால் மந்திரங்களைச் சொல்லி உக்ரத்தோடு யட்ச நீலியை அழைத்தான். அவன் அழைக்கும் போதெல்லாம் வர வேண்டியதுதானே அவள் கடமை? அவளும் வந்தாள்!

"நீலி... கஸ்தூரி எப்படி இளமையுடன் இன்னமும் இருக்கிறாள்? அது சாத்தியமா?"

நீலியிடம் உடனே புன்னகை கிளம்பியது.

"நீலி... நீ அடிக்கடி என்னைப் பார்த்து இளக்காரமாய் சிரித்து, என் கோபத்தை அதிகப்படுத்துகிறாய்" பட்டத்திரி எரிந்து விழுந்தான். உடனேயே பட்டத்திரியின் அந்தக் கோபத்துக்கு பணிந்ததுபோல் யட்ச நீலி நிதானமாய்ப் பதில் தந்தாள்.

"கோபிக்காதே பட்டத்திரி. மந்திர சாஸ்திரங்களில் நீ இன்னமும் எந்த அளவு கடைக்குட்டியாக இருக்கிறாய் என்பதை எண்ணியே சிரித்தேன். மிருத்யுஞ்சய ஜபம் பற்றியோ, மார்கண்டேய விலாசம் பற்றியோ உனக்குத் தெரியாதா?"

"கேள்விப்பட்டிருக்கிறேன்."

"உனது குருவுக்குக் குருவான பாஸ்கர பட்டத்திரி இந்த இரண்டிலும் கை தேர்ந்தவன். அவன் கஸ்தூரியை, ராஜமங்கலத்திலிருந்து கடத்திய மறுவினாடியே இந்த இரண்டின் சக்தியாலும் அவளை நித்ய இளமைக்குச் சொந்தமாக்கி விட்டான்.

தனது தங்கம் தேடும்பணி உடனேயும் முடியலாம் அல்லது சிறிதுகாலம் செல்லவும் செய்யலாம். அப்படிக் காலம் கடக்கும் சமயம் கஸ்தூரியின் கன்னித்தன்மைக்கு எந்தவித கேடும் வந்துவிடக்கூடாது என்று அவன் கருதியதன் விளைவே, அவளை அவன் அப்படி இளமையுள்ளவளாய் ஆக்கக் காரணம்!"

"என்றால் அவளது குன்றாத இளமையைக் கண்டு இந்த ஊரே மாய்ந்து போயிருக்குமே? அவளைப் பற்றிய பேச்சே எங்கும் இல்லையே?"

"ஊரைப் பொறுத்தவரை அவள் ஓடிப்போனவள். ஆனால் இன்னமும் ஊர்ப் பண்ணையாரின் பாதுகாப்பில் ஊருக்குள்தான் அவள் இருக்கிறாள்!"

"எனது தங்கம் தேடும் பணிக்கு நான் அவளைப் பயன்படுத்திக் கொள்ளலாமா?"

"தாராளமாக"

"யட்ச நீலி! பிறரைப் பற்றி இத்தனை தூரம் உண்மைகளைக் கூறும் நீ, ஏன் தங்கம் இருக்கும் இடம் பற்றி மட்டும் பேச மறுக்கிறாய்?"

யட்ச நீலி பட்டத்திரியின் இந்தக் கேள்வி முன்னால் மவுனம் சாதித்தது.

"உன்னிடம் எனக்குப் பிடிக்காத விஷயமே இதுதான்! நீ தங்கம் இருக்கும் இடத்தைச் சொன்னால் எனக்கு அலைச்சல் மிச்சமாகாதா?"

யட்சநீலியிடம் தொடர்ந்து மவுனம்.

"இப்படி மவுனமாக இருந்தால் எப்படி? நீலி நீ மட்டும் அந்தத் தங்கம் இருக்கும் இடத்தைச் சொல்லிவிடு. நான் உடனே உன்னை விடுதலை செய்து விடுகிறேன். அது மட்டுமல்ல. நீ தற்சமயம் அல்லாடிக் கொண்டிருக்கும் மத்திம லோகத்திலிருந்து புண்ணிய லோகம் செல்ல வழியும் காட்டுவேன்."

யட்ச நீலி பேசத் தொடங்கியது.

"பட்டத்திரி! என் ஜென்ம பாப, புண்ணியங்களே நான் இப்படி மத்திய லோகத்தில் ஒரு தேவதையாக சஞ்சரிக்கக் காரணம். என் சக்தி, சாதாரண குற்றம், குறையுள்ள மனிதர்களின் இருப்பிடங்களில் மட்டுமே செல்லுபடியாகும். தெய்வ சக்தி உள்ள இடங்களில் அல்ல"

"அப்படியானால் அந்தத் தங்கக் காசுகள் தெய்வ சக்தி உள்ள இடத்திலா இருக்கிறது?"

"தயவுசெய்து என்னை எதுவும் கேட்காதே. தங்கத்தைத் தேடி அடைவது உன்பாடு. வேறு உதவி கேள்."

"சரி அடுத்து நான் என்ன செய்யட்டும்?"

“முதலில் மாடு விழுங்கிப் பள்ளத்தில் அகப்பட்டு ஆத்மசாந்தி பெற முடியாமல் தவித்துக் கொண்டிருக்கும் பாஸ்கர பட்டத்திரியின் ஆவிக்கு ஒரு நல்ல வழி காண்பி”

“சரி, அடுத்து?”

“பாஸ்கர பட்டத்திரி வைத்திருந்த அந்த சொர்ணலிங்கம் தகட்டை எடுத்து உன் இடுப்பில் அணிந்து கொள்.”

“பதினாறு சக்திகளின் தீயசெயல்களில் இருந்து தப்பிக்கத்தானே...”

“ஆமாம். வைரவநாதன் வசம் உன் குருவான ஸ்ரீசக்ர பட்டத்திரி வழங்கிய அந்தத் தாயத்தை எப்பொழுதும் உன் தலை முடிக்குள் கட்டி வைத்திரு. எங்கும் எந்த ஆவிகளும் உன்னைத் தீண்டி உன் மந்திர சக்திகளுக்குக் கேடு விளைவிக்க முடியாது.”

“நல்லது. தங்கம் எங்கே இருக்கிறது என்பதைக் கண்டறிய ஏதாவது ஒரு வழியாவது கூறு.”

“எனக்குத் தெரிந்ததைவிட தொல்பொருள் இலாக்கா ஊழியன் சந்திரசேகருக்கு நிறையத் தெரியும். அவனைப் பிடித்துக்கொள்.”

“இவ்வளவுதானா?”

“முக்கியமான ஒன்று”

“என்ன நீலி?”

“மாடு விழுங்கிப் பள்ளத்தில், பாஸ்கரப் பட்டத்திரியின் அத்துமெத்த மாந்திரீக சக்தியின் உருவான அந்தக் குறளிப் பேய் இருக்கிறது. அதன் வசம் அகப்படாமல் நீ பாஸ்கர பட்டத்திரிக்குக் கர்மம் செய்ய வேண்டும்.”

“அந்தக் குறளிப் பேய் என்ன அத்தனை வல்லதா?”

“நிச்சயமாக... அறுபத்தி ஏழு வருடங்களாக அது அடைபட்டுக் கிடப்பதால், தன்னை இயக்கும் பாஸ்கர பட்டத்திரியின் ஆவியும் தவித்துக் கொண்டிருப்பதால் எஜமான விஸ்வாசத்தோடு அது

ஒளிக்காகத் தவித்துக் கொண்டிருக்கிறது. குறிப்பாக 'நிலா வெளிச்சம்' அதன் சக்தியைப் பொங்கிப் பிரவாகிக்கச் செய்யும். ஆகையால் பள்ளத்தில் இறங்கும் வேளையில் எச்சரிக்கையாக இரு. கர்ண கடூர இருட்டில் அது கிடக்கிறது. வெளிச்சத்தை நேரடியாக அதன்மேல் பாய்ச்சி விடாதே. உன் உடலோ நிழலோகூட அதன்மேல் பட்டுவிடக்கூடாது."

"வெளிச்சம் என்றால் மட்டும் ஏன் அந்தக் குறளிக்கு அத்தனைப் பயம்?"

"பயமல்ல பலம்!"

"அந்தக் குறளியை நான் என் வசப்படுத்தி இயக்க முடியாதா?"

"அதற்கு உனக்குப் பஞ்சாட்சரம் முழுவதுமாய்த் தெரிந்து இருக்க வேண்டும்! உனக்குத்தான் தெரியாதே! அதுமட்டுமல்ல மாசுமருவில்லாத ஒரு கன்னியை நீ அந்தக் குறளிப் பேய்க்கு நிவேதனமாய்ச் சமர்பிக்க வேண்டும்."|

"புரியவில்லையே எனக்கு"

"கன்னித் தன்மை கெடாத ஒரு பெண்ணை நீ குறளிப் பேயை அழைத்துப் பலி கொடுப்பாயானால் அது உனக்கும் கட்டுப்பட்டு ஏவல் செய்யும்?"

"அப்படியானால் பாஸ்கர பட்டத்திரி அப்படிச் செய்துதான் அந்தக் குறளிப் பேயை வசப்படுத்தினாரா?"

"ஆமாம். அந்த மகா பாபமே அவர் துர்மரணத்துக்கும், தற்பொழுது ஆவியாய் சித்ரவதை அனுபவிக்கவும் காரணமாகிவிட்டது. நீயும் அந்தப் பாதையில் போகாதே!"

"குறளிப் பேய்க்கு நிவேதனம் செய்த பிறகு அந்தக் கன்னியின் ஆவிக்குப் புண்ணிய லோகம் செல்ல வழிகாட்டிப் பரிகாரம் தேடிக்கொண்டால் போயிற்று. இதற்குப் போய் பயப்படலாமா?" யட்ச நீலி இதற்குமேல் பட்டத்திரியிடம் பேசக்கூடாது என்பதுபோல் உடனேயே அவன் மனத்திலிருந்து விலக ஆரம்பித்தது.

பட்டத்திரியும் நீலியைப் போகவிட்டு, தான் சுயநிலைக்குத் திரும்பினான். நாச்சியப்பன் எதிரே வைத்த கண் வாங்காமல் பார்த்துக் கொண்டிருந்தான்.

"என்ன பட்டத்திரி, அடிக்கடி கண்களைச் செருகிக்கிட்டு வாயை மூடிக்கிற. முகத்துல மட்டும் நீ யார் கூடயோ, பேசற மாதிரி உணர்ச்சிகள் மின்னுது" ஆவலாகக் கேட்கவும் செய்தான். பட்டத்திரி அதற்குப் புன்னகையோடு பதில் தந்தான்.

"ஒவ்வொரு மாந்திரீகனுக்கும் ஒரு துஷ்ட தேவதை அடிமையா இருப்பா. எனக்கு யட்ச நீலிங்கற துஷ்ட தேவதை அடிமை. அவகூடதான் மானசீகமா பேசிக்கிட்டிருந்தேன். அவ முக்காலமும் உணர்ந்தவ!"

"அப்படின்னா தங்கம் இருக்கற இடத்தைப் பற்றி அவகிட்ட கேட்க வேண்டியதுதானே?"

"அந்த ஒரு கேள்விக்குத்தான் எனக்கு விடை தெரியலை. மற்ற எல்லாக் கேள்விக்கும் சந்தேகத்துக்கும் விடை கிடைச்சாச்சு நாச்சியப்பா"

"நீ என்ன சொல்றே பட்டத்திரி"

"நாச்சியப்பா, கவலைப்படாதே! இனி நான் என்ன சொல்றேனோ அதைச் செய்."

"பட்டத்திரி! எனக்கு இந்த மந்திர தந்திரமெல்லாம் பிடிக்காத, புரியாத விஷயம். இதைக் கொண்டு என்னை நீ ஏமாத்திட மாட்டியே" நாச்சியப்பன் அப்படிக் கேட்கவும், பட்டத்திரியிடம் பெரிய சிரிப்பே பதிலாய்க் கிளம்பியது. அந்தச் சிரிப்பு, பக்கமாய் ஒரு பாறைமேல் தூங்குவதுபோல் கண்ணை மூடியிருக்கும் வில்வாத்திரிக்கும் ஆச்சர்யமாய்ப் பட்டது.

"உன் அதிர்ஷ்டம், நீ என்னைச் சந்திச்சிருக்கே, நாச்சியப்பா, என்னாலே நீ பெரிய குபேரனாகப் போறே! என்னைப் பார்த்தா ஏமாத்திட மாட்டியேன்னு கேக்கறே?"

"நினைக்கறதைப் பேசிடறது என் வழக்கம். தப்பு இருந்தா மன்னிச்சுக்கோ. நான் இப்ப என்ன செய்யணும்?"

"முதல் வேலையா அந்தத் தொல்பொருள் இலாகா காரனை நீ வளைக்கணும்."

"சரி, அடுத்து?"

"ஒரு அழகான கன்னிப் பெண்ணைக் குறளிப் பேய்க்குப் பலியா தர அழைச்சுக்கிட்டு வரணும்."

நாச்சியப்பனுக்குத் தூக்கிவாரிப் போட்டது.

"என்னது, கன்னிப் பெண்ணைப் பலி கொடுக்க நான் அழைச்சுக்கிட்டு வரணுமா?"

"ஆமாம். இந்த இரண்டு காரியத்தைச் செய்துட்டா பாதி காரியம் முடிஞ்ச மாதிரி நாச்சியப்பா."

"நரபலிங்கறது சாதாரண விஷயமா? சர்வ சாதாரணமா சொல்றியே பட்டத்திரி."

"வேற வழியில்லை நாச்சியப்பா. குறளிப் பேய் என் வசமானா என்னை ஒருத்தரும் எதிர்க்க முடியாது. நாம் தங்கம் தேடும்போது யார் தடையா வந்தாலும் குறளியே அவங்களுக்குப் பதில் சொல்லும். தங்கம் இருக்கற இடம் மட்டும் தெரிஞ்சா போதும், மற்ற எல்லாக் காரியங்களும் முடிஞ்ச மாதிரிதான்."

"கஸ்தூரி பற்றி கேட்டியே அவ இப்ப எங்க இருக்கா? அவளால் எதுவும் காரியம் ஆகுமா?"

"கஸ்தூரி ராஜமங்கலத்துல பண்ணையார் வீட்லதான் இருக்கா. அவ பாட்டுக்கு அங்கேயே இருந்துட்டுப் போகட்டும். நம்ம முயற்சியில் அவளையும் சேர்த்துக்கிட்டு இப்போதைக்குக் குழம்ப வேண்டாம். அவ தேவைப்பட்டா பிறகு பார்த்துப்போம். இல்லைன்னா அவளை நினைக்கக்கூட வேண்டாம். நாமளே எல்லாச் செயலையும் முடிச்சுப்போம், சொர்ணலிங்கத் தகடு,

ஆவி வசிய தாயத்து. எல்லாத்துக்கும் மேல குறளிப் பேயோட துணை இந்த மூணு போதாதா நாம நினைச்சதை முடிக்க?"

"என்கிட்ட கேட்டா? நீதானே எல்லாத்தையும் செய்யப் போறவன். நான் இப்ப உன்கிட்ட ஒரு எடுபிடிதானே?"

"எல்லாம் என் சொர்ணாபிஷேகம் முடியற வரைக்கும்தான். அப்புறம் நீ குபேரன். சரி முதல் காரியமா நான் இந்தப் பள்ளத்துல கிடக்கிற பாஸ்கர பட்டத்திரியோட ஆவிக்கு ஆத்ம சாந்தி கிடைக்க வழி பண்ணனும். அதேசமயம் குறளிப் பேயையும் சமாளிச்சு அதை என் வசப்படுத்திக்கணும். நீ எனக்கு அதுக்குத் தேவையானதைக் செய்யணும் நாச்சியப்பா."

"என்ன செய்யணும்?"

"நாலு மண்சட்டி, கைப்பிடி மயானப் பிணச்சாம்பல், ஒரு உயிருள்ள தேவாங்கு, ஒரு பிடி அரிசிமாவு, வெள்ளை அரளிப் பூ, எள்ளு, ஒரு குடம் நீர், இவ்வளவும் வேணும். இத்தோட முக்கியமா கன்னிப் பெண்."

"தேவாங்குக்கும், கன்னிப் பெண்ணுக்கும் நான் எங்க போவேன் பட்டத்திரி?"

"கவலைப்படாதே! இந்த ஊர்ல இருக்கற வில்வமரத்துக் கிளை ஒண்ணுல தேவாங்கு குடி இருக்கு. கன்னிப் பெண்களுக்கா நாட்டுல பஞ்சம்."

"இந்த ஊர்ல வில்வமரமே எனக்குத் தெரிஞ்சு கிடையாதே."

"போய் விசாரிச்சுப் பார் தெரியும். வழவழன்னு பேசாதே. முதல்ல நான் கேட்டதை எல்லாம் கொண்டு வா."

நாச்சியப்பன் பயத்துடன் தலையசைத்துவிட்டு அங்கிருந்து கிளம்பினான். மேற்குபுறம் சூரியன் சரிந்து கொண்டிருந்தான். அடிவானம் செம்பொன்னால் மெழுகப்பட்ட மாதிரி ஜொலித்தது.

அதைப் பார்த்து ரசித்தபடியே நடக்க ஆரம்பித்தான். தன் வீட்டிற்குக்கூட போகாமல் முதலில் தங்கமணியைப் பார்த்து நடந்த

அவ்வளவையும் சொல்ல அவன் மனது துடித்தது. எனவே அவள் வீட்டைக் குறி வைத்து நடந்தான்.

தங்கமணியும் மனதில் பய அலைகளோடு நாச்சியப்பனுக்காகக் காத்துக் கொண்டிருந்தாள். எதிரே உற்சாகமாய் நாச்சியப்பன் வருவதைப் பார்த்து அப்படியே பூரித்துப் போனாள்.

"வா நாச்சி... போன விஷயம் என்ன ஆச்சு?" ஆவலாய் அவள் கேட்கும் சமயம், அவள் வீட்டு வாசலில் ஆட்டோ ஒன்று வந்து நின்றது. அதில் இருந்து துளி போதையோடு சந்திரசேகர் என்னும் அந்தத் தொல்பொருள் இலாகாவைச் சேர்ந்த அதிகாரி இறங்கிக் கொண்டு இருந்தான்.

***

# 17

தங்கமணிக்கு அவனைப் பார்க்கவும் தூக்கி வாரிப்போட்டது. "நாச்சி நான் சொல்லலை. அந்தத் தொல்பொருள் இலாக்கா ஆராய்ச்சியாளன்! அவன்தான் இவன்."

தங்கமணி வீட்டுக்குள்ளே நுழையும் அவனைக் காட்டி நாச்சியப்பன் காதைக் கடிக்கவும், நாச்சியப்பன் அவனை ஊன்றிப் பார்த்தான்.

சுருள் சுருளான தலைமுடி, பரந்த நெற்றி, அதில் பளபளப்பான ஜொலிப்பு, அகல ஃபிரேம் போட்ட கண்ணாடி என்று பார்வைக்கு ஒரு நல்ல பெரிய மனித தோரணையுள்ள கவர்ந்திழுக்கும் முகம்தான்!

ஆனால் உதட்டுச் சாராய நாற்றமும், கால்களின் தள்ளாடலும் பெரிய இடத்திலிருந்து மிகச்சிறிய இடத்திற்கு அவன் வந்துவிட்டதைக் காட்டின.

"வா ராசா... வா..." தங்கமணி நாக்கில் தேனைத் தடவிக்கொண்டு அவனை அழைத்தாள். வந்து நின்ற அவன் பார்வையில், கனல் கூடு கூட்டியிருந்தது. தங்கமணியை விழுங்கி விடுகின்ற மாதிரி பார்த்தான்.

தங்கமணி அவன் பக்கமாய்ப் போய் உரசிக்கொண்டு நின்றாள். பிறகு நாச்சியப்பனைக் கெஞ்சுவதுபோல் பார்த்தாள். நாச்சியப்பன் முகத்தில் அர்த்தபுஷ்டியுடன் புன்னகை!

"என்ன ராசா... வரும்போதே நல்லா ஊத்திக்கிட்டு வந்துருக்கே! என் வீட்ல இல்லாத சீமைச் சரக்கா?" கொனட்டலாகக் கேட்டாள்.

“அதுசரி. இது யாரு?” அவன் நாச்சியப்பனைப் பார்த்துப் பட்டென்று கேட்கவும் தங்கமணிக்கு என்ன பதில் சொல்வதென்று தெரியவில்லை. மவுனமாய்ச் சிரித்தாள்.

“யாருன்னு கேட்கறேன்ல. இனிமே நீ என்கூட தவிர யார்கூடயும் படுக்கக்கூடாது. நீ என் பெண்டாட்டி மாதிரி. ஊஹும் மாதிரிகூட இல்லை. பெண்டாட்டியேதான்.”

அவனது உளறல் தங்கமணிக்குச் சிரிப்பை உண்டு பண்ணியது.

“சரி ராசா... வா நாம பெட்ரூமுக்குப் போகலாம்” என்று அவனைப் பக்குவமாகப் பெட்ரூமுக்கு அழைத்துச் சென்று கட்டிலில் உட்கார்த்தி வைத்தாள்.

அவன் உடனேயே அவளை அப்படியே இழுத்து அணைத்துக்கொண்டு மார்புமேல் இதழ்களைத் தேய்க்கப் போனான். அவள் விருட்டென்று விலகினாள்.

“அவசரத்தைப் பாரு” என்று சிணுங்கினாள்.

“ராசா கொஞ்சம் இருங்க. வேற உடுப்பை மாட்டிக்கிட்டு வந்திடறேன்” என்றவளாய் அந்த அறையைவிட்டு வேகவேகமாய் வெளியே வந்து நாச்சியப்பனை நெருங்கினாள்.

“நாச்சி! போன காரியம் என்னவாச்சு? அந்த மந்திரவாதியைப் பாத்தியா, உனக்கு ஆபத்து ஒண்ணுமில்லியே? எனக்குப் ‘பக்பக்’குன்னு இருக்குது. இப்ப பார்த்து இவன் வேற வந்திருக்கான். என்ன பண்றதுன்னு தெரியலையே?”

படபடவென்று பொரிந்து தள்ளினாள் தங்கமணி.

“கும்பிடப் போன தெய்வம் குறுக்கேயே வந்துடுச்சு தங்கமணி. மந்திரவாதிய பாக்க போனப்ப மட்டுமல்ல. இப்ப இங்கையும்தான்!”

“என்ன சொல்றே நாச்சி?”

“நா பிறகு உனக்கு விலாவரியா சொல்றேன். இப்ப இந்தப் பயலை விட்றாதே. இவனுக்குத் தங்கம் பத்தி நிஜமாலுமே நிறைய

விஷயம் தெரியும். ஆமா காமிரா வாங்கிட்டியா? இப்பவே படத்தை எடுத்திடவா?" ஆவலாகக் கேட்டான் நாச்சியப்பன்.

உம் கொட்டிக்கொண்டே பக்கத்து மர அலமாரியைத் திறந்தாள் தங்கமணி. அதில் ஜம்மென்று காட்சி தந்தது காமிரா.

"பிலிம் ரோலு?"

"அது இல்லாமலா? அதைப் போட்டே வாங்கிட்டு வந்துருக்கேன். நீ குறிபாத்து பட்டனைத் தட்டினா ஃபிளாஷ் லைட் எரியும். படம் விழுவும். ஒரு படத்துக்கு ஒன்பது படம் எடு. நீ காமிராவுக்குப் புதுசு. அப்பத்தான் ஒண்ணாவது தேறும். என்ன?"

"கிண்டலா பண்றே! ஒண்ணு இல்ல, ஒன்பதும் உழுவப் போவுது. நீ அவனை நல்லா சமாளி. நடுவுல கலாட்டா பண்ணப் போறான்."

"கவலைப்படாதே, ஆளு மேய ஆரம்பிச்சா இடி இடிச்சாகூட அசர மாட்டான். நானும் இன்னிக்குத் தோதா வளைஞ்சு கொடுத்துக்கறேன் என்ன?"

"பேசிக்கிட்டுருக்காதே, சீக்கிரம் போ! அவன் போதை தெளிஞ்சிடப் போவுது?"

"தெளிஞ்சா என்ன? என்கிட்ட சரக்கா இல்லை?" கேள்வியோடு நாச்சியப்பன் எதிரேயே சேலைக் கொசுவத்தை வெளியே எடுத்து விட்டாள் தங்கமணி,

அரக்கு நிற உள்பாவாடை நாச்சியப்பனைச் சூடேற்றப் பார்த்தது.

"தங்கம் வேணாம். நீ அவன்கிட்டையே உன் சாகசத்தை வெச்சுக்கோ. நான் வந்த காரியமே கெட்டுடும். படுக்கை அறை கதவை மட்டும் தாழ் போடாதே. நீங்க உச்சத்துக்குப் போற சமயம் நான் உள்ள நுழைஞ்சிடறேன்" என்றான் நாச்சியப்பன்.

தங்கமணி துள்ளிக்கொண்டு சிலுப்பலாக நடந்து அந்த அறைக்குள் நுழைந்து கதவைத் தாழிடாமல் சாத்தினாள். எதிரே சந்திரசேகர் என்னும் அந்த ஆராய்ச்சியாளன் சட்டையைக் கழட்டிவிட்டுப் பேண்ட்டையும் கழற்றச் சிரமப்பட்டுக் கொண்டிருந்தான்.

"நான் ஹெல்ப் பண்ணவா ராசா?" கேள்வியோடு அவன் இடுப்பில் கை போட்டு ஜிப்பை பிடித்து இழுக்கவும், அவனுக்கு தன் உடம்பே இல்லாமல் தொலைந்ததுபோல் ஒரு மிதப்பு ஏற்பட்டது.

அவளை மேலும் பேண்ட்டை அவிழ்க்க விடாதபடி அப்படியே வாரிச் சுருட்டினான். தனது கருத்த உதடுகளை அவளது கழுத்தின்மேல் வைத்து எச்சில் ஒழுக ஒரு அழுத்த முத்தம் வைத்தான். பிறகு அப்படியே அவளது திரண்ட தோள்பட்டைச் சதையை அவளுக்கு வலிக்காத மாதிரியில் கடித்தான்.

தங்கமணியும் ஒரு புதுப் பெண்ணைப்போல் உதட்டை ஈரமாக்கி ஸ்ஸ்... என்று உணர்ச்சிவயப்பட்டாள். அவன் கைகள் வேகவேகமாய் அவள் ரவிக்கை ஊக்குகளை விலக்கின. உடனேயே அவன் எதிர்பார்த்ததைப் பார்வைக்கு நிறுத்தாமல், பாடி தடையாய், திரட்சியாய் ஒரு வெள்ளை மலையாய் நின்றது. அதன் பக்கிள் பின்பக்கம் முதுகுப்புறம் இருந்தது.

அதைத் தேடி அவிழ்க்கும் பொறுமையைக்கூட இழந்து விட்ட மாதிரியில் அப்படியே உதடுகளை அவள் ஆடை மேலேயே போட்டுத் தேய்க்க, அவள் சிணுங்கினாள். "மெள்ள ராசா... மெள்ள... விடிய விடிய காலம் இருக்கு. என்னமோ புதுசா பொண்களைப் பாக்கற மாதிரில்ல துடிக்கறே?" கேட்டுக்கொண்டே பக்கத்துக் கட்டிலில் மல்லாந்தாள்.

"தண்ணி ஏத்திகிட்டா நான் புது மாப்பிள்ளைதான் தங்கமணி. அதுலையும் உன் மாதிரி பெண்களைப் பாக்கறச்சே என் உடம்பு நரம்பு எலக்ட்ரிக் வயரா ஆயிடுது..."

இதுதான் சமயம் என்பதுபோல் காமிராவுடன் பூனைபோல் உள்ளே நுழைந்தான் நாச்சியப்பன்.

நாச்சியப்பனைப் பார்த்துவிட்ட தங்கமணி சந்திரசேகரை வேகமாக இழுத்துத் தன்மேல் படர விட்டுக்கொண்டாள். சந்திரசேகர் அந்த ஸ்பரிசத்தில் கண்களை ஒரு வினாடி மூடி அவள்மேல் நெளிந்த அதே வினாடியில் நாச்சியப்பன் காமிரா வெளிச்சத்தை இருவர் மேலும் பாய்ச்சி 'க்ளிக்' என்றது.

தங்கமணி நாச்சியப்பனைப் பார்த்துக்கொண்டே சந்திரசேகரனின் கன்னத்தில் தன் உதடுகளைப் போட்டுத் தேய்க்க இன்னொரு பளீச்!

சந்திரசேகர் தனது கைகளைத் தங்கமணியின் மார்புமேல் கொண்டு சென்றும், இடுப்புக்குக் கீழ் பரபரப்படையவும் தொடங்கிய அந்த மிக முக்கிய கட்டத்தில் மூன்றாவது பளீச்!

இந்தமுறை சந்திரசேகர் ஃபிளாஷ் வெளிச்சத்தைப் பார்த்துவிட்டுத் திடுக்கிட்டு நிமிர்ந்தான். மார்பில் வியர்வை ஓட அவன் தங்கமணியின் உடம்புக்கு மேலே படுத்த மாதிரியில் பயத்தோடு நிமிர்ந்த அந்த நான்காவது கோலத்தையும் 'பளீச்' என்று கோழி அமுக்குவதுபோல் அமுக்கினான் நாச்சியப்பன்.

"டேய் யார்ரா நீ... எதுக்குப் படம் எடுக்கறே?" பயம் கூட்டப் படபடப்பு என்ற உணர்ச்சியோடு, காமம் கால் மாட்டுக்கு இறங்கிவிட எழுந்து நின்ற சந்திரசேகரனை நாச்சியப்பன் நெடுநாட்களுக்குப் பிறகு தனது ரவுடித்தனமான பழைய பாணியில் பார்த்தான்.

"யோவ் ஜோலியப் பாரு! எடுத்த படங்களையெல்லாம் கழுவி பிரிண்ட் போட்டு எடுத்துக்கிட்டு வந்திடறேன். அப்புறமா உக்காந்து விலாவரியா பேசுவோம். வரட்டுமா?"

கேட்டுவிட்டு நிமிர நேரங்களைக்கூட வீணாக்காமல் அங்கிருந்து நகர்ந்து மளாரென்று அறைக்கதவையும் வெளியே இழுத்துப் பூட்டினான்.

சந்திரசேகருக்குள்ளேயோ இதயம் அறுந்து வயிற்றுக்குள் விழுந்துவிட்ட மாதிரி ஒரு வேதனை.

"ஏய் தங்கமணி என்ன இதெல்லாம் எதுக்கு இவன் நம்பளை போட்டோ எடுத்தான். வெளியே தெரிஞ்சா நான் தலைகாட்ட முடியாதே. எதுக்கு இவன் போட்டோ எடுத்தான்?"

படபடப்பாகச் சந்திரசேகர் கத்தவும், அதைக் கண்டு துளிக்கூட பதட்டப்படாமல் சந்திரசேகரைப் பார்த்துத் தனது வலது இமையை ஒரு மின்னல் வெட்டாய் வெட்டி கண்ணடித்தாள் தங்கமணி.

"அட கத்தாதே ராசா. ஒரேயடியா புலம்பறியே. போட்டோ எடுத்தா என்ன இப்போ? நான் கேக்கற கேள்விக்குப் பதிலைச் சொல்லிவிட்டு போட்டோவை வாங்கிட்டு போ" மிகச் சாவதானமாக வேறு பேசினாள்.

"என்ன கேள்வி?"

"இந்த ராஜமங்கலத்துல எங்கியோ ஒரு இடத்துல தங்கக் காசுங்க இருக்கு. அது நிஜம்! ஆனா அது எங்க இருக்குன்னு தெரியாது. உனக்குக் குத்து மதிப்பா அது இருக்கற இடம் தெரியும். அதைச் சொல்லிடு. நாங்களும் போட்டோவைத் தந்துடறோம்"

"தங்கமாவது காசாவது எல்லாம் கப்ஸா. யார் சொன்னா தங்கம் இருக்குன்னு?"

சந்திரசேகர் பயம் குறையாமல், பதட்டம் குறையாமல் தங்கமணியிடம் மறுப்பைச் சொன்ன அதேவேளை சாலையில் நடந்து கொண்டிருந்த நாச்சியப்பன் கண்களில் அந்தப் பெண் தட்டுப்பட்டாள்.

ஒல்லியான சரீரம். ஆனால் நல்ல நிறம். நீல நிற பாவாடை தாவணியில் இலேசாய் ஒரு தேவதைபோல் தோற்றம் கொண்டிருந்தாள். கண்ணுக்கு நிறைய மை தீட்டியிருந்தாள்.

அந்த மை மேவிய இமைக்குள் அல்லாடும் விழி மணிகள் யாரையோ தேடுவதுபோல் தேடிக்கொண்டிருக்க 'ஊருக்கு

நான் புதுசு!' என்று அவள் சொல்லாமல் சொல்வதாகவே நாச்சியப்பனுக்குப் பட்டது.

“பாப்பா யாரைத் தேடறே?” நாச்சியப்பன் கைவசம் காமிரா சகிதம் பக்குவமாய்க் கேட்டான்.

“எங்க அண்ணனை! இங்கையே நில்லு இதோ வந்துடறேன்னு சொல்லிட்டுப் போச்சு”

“எங்க?”

“கோவிலுக்கு”

“ஏன் நீ போகலையா?”

“நான் போகக்கூடாது”

“அதான் ஏன்?”

“நீங்க யார் அதைக் கேட்க?”

“நான் போலீஸ் சி.ஐ.டி. இப்போதுத் தனியா யாராவது நின்னா விசாரிக்கிறது என் கடமை” சட்டென்று நம்பும்படி ஒரு பொய் எப்படித்தான் நாச்சியப்பன் நாவில் வந்ததோ?

அவள் நடுங்கினாள் மெல்ல, பிறகு வெட்கப்பட்டுக் கொண்டு பதில் சொன்னாள்.

“நான் மூணு நாள் வீட்டு விலக்கா இருக்கேன்!”

“அப்படியா?” என்று அதைச் சந்தோஷமாய் அங்கீகரித்த நாச்சியப்பன் நரபலி பிரச்சனை தீர்ந்துவிட்டதாகக் கருதி உற்சாகமாய்க் கைகளைக் குத்திக் கொண்டான். அவள் அதைப் பார்த்து அதிகமாய்ப் பயந்தாள்.

***

# 18

"முழுவதுமாய் அவள் பயப்பள்ளத்தில் விழுவதற்கு முன், கோவிலுக்குள் நுழைந்திருக்கும் அவள் அண்ணன் வெளியே வருவதற்குள் இந்தப் பெண்ணைக் கடத்தியாக வேண்டுமே... என்ன செய்யலாம்?"

நாச்சியப்பனின் சிந்தனை வானத்து வல்லூறாய் வட்டம் போட்டுச் சட்டென்று ஒரு முடிவுக்கு வந்தது.

"தா பாரும்மா... இது ஒரு மாதிரியான இடம். நீ இப்படித் தனியா நின்னேன்னா உன்னைத் தப்பான பொண்ணுன்னு நினைச்சு, யாரும் தப்பா நடந்துக்கலாம். ஆகையினால் கோவிலுக்குப் பின்புறம் போய் நில்லு! உன் அண்ணன் எப்படி இருப்பான் சொல்லு! நான் போய் கூட்டிக்கிட்டு வர்றேன்" என்றான்.

அவள் அடையாளம் சொல்லத் தொடங்கினாள், உடனே...

"என் அண்ணன் நல்லா ஒல்லியா உயரமா இருக்கும். முன்பக்கம் இலேசா தலையில் வழுக்கை. வழிச்சு பின்பக்கமா தலை சீவியிருக்கும். சந்தன கலர் சட்டை போட்டு ஜரிகை வேட்டி கட்டியிருக்கும். பேரு மனோகர்."

"நல்லது! நீ கோவிலுக்குப் பின்பக்கம் போ... வழி தெரியுமில்ல! ஆமா உன் பேரு..."

"நிர்மலா!"

அவள் கோவிலின் பின்பக்கம் செல்லத் தயாரானாள். நாச்சியப்பன் கோவிலுக்குள் நுழைய ஆரம்பித்தான். கைவசம் காமிராவுடன் வித்யாச தோரணையுடன், எங்கே அந்தப்

பெண்ணின் அண்ணன் என்னும் பார்வைத் துழாவலுடன் நிமிர்ந்த நடைபோட்டு உள்ளே நுழைய ஆரம்பித்தான்.

கைலாய நாதர் சன்னதி என்னும் பெயர்ப் பலகை சிறு எழுத்தில் கண்சிமிட்ட உள்ளே கர்ப்ப கிருகத்தில் கைலாய நாதராய் லிங்க ரூபம் காட்டி நின்றான் சிவன். பக்கத்தில் உமையாம்பிகை சன்னதி... அந்தச் சன்னதிக்கு வடக்கில் நவக்கிரகங்கள்.

பயபக்தியோடு சுற்றிக் கொண்டிருந்தான். அந்தப் பெண் குறிப்பிட்ட அடையாளத்துக்குச் சொந்தக்காரன்! அவனுக்குப் பின்னாலே கூப்பிய கையும் முணுமுணு உதடுமாய்க் கனகமயில்! நாச்சியப்பனைப் பார்த்துவிட்டு, பார்க்கக் கூடாதவனைப் பார்த்த மாதிரிக்கு முகத்தைத் திருப்பிக் கொண்டாள். நாச்சியப்பன் அவளைக் கவனிக்கவில்லை. அவன் மூளை சுருசுருவென்று இயங்க ஆரம்பித்தது.

“மிஸ்டர் மனோகர்!” தீர்க்கமாய் அழைத்தான்.

அந்த நபருக்குள் ஆச்சரியப் பந்து. நிமிர்ந்தான். நாச்சியப்பனின் அழைப்பு தனக்குத்தான் என்பது ஊர்ஜிதமாகவும் அவனை நெருங்கி வர ஆரம்பித்தான்.

“என்ன சார், என்னையா கூப்பிட்டீங்க?”

“ஆமா... நீங்கதானே மனோகர்? வெளியே உங்க தங்கை நிர்மலாவை யாரோ நாலு தடிப் பசங்க ஆட்டோ ரிக்ஷாவுல ஏத்திக்கிட்டிருந்தாங்க. அது கத்துச்சு. நான் குறுக்க பூந்து விசாரிச்சேன். அது விவரம் சொல்லி உங்க பேர், அடையாளம் எல்லாம் சொன்னிச்சு. அந்தத் தடிப் பசங்க என்னை மிரட்டினாங்க. நான் உங்களைத் தேடி வந்துருக்கேன். வாங்க சார் போய்ப் ஒரு கை பார்ப்போம்!”

நாச்சியப்பன் வகையாக அவிழ்த்துவிட்ட பொய்யில் மனோகர் என்னும் அவன் அப்படியே முட்டைக் கூடாக நொறுங்கிப் போனான்.

“என்ன சார் ஏதேதோ சொல்றீங்க... நிஜமாவா?”

"அட வாங்க சார், போய்ப் பாப்போம்கறேன்..."

மனோகர், நாச்சியப்பனின் அழைப்பில் தன் கால்களில் நூறு மீட்டர் ஓட்ட வேகத்தைக் காட்டி கோவில்வாசலுக்கு அப்பால் நிர்மலாவை நிற்கச் சொன்ன இடத்துக்கு வந்தபோது வீதியே வெறிச்சோடிப்போய் ஹோ என்று கிடந்தது.

"ஐயய்யோ என் தங்கையைக் காணலியே..." மனோகரிடம் புலம்பல்.

"நான் நெனச்சேன். அதே மாதிரி நடந்துடுச்சு. அந்தப் பசங்க விபசார விடுதியைச் சேர்ந்தவங்க. பம்பாய் டெல்லிக்கெல்லாம் பெண்களைக் கடத்தி விக்கறவங்க. போங்க சார். போய் போலீஸ்ல புகார் பண்ணுங்க..."

நாச்சியப்பன் பொய்யாய் வருந்தி, இல்லாத திகிலை மூட்டி, மனோகரைப் போட்டு உலுக்கடிக்கவும் அவன் "நீங்களும் வாங்க சார்!" என்றான்.

"ஐயய்யோ எனக்குத் தலைக்குமேல் வேலை" என்று நாச்சியப்பன் வெட்டவும், மனோகர் ஓட்டமாய் ஓட ஆரம்பித்தான், போலீஸ் ஸ்டேஷனுக்கு.

அவன் இந்தப் பக்கம் நகரவும், நாச்சியப்பன் கோவிலுக்குப் பின்புறமாய் நடக்க ஆரம்பித்தான். வீதியில் யாரும் ஊன்றிப் பார்க்கும் பார்வையோடு இல்லை. இதுவரையில் இந்த விபரீதத்தை யாரும் கண்டுகொள்ளாத பொன்னான சூழல்தான்.

சிவன் கோவிலின் பின்புறத்தில் நாலைந்து தென்னை மரம். சிதைந்துபோன ஒரு குளம் வேறு. அதன் உடைந்த கரை ஒன்றின் ஓரத்தில் ஓங்கலாய் ஒரு மரம்.

அதற்குக் கீழே கலையாத பயத்தோடு நிர்மலா, சற்றுத் தள்ளி இன்னொரு மரத்தில் சிவன் கோவில் யானையைக் கட்டியிருந்தார்கள். அதுக்குப் பக்கத்தில் கட்டிலின்மேல் அதன் பாகன் விடும் குறட்டை பொறுக்காமல் அது தும்பிக்கையைத்

துவட்டிக்கொண்டு ஒற்றைக்காலை தூக்கியபடி நிர்மலாவையே பார்த்துக் கொண்டிருந்தது.

வெகுதூரத்தில் நாலைந்து சிறுவர்கள் கில்லி விளையாடிக் கொண்டிருந்தார்கள்.

நாச்சியப்பன் வேகவேகமாய் அங்கு வந்தான். நிர்மலா அவனைப் பார்த்துவிட்டு விழிகளை அதிகமாக விரித்தாள்.

"எங்கே அண்ணன்?" என்று அது வெகு அழகாய்க் கேட்டது.

"ஏம்மா உங்க அண்ணனுக்குக் காக்கா வலிப்பு வருமா?"

நாச்சியப்பன் தன் பேச்சில் புதிதாய் ஒரு கொக்கியை மாட்டினான். நிர்மலாவின் முகத்தில் குப்பென்று வியர்வை வந்து பந்தல் போட்டது.

"என்னது எங்கண்ணனுக்குக் காக்கா வலிப்பா? அப்படி எல்லாம் ஒண்ணும் வராதே... என்ன சொல்றீங்க நீங்க?"

"அட ஆமாம்... நான் விஷயம் சொல்லப்போனா அவனைச் சுற்றி ஒரே கூட்டம். எட்டிப்பார்த்தா தரையில் கை கால் வெட்டி வெட்டி இழுக்க நாக்குல நுரை ததும்ப கிடக்கிறான் உன் அண்ணன்!"

"இருக்காது. நல்லா பார்த்தீங்களா? அது என் அண்ணனா இருக்காது. வாங்க போய்ப் பார்ப்போம்."

"அட அவனைக் கோவில் ஊழியர்களே பெரிய ஆஸ்பத்திரிக்கு எடுத்துக்கிட்டுப் போயிருக்காங்க. நீ வா நான் உன்னை அங்க கூப்பிட்டுக்கிட்டுப் போறேன்." நாச்சியப்பன் சரியாகத் தனது காரியத்துக்கான பாதையில் அவளைத் திசைதிருப்பி இழுக்க, அவளும் பதட்டத்துடன் அதில் நடக்கக் கால் எடுத்த சமயம்...

"அண்ணே... அண்ணே..." ஒருசேர நாலைந்து சிறுவர்களின் அழைப்பொலி! திக்கென்று இதயம் சுணங்கத் திரும்பினான் நாச்சியப்பன்.

கடுமையான குரலில் "என்னாங்கடா?" என்றான்.

“நாங்க அடிச்சு விளையாடின் கில்லி ஒண்ணு அந்த வில்வமரத்துலே மாட்டிக்கிச்சு. கொஞ்சம் எங்கள்ள யாரையாவது ஒருத்தரை அந்த மரத்துல ஏத்தி விடுங்கண்ணே...”

ஒரு பொடியன் சொன்ன உண்மையில் தெரிந்த அந்த வில்வமரம் என்ற வார்த்தை சக்கென்று நாச்சியப்பன் மனதில் நங்கூரம் போட்டது.

“என்னாது வில்வமரமா? எங்கேடா?” கேட்டான்.

“அதோ அந்த மரங்களுக்கு நடுவுல. உயரமா நிறைய கிளைகளோட...”

ஊன்றிப் பார்த்தான் நாச்சியப்பன். கையை உற்சாகமாயச் சொடக்கி விட்டுக்கொண்டான். மனதுக்குள் ஆனந்தப் பந்து ஆகாச உயரத்துக்கு எழுப்பிய மாதிரி ஒரு உணர்வு.

‘அடேய் நாச்சியப்பா. நீ கொடுத்து வெச்சவண்டா... ராஜமங்கலத்துத் தங்கம் உனக்குத்தாண்டா. இல்லேன்னா அந்த ராமநாதன் லெட்டரைத்தான் நீ பாத்துருக்க முடியுமா? பட்டத்திரி ஸ்னேகம்தான் உனக்குக் கிடைச்சிருக்குமா?

எல்லாத்துக்கும் மேலா நீ தேடி அடைய வேண்டியதெல்லாம் தானா உன்னைத் தேடிவருது. தங்கமணி வீட்டுல சந்திரசேகரன். இங்கேயோ நிர்மலா, மரத்துலயோ தேவாங்கு... கொடுத்து வச்சவண்டா நீ...’

மன நினைப்பில் ஒரு வினாடி அப்படியே ஸ்தம்பித்து நின்றுவிட்டான்.

உடனேயே சுதாரிக்கவும் செய்தான். “போங்கடா... எனக்கு வேலை இருக்கு...” என்றபடி நிர்மலாவுடன் முதலில் அந்த இடத்தைவிட்டு நகர ஆரம்பித்தான்.

நிர்மலாவைத் தங்கமணி வீட்டில் போட்டு உடனடியாக முடக்க வேண்டும். மனோகர் இந்நேரம் போலீசில் புகார் கொடுத்திருப்பான். போலீசார் தேட ஆரம்பித்து விடுவார்கள்.

இல்லாத ரவுடிகளைத் தேடிக்கொண்டு பம்பாய்வரைகூட போய் வருவார்கள்.

இங்கே கனகச்சிதமாய்க் காரியத்தை முடிக்க வேண்டும்.

போட்டோ ஃபிலிமை ஆறுமுகம் கடையில் விசேஷமாகச் சொல்லி கொஞ்சம் பணத்தைக் கூடுதலாய்த் தள்ளி பிரிண்ட் போட்டாக வேண்டும். அப்புறமாக இங்கே இந்த வில்வமரத்தைத் தேடிவந்து அந்தத் தேவாங்கை ஒரு கை பார்க்க வேண்டும்.

மனதிற்குள் கணக்கு போட்டபடி வேகவேகமாய் நடந்து ஒரு குதிரை வண்டியைக் கூப்பிட்டான். அதில் நிர்மலாவை எறி அமரச் சொன்னான்.

அவள் முதல் தடவையாகச் சந்தேக ஊஞ்சலில் ஏறி அதில் ஆட ஆரம்பித்தாள். இருந்தாலும் ஏறி அமர்ந்தாள். இவனும் அதில் ஏறிக் கொள்ளப்போன சமயம் எதிரே கனகமயில்!

அவள் கைவசம் பிரசாதத் தட்டு!

நாச்சியப்பனையும் அவன் ஏறி உட்காரப்போன வண்டிக்குள் நிர்மலாவையும் பார்த்துவிட்டு ஒரு மாதிரியாக முகம் சுணங்கினாள்.

“இவனுக்குன்னு எப்படித்தான் பொண்ணுங்க கிடைக்கிறாங்களோ?” என்று கேள்வி அவள் உதடுகளைப் பிரித்துக்கொண்டு பலமாகவே பிரசவம் ஆனது.

நாச்சியப்பன் கனகமயிலை ஒரு மாதிரியாகப் பார்த்தான். இலேசாகச் சிரித்து மிடறு விழுங்கும் பாவனை காட்டினான். அவள் நிர்மலாவையே ஊன்றிப் பார்த்தாள். ஆனால் தப்பான பெண் போலவே தெரியவில்லை.

வண்டியோ பறக்க ஆரம்பித்தது.

தங்கமணி வீட்டில் சந்திரசேகர் அப்படியே அட்டைப் பூச்சியாய்ச் சுருண்டு விட்டிருந்தான். இனி ஜென்ம ஜென்மத்துக்கும் காமம் அவன் உடம்பில் தணலைக் கொட்டாதபடிக்கு மனது

நடந்து முடிந்த போட்டோ பிடிப்பு சம்பவத்தில் சகட்டு சுற்றி முற்றிக் களைத்து விட்டிருந்தது.

“என் ராசா இல்ல. சொல்லிடுய்யா அந்த விஷயத்தை!” தங்கமணி ரவிக்கையைக்கூட அவன் எதிரே இன்னமும் எடுத்து அணிந்திருக்கவில்லை. ஆனால் கேள்வியை மட்டும் இடைவிடாமல் கேட்டுக் கொண்டிருந்தாள்.

சந்திரசேகரோ எல்லா ஆடைகளையும் வேகமாய் அணிந்துக்கொண்டு ஓடத் தயாராய் இருக்கின்ற மாதிரி அவளைக் கோபம் பயம் என்ற இரண்டும் கலந்த பார்வை பார்த்துக் கொண்டிருந்தான்.

ஊடே வாசலில் குதிரை வண்டி வந்து நிற்கும் அரவம்.

சந்திரசேகருக்கு வியர்க்க ஆரம்பித்தது. வந்திருப்பது தன்னைப்போல் யாராவது வாடிக்கை கிராக்கியா? இல்லை என்பதுபோல் நாச்சியப்பன் தலை தென்பட்டது. கூடவே நிர்மலா.

“என்னங்க ஆஸ்பத்திரின்னு இங்க எங்கியோ கூட்டிக்கிட்டு வந்திருக்கீங்க?”

“உஸ் பேசாம வா!”

“நான் வரமாட்டேன். எங்க என் அண்ணன்? உண்மையைச் சொல்லு!”

“அட வாடின்னா?”

பலமான சப்தங்களுடன் உள்ளே நுழைந்த இருவரையும் தங்கமணி விதிர்ப்புடன் ஜன்னல் வழியே பார்த்தாள். கதவைத் திறந்துகொண்டு, நிர்மலாவையும் இழுத்துக்கொண்டு உள்ளே வந்தவனைப் புரியாதமாதிரி பார்த்து விட்டு ரவிக்கையைத் தேடி எடுத்தபடி எழுந்திருந்தாள்.

“தங்கம் இந்த ஆள் ஏதாவது சொன்னானா?” ஆர்வமாகக் கேட்டான் நாச்சியப்பன்.

"வாயத்திறக்க மாட்டேங்கறான் நாச்சி. ஆமா யார் இந்தக் குட்டி?"

"ஆளை பத்ரமா பார்த்துக்கோ. எனக்கு வெளிய ரெண்டு முக்கிய வேலை இருக்கு. துப்பாக்கில தோட்டா போட்டு வெச்சிருக்கேன் பார்க்கலையா? தலைகாணிக்கு அடியிலதான் இருக்கு! ஏதாவது வீம்பு பண்ணா ரெண்டு பேரையும் கட்டுத் தள்ளிடு. நான் வந்து விபரமா சொல்றேன்."

பேசிவிட்டுத் திரும்பி, வேகமாக வெளியேறினான். அவன் அப்படிப் பேசிவிட்டு அகலவும் நிர்மலா அப்படியே மயங்கி விழாத குறையாக விசும்ப ஆரம்பித்தாள்.

"ஐய்ய நீங்கள்லாம் யாரு. என்னை எதுக்கு இங்குக் கொண்டு வந்துருக்கீங்க..." தங்கமணி சூழ்நிலையின் சிக்கலைப் புரிந்தவள்போல் சட்டென்று தலைகாணியின் கீழே கையைவிட்டுத் துழாவி துப்பாக்கியை எடுத்து இருவர் எதிரேயும் நீட்டியபடி கட்டிலின்மேல் போய் உட்கார்ந்து கொண்டாள்.

இருவரும் உடனே வாயை மூச்சுவிடக்கூட பயந்தபடி மூடிக் கொண்டார்கள். ஆனால் நிர்மலாவின் விழிநீர் மட்டும் பயப்படாமல் கன்னங்களில் கோடு போட்டுக் கொண்டேயிருந்தது.

ஆறுமுகத்தின் ஸ்டூடியோவில் ஒரு நூறு ரூபாயைத் தந்து "விசேஷமான படம்... எல்லாம் தங்கமணி செட்டப்! பாத்து பெரிசா கேபினட் சைஸ் போட்டுக் குடு! நெகடிவ் படம் எல்லாம் இன்னும் மூணு மணிநேரத்துல கைக்கு வரணும். ஒரு பய படத்தப் பார்க்கக் கூடாது. உனக்கு என்னைப் பத்தி நல்லாவே தெரியும். ஜாக்கிரதை" என்று முண்டா தட்டிக் கொண்டிருந்தான், நாச்சியப்பன். ஆறுமுகம் பயத்தோடு அதைக் கேட்டு மரியாதையோடு ஃபிலிம் ரோலை கேமராவிலிருந்து கழட்டிக் கொண்டான்.

"இன்னும் பணம் நீ போட்டோ தரும்போது தருவேன்" என்று சொல்லிவிட்டு வேகமாக அங்கிருந்து கிளம்பினான்.

சிவன் கோவிலின் பின்புறத்து மரக்கூட்டமும் அந்த வில்வமரமும் அவனை வா வா என்று வரவேற்பதுபோல் தனது ஏகாண்ட கிளைகளை விரித்தபடி காற்றில் ஆடிக் கொண்டிருந்தது.

அதற்குக் கீழே இப்பொழுது அவ்வளவாய் யாரையும் காணோம். வானம் இருட்டை செட்அப் செய்யும் சாயங்காலம்.

இன்னும் சிலநாளில் அமாவாசை என்பதற்குத் தோதாய் வானின் ஒரு மூலையில் துண்டு கீற்றாய்ச் சந்திரன்.

கோவில் யானை தும்பிக்கையைப் போட்டுத் துவட்டிக் கொண்டிருக்க, அதைத் தாண்டிக்கொண்டு வில்வமரத்தை நோக்கி நடக்க ஆரம்பித்தான்.

அது அவனைப் பார்த்துவிட்டுக் காரணமில்லாமல் முறைக்கின்ற மாதிரி இருந்தது.

'எப்படி இருக்கும் தேவாங்கு?' அவன் மனதில் கேள்வி. வில்வமரத்தின் பருத்த அடிப்பரப்பில் நின்றுகொண்டு தலையை உயர்த்தி மரம் முழுக்க பார்வையை ஓடவிட்டான்.

'எங்கே இருக்கே நீ?' அவனது தேடலின் கேள்விக்கு விடையாய் உச்சாணிக் கொம்பில், வில்வக் காய்கள் தொங்கும் அடர்ந்த புசுபுசுத்த இலைகளுக்கு நடுவே ஒரு சவலைக் குழந்தைபோல், ஆனால் தட்டை முகத்தோடு, கூரிய பார்வையோடு ஒரு அட்டையைப்போல் ஒட்டிக்கொண்டு உட்கார்ந்திருந்தது அது.

***

# 19

**நா**ச்சியப்பன் பருத்த மரத்தின் அடிப்பாகத்தில் காலை வைத்து அந்த மரத்தின்மேல் ஏற ஆரம்பித்தான்.

பாவம் அந்த ஜீவன்! பகல் வெளிச்சத்தில் அவ்வளவாய்ப் பார்க்கும் திறம் இல்லாத கண்களோடு, அவன் தனக்காகத்தான் மரம் ஏறுகிறான் என்பது புரியாத தினுசில் உடம்பைப் பந்துபோல் சுருட்டிக்கொண்டு தனது குச்சி போன்ற கைகளாலும், கால்களாலும் கிளைமேல் தேகத்தை இறுகப் பற்றியபடி கிடத்தியிருந்தது அது.

மாந்திரீக உலகத்தில் தனக்கு இருக்கும் மகத்துவம் பற்றி அதற்குத் துளிகூட தெரிந்திருக்க நியாயமில்லை! விலங்குகளில் மிகமிகச் சாதுவான, சற்று கோரமான ஒன்று என்று மட்டும்தான் மனிதர்களுக்குத் தெரியும். ஆனால் அது சாத்தானின் அம்சம் கொண்ட ஒரு ஜீவன் என்பதும், ஆவிகளைத் தன் ஊனக் கண்களாலேயே பார்க்கும் திறம் படைத்தது என்பதும், பட்டத்திரி போன்ற சிலருக்குத்தான் தெரியும். அது மட்டுமல்லாமல் அதன் கரம் பட்ட கறுப்பு நிறப் பொருள்கள் அனைத்திலும், தேங்கி நிற்கும் திருஷ்டி விலகிப் போய்விடக் கூடியது என்பது முதல், அதன் குடலை மாலையாகப் போட்டுக் கொண்டு மாந்திரீக பூஜைகளில் ஈடுபடும் சமயம் கால பைரவன் மனம் மிக மிகக் குளுமைப்பட்டு, வேண்டும் வரம் தருவான் என்பதும் மாந்திரீக உலகின் அசைக்க முடியாத நம்பிக்கைகளில் ஒன்று.

இதைப் பற்றியெல்லாம் துளிகூடத் தெரிந்திராத நாச்சியப்பன், பட்டத்திரிக்காகவும், அவன் முகம் தான் அடையப் போவதாகக் கருதும் தங்கத்துக்காகவும் ஒரு இயந்திரம்போல் மரம் ஏறிக் கொண்டிருந்தான்.

கிளைகளில் அவன் ஊர்ந்தும், ஏறியும், தாவியும் வருகின்ற அசைவில் அந்தத் தேவாங்கு ஒரு கணம் தன் முட்டை நிற விழிகளின் இமையைச் சிருட்டென்று விலக்கி எதிர்வரும் நாச்சியப்பனை ஒரு பார்வை பார்த்தது.

அந்த அஸ்தமான வெளிச்சத்தில், சூரியனை மேற்கு திருடிக் கொண்டுவிட்ட அந்த அந்தி சந்திக் காலத்தில் அதன் பார்வைக்கு மெல்ல உயிர் வந்து கொண்டிருந்தது.

எதிரே ஒரு நிழல்போல் கருப்பாய் ஒரு உருவம் தன்னை நெருங்கும் பயத்தில் அது ஒரு தினசாய் கத்தத் தொடங்கியது. பயத்தின் வெளிப்பாடாய் அது போட்ட சப்தம் நாச்சியப்பனையேகூட லேசாய் மிரட்டியது.

துணிந்து தன் கையை அதன் எதிரே நீட்டி அதன் மெத்தென்ற முதுகின்மேல் கரத்தின் ஐந்து விரல்களையும் சக்கென்று பதித்து, அதைப் பிடித்து இழுக்கப் பார்க்க, அது கிளைகளைப் பிடித்த பிடியை விடாமல் தொடர்ந்து கத்தியது.

“அடச்சீ வான்னா” அவன் அதட்டலாய் பலத்தை எல்லாம் திரட்டி இழுக்க அவன் கைகளில் பயத்துடன் சுருண்டு அடங்கியது.

திரும்பக் கீழே இறங்கத் தொடங்கினான் நாச்சியப்பன்.

‘அப்பாடா!’ என்ற பெருமூச்சு அவன் நாசித் துவாரங்களில்.

சந்திரசேகர் தங்கமணியிடம் கெஞ்சிக்கொண்டு இருந்தான்.

“தங்கமணி நீ நினைக்கிற மாதிரி தங்கம் பத்தி எனக்கு ஒண்ணும் தெரியாது. எங்க டிபார்ட்மென்ட்டுல தங்கம் இருக்கு, வெள்ளி இருக்குன்னு ஓராயிரம் குறிப்புங்க உண்டு. அதுல நூத்துக்குத் தொண்ணூறு பொய். அந்த மாதிரிதான் இதுவும்.”

“அது பொய்யா மெய்யாங்கறத நாங்க பாத்துக்கறோம். நீ குறிப்பைக் கொண்டா” தங்கமணியும் அவனை விடுவதாக இல்லை.

"சட்டப்படி அது குற்றம்."

"நீ இங்க வந்திருக்கறது மட்டும் ரொம்ப சரியோ?"

"தங்கமணி என்கிட்ட விளையாடாதே. நான் பொல்லாத ஆளு."

"நான் மட்டும் என்ன லேசான ஆளா? நீ ஈரை பேன் ஆக்கினா, நான் பேனைப் பெருமாள் ஆக்கறவ. என் நாச்சி உன் முதுகு எலும்புல முன்னூறு துளை போடற கில்லாடி! விஷயத்தைச் சொன்னா உனக்கு நல்லது. இல்லாட்டி போட்டோ உன் பெரிய அதிகாரிங்க கைல உன் லீலைகளைச் சொல்லி சிரிக்க ஆரம்பிச்சிடும்."

அவள் அத்தனை தீர்மானமாய்ப் பேசவும், அதுவும் ஒரு ரிவால்வரோடு பேசவும் வேறு வழியில்லாமல் அந்தக் குறிப்பைத் தர அரை மனதாய்த் தலையசைத்தான் சந்திரசேகர்.

நிர்மலாவோ ஒரு கட்டிலின் ஓரமாய்ப் புறாக் குஞ்சுபோல் தேம்பலோடு சுருண்டு கிடந்தாள்.

'இவர்கள் என்ன பேசிக் கொள்கிறார்கள்? அது என்ன குறிப்பு? தங்கம், வெள்ளி என்றெல்லாம் பேசிக் கொள்கிறார்களே? தன்னை என்ன செய்யப் போகிறார்கள்?'

கேள்விகளுக்கு நடுவில் அவள் இதயம் அவள் காதுகளையே அடைத்து விடுவதுபோல் துடித்துக்கொண்டு இருந்தது. கண்களிலே குற்றாலம்!

"ஏய் பாப்பா... ஏன் அழுவறே? நான் என்ன உன்னை பண்ணிட்டேன்? ஆமா, என் நாச்சி உன்னை எதுக்கு இங்க இழுத்துக்கிட்டு வந்துருக்கு, தொழிலுக்கா?"

"தொழிலுக்கா?" என்ற அவள் கேள்வி அந்தப் பெண்ணை ஒரு அமுக்கு அமுக்கியது.

"ஐயய்யோ... நீங்க என்னெல்லாமோ பேசறீங்களே. அந்த ஆளு என்னை சி.ஐ.டி. போலீஸ்னு சொல்லி ஏமாத்தி இங்க

இழுத்துக்கிட்டு வந்துட்டான். எங்க அண்ணன் என்னைத் தேடிக்கிட்டு இருக்கும். அண்ணே..."

அவள் வயதை மீறி சிறுகுழந்தை போலானாள். தேம்பித் தேம்பிப் புலம்பினாள்.

"பொண்ணு பேர், வயசு, உயரம், அங்க அடையாளம் எல்லாம் தெளிவா குறிப்பிட்டுப் புகார் எழுதிக் கொடுங்க. நாங்க நடவடிக்கை எடுக்கிறோம்."

ஸ்டேஷனில் நிர்மலாவின் அண்ணன் மனோகரிடம் ஏட்டு எடுத்துச் சொல்லிக் கொண்டிருந்தார். மனோகர் அவர் நீட்டிய மட்டரகமான கோபுரச் சின்னம் போட்ட சாணித் தாள் ஒன்றில் நிர்மலா காணாமல் போன பின்னணியோடு அவள் அங்க அடையாளங்களை அதில் குறிப்பிடத் தொடங்கினான்.

ஏட்டு சாவதானமாக அதை வாங்கிப் பார்த்தார், படித்தார்.

"சார் என்ன சார் ரொம்ப சாவகாசமா படிக்கிறீங்க? வேகமான நடவடிக்கை எடுங்க சார்! உடனே ஜீப்பை எடுத்துக்கிட்டு கிளம்புவீங்கன்னு நெனைச்சேன் சார் நான்..."

"நீங்க நினச்சா போதுமா? ஜீப் நினைக்க வேண்டாமா? அது இரண்டு நாளா ரிப்பேர்! இன்ஸ்பெக்டரோ இப்ப ஸ்டேஷனில் இல்ல. அவர் உத்தரவு இல்லாம வண்டிய வெளிய எடுக்கவும் முடியாது. என்னை என்ண பண்ணச் சொல்றே? ஒரு நிமிஷத்துக்கு ஒரு தப்பு நடக்கற ஊரா இந்த ஊர் மாறிடிச்சு, இருக்கறதோ பத்தே பத்து போலீஸ்காரங்க. நாங்க யாரைப் பார்க்க, எதைப் பார்க்க?"

ஏட்டின் பேச்சில் ஒட்டு மொத்த இந்திய உபாதையே தெரிந்தது. மனோகர் வெடித்தே விட்டான்.

"சார்! நான் உங்க குறையைக் கேட்க வரலை. எப்படியாவது என் தங்கையை மீட்டுத் தாங்க சார். ப்ளீஸ்"

"ஆமா... காணாம போகும்போது உன் தங்கை என்ன டிரஸ் போட்டிருந்தா. அதை எழுதலையே?" ஏட்டு பெரிதாக எதையோ

கேட்பதுபோல் கேட்க அவனும் அதை எழுதி நீட்டும் சமயம் கும்மென்று 'பெர்ப்யூம்' வாசனை அங்கே திடீரென்று நுழைந்தது.

ஏட்டு நிமிர்ந்து பார்த்தார்.

எதிரே ஒரு பெண்!

இருபதை மீறியிராத வயதில், சல்வார் கம்மீசுடன் ஹேண்ட் பாக் சகிதம், நிலாப் போன்ற முகத்தோடு ஓரவகிடு எடுத்து தளிர்க்க வாரிய கூந்தலில் ஒற்றை ரோஜா கச்சிதமாய் உட்கார்ந்திருக்க, ஏட்டைப் பார்த்து இணக்கமாய் வணக்கம் சொல்லியபடி அவர் எதிரே பிரசன்னமானாள்!

"யாரும்மா நீங்க?"

"என் பேர் ஏஞ்சல். ஊர் மெட்ராஸ்! சிவரஞ்சனி பத்திரிகைல இருந்து வந்துருக்கேன். நான் ஒரு 'ரிப்போர்ட்டர் கம் ரைட்டர்!' இன்ஸ்பெக்டர் தேவதாஸை பாக்கணும்."

"அவர் வெளிய போயிருக்காரு. அப்படி உட்காருங்க அம்மா" கையை எதிரிலுள்ள ஒரு நாற்காலியை நோக்கி நீட்டிய அந்த ஏட்டு இப்பொழுது சற்று எச்சரிக்கையோடும், பரபரப்போடும் பேசத் தொடங்கினார்.

"மிஸ்டர் மனோகர் கவலைப்படாதீங்க... உங்கள் சிஸ்டரை எப்படியும் கண்டுபிடிச்சுடலாம். நான் ரயில்வே ஸ்டேஷன், பஸ் ஸ்டாண்டுக்கெல்லாம் போன் பண்ணி மஃப்டியில் இருக்கற எங்க ரோந்து போலீசுக்குத் தகவல் தந்துட்டு வரேன்" என்றபடி டெலிபோனைத் தேடி ஓட ஆரம்பித்தார் அவர்.

மனோகர் சோர்ந்து போய் அந்த ரிப்போர்ட்டர் கம் ரைட்டர் அருகே உள்ள நாற்காலியில் போய் அமர்ந்து கொண்டான்.

முகத்தில் கலவரப் புயல். மனதில் நிர்மலாவின் குழந்தை முகம், கண்ணீர்விட்டுப் புலம்புவதாக ஒரு பிரம்மை.

'அண்ணா என்னை காப்பாத்துண்ணா...' என்று அலறுவதாக அவன் நினைத்து வாய்விட்டு அழுதே விட, அந்த ரிப்போர்ட்டர்

கம் ரைட்டரான பெர்ப்யூம் வாசனைப் பெண் சற்று அதிர்ச்சியோடு அவனைப் பார்த்தாள்.

"என்ன சார். எனிதிங் சீரியஸ்?" வாஞ்சையாகக் கேட்டாள். அவனால் அவளுக்குப் பதில்கூட சரியாகச் சொல்ல முடியவில்லை. ஒரு ரிப்போர்ட்டரான அவளுக்குள் ஏதோ சுவாரஸ்யமாக, அதே சமயம் மிகச் சிக்கலான விஷயம்தான் என்னும் அனுமானம் சுடர்விட, செய்திகளுக்காக நாயாய் அலையும் அவளின் சாமர்த்திய புத்தி அவனை விடாது கேள்வி கேட்க ஆரம்பித்தது.

"என்ன சார் ஏதாவது பிரச்சினையா? சும்மா சொல்லுங்க, என்னால முடிஞ்ச உதவிய செய்யறேன். இன்ஸ்பெக்டர் தேவதாஸ் என்னோட உறவுக்காரர்தான்."

அவள் சொன்ன அந்த 'உறவுக்காரர்' என்ற பதம் அவனுக்குத் தெம்பைத் தந்தது.

வாயைத் திறந்து நடந்ததைச் சொல்ல ஆரம்பித்தான்.

கனகமயிலும் சொல்லிக் கொண்டிருந்தாள்.

எதிரே அவளது ஆசைக்குரிய கணேசன்.

இருவரும் தாமிரபரணிக் கரையோரம் மண்திண்டின் மேல் உட்கார்ந்துக்கொண்டு இருக்க, இருவர் பாதங்களையும் அந்த நதி நீர் தழுவியபடி ஓடிக் கொண்டிருந்தது,

"கணேசா... நீ மட்டும் அன்னிக்கு என்னை இந்த ஆத்து சூழல்ல இருந்து காப்பாத்தியிருக்கலேன்னா நான் இந்நேரம் ஆவியாத்தான் அலைஞ்சுக்கிட்டிருப்பேன்" அவள் குரலில் வாஞ்சை வழிந்தது. கணேசன் அவளின் அந்தக் கரிசனமான பேச்சால் உருகிப் போனவன்போல் அவளையே பார்த்துக்கொண்டு இருந்தான். அவள்தான் எத்தனை அழகு?

"என்ன நா பேசிக்கிட்டேயிருக்கேன். பதில் சொல்லாம உக்காந்துக்கிட்டிருக்கே? இன்னிக்கு நான் நம்ப சிவன் கோவிலுக்குப் போய்ட்டு வந்தேன். உனக்கு ஒரு அதிசயம்

தெரியுமா? கோவிலுக்கு நாச்சியப்பனும் வந்திருந்தான். கோவிலுக்கு வெளியே ஒரு அழகான பொண்ணுகூட நின்னு பேசிக்கிட்டு வருது கணேசா."

தாமிரபரணியைக் காற்று தழுவ, காற்றோடு கூடி தாமிரபரணி இருவரின் பாதங்களைத் தழுவ, ஜிலுஜிலுப்பான இதம் பதமான அந்த வேளையில் கனகமயிலின் பேச்சில் மெல்ல தன்னை இழந்துக் கொண்டிருந்தான் கணேசன்.

"ஆமா... மாடு செத்துப் போனிச்சே, அது எப்படின்னு தெரிஞ்சுச்சா? கரட்டுல ஒரு மாடு அந்த மந்திரவாதிக்குப் பால் கொடுத்திச்சே அந்த விஷயத்தைப் பண்ணையார்கிட்ட சொன்னியா? அவர் என்ன சொன்னாரு?"

கனகமயில் மிக முக்கியமாய் தான் கேட்க வேண்டிய கேள்வியைக் கேட்ட அதேசமயம் கணேசன் திடும்மென்று உருமாறத் தொடங்கினான்.

வழக்கமாய் அவனை வந்து வளைக்கும் அந்தத் தலைவலியில் அவன் நெற்றிப் பொட்டில் வியர்வை குபுகுபு என்று கொப்பளித்துக் கோடுபோட மனதில் நிகழ்படம்போல் விரிந்த காட்சியில் 'பட்டத்திரியின் எதிரில் நிர்மலா கண்ணீர் மல்க நின்றுக்கொண்டு இருக்கிறாள்! பக்கத்தில் நாச்சியப்பன்! சற்றுத் தொலைவில் ஒளிந்த நிலையில் கனகமயிலும் போலீஸ் ஸ்டேஷனில் அறிமுகமான ஏஞ்சல் என்னும் அந்த நிருபர் பெண்ணும்! பட்டத்திரி ஒரு பெரிய வெட்டரிவாளோடு நிர்மலாவின் கழுத்தை நோக்கிக் கைகளை ஓங்குகிறான்!'

கணேசன் மனக்கண்ணில் காணும் காட்சியின் உக்கிரம் தாளாமல் 'ஓ'வென்று வாய்விட்டு அலர ஆரம்பித்தான். கனகமயில் விக்கித்துப் போனாள்.

***

# 20

“கணேசா… ஏய் கணேசா என்னய்யா ஆச்சு உனக்கு? ஏன் இப்படிக் கத்தறே?”

கனகமயிலிடம் பீதியுடன் கேள்வி பிறந்தது. கணேசன் தன்னை மறந்து கூச்சலிட்டு விட்டநிலையில் முகத்தில் வழியும் வியர்வையை வழித்தவனாய், கண்கள் கலங்கிக் கிடக்க, உதடுகளை கஷ்டப்பட்டு பிரித்து அசைத்து. “கனகு எனக்குப் பயமா இருக்கு புள்ள!” என்றான்.

“என்னய்யா ‘ஆஊ’ன்னா, பயமா இருக்குன்னு சொல்றியே? உனக்குள்ள அடிக்கடி தங்கக் காசுங்க தெரியுதுன்னு சொல்வியே, அந்த மாதிரி ஏதாச்சும் தெரிஞ்சுச்சா?”

“தங்கக் காசு தெரிஞ்சா என்னை மீறி நான் எதுக்குக் கத்தப் போறேன். வெட்டரிவாள் தெரிஞ்சுச்சு…!”

“வெட்டரிவாளா?”

“ஆமாம் பளபளன்னு ஜொலிக்கிற ஒரு அடி நீள வெட்டரிவாள்! அதுவும் அந்த மந்திரவாதி கையில! அதைக்கொண்டு அவன் ஒரு பொண்ணை வெட்டப் பாக்கறான். பக்கத்துல நாச்சியப்பன் மறைவா நீயும், இன்னொரு பொண்ணும்!”

“நெஜமாவா?”

“ஆமாம் கனகு. எனக்குள்ள எப்பவும் இப்படி மோசமா காட்சி தெரிஞ்சதே இல்லை.”

“என்னய்யா சொல்றே? நீ சொல்றதைப் பொய்யுன்னு ஒதுக்கவும் முடியாது. ஏன்னா சொல்ற மாதிரியெல்லாம் நடந்துடுது!

இப்ப சொல்றதைக் கேட்டா என் அடிவயிறே குலுங்குது. ஆமா எப்படிய்யா உன்னால இப்படிச் சொல்ல முடியுது?"

"கனகு! நான் அனுபவிக்கிறது நரக வேதனை. நீ என்னடான்னா சாதாரணமா கேக்கறே. மூளையை யாரோ குச்சி வெச்சு குத்தற மாதிரி ஒரு வலி. என் உடம்பே காணாம போயிட்ட மாதிரி ஒரு பிரமை. நான் என்னான்னு சொல்லுவேன்?"

"நீ ஒண்ணும் சொல்லாதே. உனக்குள்ள காளியாத்தாளோ முனீசுவரனோ இருக்குறாங்க...! நீ தெய்வத்தோட புள்ளை. ஆமா உன்னால் என்னைக் கல்யாணம் கட்டி குடுத்தனம் பண்ண முடியுமா?"

"காளியத்தாளுமில்ல, முனீசுவரனுமில்ல. ஏதோ தலைக் கோளாறு. நான் டாக்டருங்களைப் போய்பார்த்து வைத்தியம் செஞ்சுக்கிடப் போறேன்."

"அதெல்லாம் வேண்டாம். சாமி கோவிச்சுக்கும்."

"நீ சும்மா இரு. திரும்பத் திரும்ப சாமின்னுகிட்டு. நான் சாமிய கும்புடறதே கிடையாது. அப்புறம் எப்படி எனக்குள்ள சாமி நுழையும்?"

"எனக்கென்னவோ அப்படித்தான் படுது! ஆமா வைத்தியம் பார்க்கணுமின்னா நூத்துக்கணக்கில் செலவாகுமே. பணம் வெச்சிருக்கியா?"

"பண்ணையாரைக் கேட்க வேண்டியதுதான்...!"

"கேட்டு வாங்கிகிட்டு வா. நானே உன்னைத் திருநெல்வேலில நல்ல டாக்டருகிட்ட கூட்டிப்போய்க் காட்டுறேன். அவரும் இதையேதான் சொல்லப் போறாரு பார்."

"ஏ புள்ள நீயும் நானும் திருநெல்வேலி வரை தனியா போய்வந்தா யாரும் தப்பா பேசமாட்டாங்க...?"

"தெரியாம போய்ட்டு வருவோம். அப்படியே தெரிஞ்சாலும் கவலை இல்ல. நம்பளை சேத்துக்கற வேலைக்கு நாம சிரமப்பட வேண்டாம். ஊரே அந்த வேலையைப் பாத்து முடிச்சிடும்."

"ஆனாலும் உனக்கு ரொம்ப குறும்பு கனகு..." என்றவன் முதல் தடவையாக அவளது தாமரை போன்ற முகத்தைத் தன் கைகளால் ஏந்தியபடி பார்த்தான்.

சற்றுமுன் மனக்கண்ணில் தோன்றிய கொடுமையான காட்சியின் பாதிப்புகள் நீங்கினவனாய், நிர்மலமாய்க் கண்களில் காதல் சொட்டச் சொட்ட அவன் அவளைப் பார்த்தான்.

அவளும் ஏறத்தாழ அப்படித்தான். ஆனால் நாணப்பட்டுத் தலையைச் சற்றுக் கவிழ்த்திருந்தாள்.

தாமிரபரணி சத்தம் போடாமல் ஓடி அதைத் தழுவும் காற்று மெல்ல கனகமயிலின் மாராப்புத் தாவணியையும் விலக்க, குபீரென்று பளீரிட்ட அந்தப் பழங்களைப் பார்த்து ஒரு வினாடி கணேசன் சுண்டி விடப்பட்டான்.

இந்த முறை அவள் தாவணியை மூடி மார்பை மறைக்காமல் அவன் மார்போடு தன் மார்பைக்கொண்டு சென்று, இறுக்கிக் கொண்டாள்.

கணேசன் பெண் எனும் வாழ்க்கையின் முக்கிய அத்தியாயத்தின் முதல் பக்கத்தைப் புரட்டிய இன்ப அதிர்ச்சியில் அப்படியே அவளோடு கலக்க ஆரம்பித்தான்.

உல்லாசம் தனது கொடியை அவர்களுக்குள் மிக உயரப் பறக்கவிட்ட வேளை தொலைவில், வெகு தொலைவில் தாமிரபரணிக் கரையில் ஒரு புள்ளியைப்போல் அசைந்து கொண்டிருந்தான், நாச்சியப்பன்!

எதேச்சையாக அந்தப் பக்கம் பார்த்த கனகமயில் தாவணியை வேக வேகமாய்ச் சரி செய்துகொண்டு கணேசனைவிட்டு ஒதுங்க ஆரம்பித்தாள்.

"ஏன் கனகு?"

"தூரத்துல யாரோ வர்றாங்க..."

"யாரு?"

"யாரோங்கறேன். என்னியே திருப்பிக் கேக்கறியே?"

கணேசனும் சுதாரித்துக்கொண்டு மெல்ல கண்களைக் கசக்கிவிட்டுக் கொண்டான்.

"நாச்சியப்பன் மாதிரி தெரியுது!" என்றான்.

"சரி... சரி... வா... வா... நாம போயிடலாம். அவன் கண்ணுல பட்டா வம்பு" படபடத்தாள் கனகமயில்.

இதற்குள் நாச்சியப்பன் அப்படியே திரும்பி கரை ஏறி மரங்கள் அடர்ந்த மயானப் பகுதியை நோக்கித் திரும்ப ஆரம்பித்தான்.

"என்ன இவன் சுடுகாட்டுப் பக்கம் போறான்?" கணேசனின் மனது பதைக்கத் தொடங்கியது.

"யோவ் நீ கொஞ்சம் முந்தி சொன்னியே வெட்டரிவாள் சம்பவம். அதுல இவனும் இருக்கான்ல?"

"ஆமா கனகு..."

அப்ப இவனுக்கும் அந்த மந்திரவாதிக்கும் ஏதோ சம்பந்தம் இருக்கு."

"எதை வெச்சு சொல்றே?"

"மக்கு... மக்கு... நீ சொல்ற எந்த விஷயம் நடக்காம போயிருக்கு? அந்த வெட்டரிவாள் விஷயத்துல இவனும்தானே பக்கத்தில் இருக்கான். அப்ப இவனும் அவன் கூட்டாளிதானே?"

"இருக்கலாம்."

"இருக்கலாம் இல்ல. அதான் நிஜம். அத்தோட ஒரு பொண்ணு கழுத்தைக் குறி வெச்சு வெட்டக் கைய ஓங்கினதா சொல்றே. அப்படின்னா இவங்க யாரோ ஒரு பொண்ணைப் பலி போடப் போறாங்கன்னு அர்த்தம்."

"கனகு அப்படித்தான் இருக்கணும். இப்ப இவன் இந்தச் சுடுகாட்டுக்கு எதுக்கு வந்திருக்கான்னு பார்ப்போமா?"

"வா போய்ப் பார்ப்போம். ஊருக்குள்ள என்னவெல்லாமோ நடக்க ஆரம்பிச்சிடுச்சு. மந்திரம், மாயம்னு ஆயிரம் நடக்கும்போல இருக்கு. ஒண்ணுமே புரியலை. ஆமா நீ இந்த மந்திர மாயத்தை எல்லாம் நம்பறியா?"

நடந்தபடியே கேட்டாள் கனகமயில். "அப்படின்னா என்னன்னே எனக்குத் தெரியாது" என்று வழிந்தான் கணேசன்.

சளசளவென்று கணுக்காலை நனைக்கும் தாமிரபரணியில் சளம்பியபடி சற்று வேகமாய் அதே சமயம் எச்சரிக்கையாய் இருவரும் நடக்க ஆரம்பித்தார்கள்.

ஆற்றோரமாய் ஏகாண்டமான மரக்கூட்டங்களுக்கு மத்தியில், 'ஹோ'வென்று காக்கைக் குருவிகூட அங்கே பறக்கமாட்டாத அமைதியில், திட்டுத் திட்டான சமாதிகளோடு, அந்தச் சமாதிகளை கீறிக்கொண்டு முளைத்த புற்களுக்கு மத்தியில் காட்சி தந்தது மயானம். அந்த மயானத்தின் பக்கம் இறந்தவர்களை எரிக்கவும், புதைக்கவும் வருகிறவர்களேகூட அச்சப்படுவார்கள்.

இரவுக் காலங்களில் விசும்பல் சத்தங்களும், ஒப்பாரிகளும், கூச்சல்களும் அளவுக்கதிகமாகவே வெளிப்படும். அந்த மயான சமாதிகளுக்கு மத்தியில் ஒரு சிறிய தகரம் வேய்ந்த குடிசை. நான்கு ஆங்கிள் தூண்கள் கால்களாய் தூக்கிக்கொண்டு நிற்க, அதற்குக் கீழே உள்ள நிழலில் எண்ணி ஒரே சமயத்தில் மூன்று பிணங்களை வரிசையாக வைத்து எரிக்கும்படியான வசதியில் பிணப்படுக்கை.

சற்றுத் தள்ளி குவியலாய் எரு மூட்டைகள். இன்னும் சற்றுத்தள்ளி கவிழ்த்துப் போட்ட பாடைகள், உடைத்துப் போடப்பட்ட சட்டிகள், உருவி எறியப்பட்டுக் காய்ந்து சருகாகி இருக்கும் பிணம் அணிந்த மாலைகள்.

அங்கொன்றும் இங்கொன்றுமாய்ச் சில எலும்புத் துண்டங்கள்!

ஆள் நடமாட்டமே இல்லாத அந்தப் பகுதியில் அச்சமே துளியும் இல்லாமல் தனது கால்களை வைத்தான் நாச்சியப்பன்.

தகரக் கூரைக்குக் கீழே ஒரு பிணம் பாதி எரிந்தும், பாதி எரியாமலும் வெந்து கொண்டிருந்தது. பக்கத்துப் பிணை மேடையின்மேல் ஒரு சவம் முழுமையாய் எரிந்து அவிந்திருந்தது. மற்றொரு பிணமேடை காலியாக இருந்தது. வெட்டியானைக் காணவில்லை.

சமீப காலமாய் வெட்டியானால்கூட அங்கே நின்று தன் கடமையைச் செய்ய முடியாதபடி துஷ்ட சக்திகளின் ஆட்சி அங்கே நடந்து கொண்டிருப்பதை உணர முடிந்தது.

நாச்சியப்பன் பட்டத்திரியை நினைத்துக் கொண்டான். உடனே பட்டத்திரியின் குரல் அவனுக்குள் ஒலிபரப்பாக ஆரம்பித்தது. நாச்சியப்பனாலேயே அதை நம்பமுடியவில்லை.

"பலே நாச்சியப்பா காரியங்களைக் கச்சிதமாகச் செய்து வருகிறாய். என் திருஷ்டியில் எல்லாம் தெளிவாகத் தெரிகிறது. சந்திரசேகரை வளைத்துவிட்டாய், கன்னிப்பெண்ணையும் கைப்பற்றி விட்டாய். தேவாங்கும் கிடைத்துவிட்டது. கடைசி விஷயம் இந்தப் பிணச் சாம்பல்தான்.

அதிலும் எரிந்துக் கொண்டிருக்கும் பிணம் ஒரு குடும்பத்துத் தலைப்பிள்ளையின் பிணம். வாலிப வயசில் அநியாயமாகத் தற்கொலை செய்து கொண்டிருக்கிறான். எரியும் பிணத்தின் தலைமாட்டில் அவன் ஆவி உட்கார்ந்து அழுது கொண்டிருக்கிறது. அதை உன்னால் பார்க்க முடியாது. நீ அந்த எரியும் பிணத்தின் பாதப்பகுதியின் சாம்பலை ஒரு கைப்பிடி அள்ளி எடு.

நமது பூஜைக்கு மிகமிக உகந்தது அது. சாம்பலை எடுக்கும் சமயம் அந்த ஆவி, எரியும் உடம்பை அப்படியே நிமிர்த்தி உட்கார வைக்கும். பயந்து திரும்பி விடாதே. உன்னுள் நான் ஒலி ரூபம் எடுத்து நிற்பதால் அந்த ஆவியால் உன்னைப் பிடித்து ஒன்றுமே செய்ய முடியாது.

சாம்பலை எடுத்த மறுவினாடி திரும்பிப் பார்க்காமல் நடந்து வீட்டுக்குப் போய்ச் சேர்.

பிணச் சாம்பலை எந்தக் காரணம் கொண்டும் வீட்டுக்குள் கொண்டு போகாதே. வாசல் நிலைகால் படிமேல் பொட்டணமாய் கட்டி வைத்துவிட்டுக் கால் கழுவிக்கொண்டு உள்ளே செல்.

பிறகு சகல பொருள்களோடும், அந்த சந்திரசேகர், கன்னிப் பெண் இவர்களோடு என்னை வந்து பார்."

பட்டத்திரியே அவனுக்குள் நுழைந்து பேசுவதுபோல் ஒரு பாவனையில், அதுவரை தனக்குள் ஒலித்த பட்டத்திரியின் குரலுக்காக ஆச்சரியத்தில் அதிசயித்தவனாய் நின்ற நாச்சியப்பன், தெம்போடு அந்தத் தகரக் கூரையை நோக்கி நடக்க ஆரம்பித்தான்.

அதே சமயம் கணேசனும், கனகமயிலும், பயத்துடன் மயான வாசலை எட்டியிருந்தார்கள். அதற்குமேல் போகப் பயந்தவர்களாய் உள்ளே நடந்து கொண்டிருக்கும் நாச்சியப்பனையே என்னதான் நடக்கப் போகிறது என்பதை அறிய, பார்க்க ஆரம்பித்தார்கள்.

நாச்சியப்பன் எரியும் சவத்தை நெருங்கினான். 'சடசட'வென்று சப்தம் போட்டுக்கொண்டு, இறுக்கமான புகை அணுக்களை உமிழ்த்தியபடி வெந்து கொண்டிருந்த அந்தத் தேகத்தின் பாதம். பட்டத்திரி சொன்னபடி முழுதும் வெந்து அவிந்திருந்தது.

குறிப்பாக விரல் எலும்புகள்கூட தீயால் நொறுங்கிச் சாம்பலாகி அங்கே படிந்து கிடக்க, கொஞ்சம் பயத்துடன் தனது இடதுகையை நீட்டி அந்தச் சாம்பலில் கை வைத்தான், நாச்சியப்பன்.

பாதத்துக்குமேல் இடுப்பு, மார்பு எனச் சரியாக எரியாமல் சடசடத்துக் கொண்டிருந்த அந்தப் பிணக்கூடு, பட்டத்திரி சொன்னதுபோல் மெல்ல நிமிர்ந்து அமரத் தொடங்கியது.

அதை உற்றுப் பார்த்தபடியே தைரியத்தை வலிய வரவழைத்தவனாய், சாம்பலைக் கூட்டி அள்ளினான். நாச்சியப்பன் எடுக்க விடாதபடி அந்தக் கூட்டின் எலும்புக் கை அவனைத் தடுக்க முயற்சி செய்தும் முடியவில்லை.

தூர இருந்து பார்த்துக் கொண்டிருந்த கணேசனும், கனகமயிலும் பயத்தில் அப்படியே உறைந்து போயிருந்தார்கள்.

சாம்பலை அள்ளியவன் பட்டத்திரி கூறிய மாதிரி திரும்பிப் பார்க்காமல் நடக்க ஆரம்பித்தான்.

மிக வேகமான நடை.

கணேசனும் கனகமயிலும் ஒரு பருத்த மரத்தின் பின்னால் சட்டென்று ஒளிந்து கொண்டார்கள். அவர்கள் ஒளிந்து கொண்ட வேகத்தில் 'சரசர'வென்று இலை தழை வதங்கும் சப்தம் கேட்க வேகமாகத் திரும்பிப் பார்த்தான் நாச்சியப்பன்.

***

# 21

மந்திரவாதி கூறியதைப்போல் பிணச் சாம்பலை அள்ளிக்கொண்டு திரும்பிப் பார்க்காமல் நடக்க ஆரம்பித்த நாச்சியப்பன். இலை, தழை சரசரப்பு சத்தம் கேட்ட திசையை நோக்கித் திரும்பினான்.

நல்ல வேளை... சட்டென்று கனகமயிலும் கணேசனும் பருத்த மரம் ஒன்றின் பின்புறத்தில் தங்கள் தேகங்களைப் பதுக்கி விட்டிருந்தார்கள். அதே சமயம் ஓணான் ஒன்று அந்த இலை தழைகளுக்கு நடுவில் 'விண்'ணென்று தலையை உயர்த்தி நாச்சியப்பனைப் பரிகசிப்பதுபோல் பார்க்கவும் நாச்சியப்பன் நிம்மதிப் பெருமூச்சானான்.

அந்தச் சுடுகாட்டு வாசலில் அவனின் பெருமூச்சு, வீசக்கூட பயந்த காற்றின் கூட்டத்தோடு சேர்ந்து கரைய, பார்வை தொலைவில் எழுந்து அமர்ந்து எரியும் அந்தச் சடலம்மேல் சென்றது.

உடனேயே அவன் காதுகளில் பட்டத்திரியின் ஒலி ரூபம்! 'முட்டாள்... உன்னைத் திரும்பிப் பார்க்காதே என்று சொன்னதை மறந்து சடலத்தைப் பார்த்துக் கொண்டு நிற்கிறாயே? நல்லவேளை ஆவி சான்னித்ய வீச்சத்துக்கு அப்பால், அதாவது தொண்ணூறு தப்படி தாண்டி தெய்வீக அரசமரம் வேர் விட்டிருக்கும் மரக்கூட்ட நிழலில் நின்றுக்கொண்டு பார்த்ததால் தப்பித்தாய்! இல்லையென்றால், நீ உள்வாங்கும் காற்றில் அந்த இளைஞனின் ஆவி கலந்து நுழைந்து உன் உடலின் உயிர் நரம்புக் கூட்டத்தையே போட்டு முறுக்கிவிட்டு உன் வாயில் நுரை ததும்ப விட்டிருக்கும்.'

நாச்சியப்பனுக்கு அதைக் கேட்க உதறல் எடுத்தது.

சட்டென்று உடம்பைத் திருப்பி மயானத்துக்கு முதுகைக் காட்டியபடி நடக்க ஆரம்பித்தான். நடையில் அசுர வேகம்!

கனகமயிலும் கணேசனும் அவ்வளவையும் பார்த்து ஸ்தம்பித்துப் போயிருந்தனர்.

"யோவ்... என்னய்யா இது? என்னவெல்லாமோ நடக்குது? இந்த மாடு திருடிக்கு மயானத்துல என்ன வேலை? வந்தான், சாம்பல் எடுத்தான், அந்தப் பொணம் என்னடான்னா உசுர் வந்த மாதிரி விறைச்சு உக்காருது! நம்பளை சுத்தி என்னதான் நடக்குது? எனக்கு ஒண்ணுமே புரியலையே?"

கனகமயில் கணேசனிடம் ஆதங்கப்பட்டுக்கொள்ள, கணேசனும் பயங்கலையாத முகத்தோடு அதை ஆமோதிக்க, மெல்ல இருவரும் அங்கிருந்து அகல ஆரம்பித்தனர்.

"கணேசா! நம்ப ஊர்ல ஏதோ ஒரு பெரிய காரியம் காதும் காதும் வெச்சமாதிரி நடக்க ஆரம்பிச்சிருக்கு. அதுல அந்த மந்திரவாதி, இந்த நாச்சியப்பன், அந்தத் தட்டுவாணி தங்கமணி எல்லாருக்குமே பங்கு இருக்கு. அதை என்னன்னு பாத்துடணும். இல்லேன்னா உன் மனசுல அந்த மந்திரவாதி எவளையோ வெட்ட அரிவாளை ஓங்குன சமயத்துல இந்த நாச்சியப்பன் பக்கத்துல இருப்பானா?" நடந்துக்கொண்டே கேட்டாள்.

"ஆமாமா... ஆனா இதுல எல்லாம் எதுக்கு கனகு நாம் மனசை செலுத்திட்டு? எனக்கு என் தலைவலியே பெரிய பிரச்சினையா இருக்கச்சே..." கணேசன் சலித்துக் கொண்டான்.

"சும்மா இருய்யா... எப்பப்பாரு தலைவலி தலைவலின்னுகிட்டு. அது, எப்பேர்ப்பட்ட அபூர்வ சக்தி. அதைப்போய் பெரிய வேதனையா நினைக்கிறியே?"

"ஆமா. உனக்கு வந்தா தெரியும். மண்டைக்குள்ற வண்டுங்க பூந்து குடையற மாதிரி..."

“எனக்கு அந்த மாதிரி சக்தி இருந்தா, இந்த ஊரையே கலக்க அடிச்சிடுவேன். பெரிய பெரிய மந்திரியெல்லாம் என்னை வந்து பார்த்து, ‘சுவாமி தயவுசெய்து என் எதிர்காலம் பற்றிக் கூற வேண்டும்’னு மனுபோட்டு மண்டிபோட வெச்சுடுவேன். நீயொரு பொழைக்க தெரியாத ஆளு!”

“அப்படிப் பொழைக்கணும்னு எனக்கு அவசியமில்லை, ஆத்தி! நீ பெரிய லவுண்டியா இருப்பே போல இருக்கே...?”

“அத்த விடு. இந்த நாச்சியப்பன் இந்தச் சாம்பலைக் கொண்டுப்போய் என்ன பண்ணப் போறான்? அது நமக்குத் தெரிஞ்சாகணுமே...”

“நமக்கில்ல உனக்குன்னு சொல்லு...”

“ஏய்யா பயந்து விலகறே? ஆம்பளையா லட்சணமா நிமிர்ந்து நில்லு. ஆமா எனக்கு முக்கியமா ஒரு விஷயம் தெரியணும், நாச்சியப்பன் வீட்டுக்குள் புகுந்து ஒரு மாடு செத்துப்போச்சு! உன் லட்சுமிப் பசுவோ மந்திரவாதிக்குப் பால் கொடுத்திச்சு! இதையெல்லாம் கேள்விப்பட்ட உன் பண்ணையார் என்ன சொன்னார்?”

அவள் கேட்ட அந்தக் கேள்விமுன் கணேசன் வெகு யோசனையோடு மவுனம் சாதித்தான்.

“அட சொல்லுய்யா... அந்த ஆளைப்பத்தி நீ மூச்சுவிடலையே?...”

திரும்பவும் கணேசனிடம் மவுனம்.

“நீ ‘உம்’முன்னு இருக்கிறதைப் பார்த்தா ஏதோ விவகாரம் இருக்கிற மாதிரி தோணுதே?”

அவள் விடாமல் கிண்டவும் மெல்ல வாயைத் திறந்தான்.

“கனகு நீ நான் சொல்லப் போறதை யார்கிட்டேயும் சொல்லக்கூடாது.”

“என்னய்யா பீடிகையெல்லாம் போடறே? நான் சாதாரணமாகத்தானே கேட்டேன்?”

“நீ சாதாரணமா கேட்டிருக்கலாம். ஆனா பண்ணையார் அதைச் சாதாரணமா எடுத்துக்கிடலை.”

“வேற எப்படி எடுத்துக்கிட்டார்?”

“நீ இதைப் பத்தி யார்கூடேயும் பேசக்கூடாதுன்னு என்னைக் கண்டிச்சார்!”

“ஆச்சரியமாயிருக்கே... அப்புறம்?”

“அப்புறமா ‘விறுவிறு’ன்னு கொல்லைப்புறம் போனாரு. அங்கே பழைய குதிரை லாயம் ஒண்ணு இருக்கு. அதுல இப்ப குதிரையும் கிடையாது. ஒரு கழுதையும் கிடையாது...”

“அதான் நீ இருக்கியே...”

“ஏய் இடக்கா? நான் எவ்வளவு முக்கியமான விஷயத்தைச் சொல்லிவிட்டு வர்றேன்...”

“சரி சரி... கோவிச்சுக்காதே என் ராசா... சொல்லு சொல்லு...”

“அந்தக் குதிரை லாயத்துக்குள்ள ஒரு ரூம் இருக்கு. பழைய காலத்துத் தேக்குக் கதவு போட்ட ரூமு! உள்ளே எப்படி இருக்கும்னு தெரியாது. ஏன்னா அது எப்பவும் பூட்டியே இருக்கும்.”

“அட என்னய்யா இது ஆச்சரியம். குதிரை லாயத்தைக் கூடவா பூட்டி வைப்பாங்க?”

“என்னைக் கேட்டா? அந்த ரூமுக்குள்ற பண்ணையார் பூந்துக்கிட்டுக் கதவைத் தாள் போட்டுக்கிட்டார். பிறகு அரைமணி கழிச்சுதான் வெளியே வந்தார்!”

“நீ எட்டிப் பார்க்கலியா?”

“ஹஹூம்! பார்த்தா அடி பின்னிப்புட்டார்னா?”

“சரியான லூசுய்யா நீ. இந்த மாதிரி ‘அத்திரி பத்திரி’ விவகாரம்னா அதுல என்ன இருக்குன்னு தெரிஞ்சுக்க வேண்டாமா?”

"ஆமா அத்திரி பத்திரின்னா என்ன?"

"இதுக்கெல்லாம் பதில் எனக்குத் தெரியாது. குண்டக்க முண்டக்க நான் எதையாவது சொல்வேன். நீ வேற அதுக்குப் போய் அர்த்தம் கேட்டுக்கிட்டு... என் வரையில் அந்தக் குதிரை லாய அறைக்குள்ற என்னவோ இருக்கு... நம்ம ஊர்ல எவ்வளவோ விவகாரங்கள். மந்திரவாதி நாச்சியப்பன்னு... இப்ப பண்ணையாரையும் அதுல சேர்த்தாகணும் போல இருக்கே?"

"தா பாரு கனகு... ஊர் விவகாரத்துல மூக்கை நுழைக்க இப்படி அல்லாடாதே. மொத என் தலை நோவைப் பத்திப் பேசு."

இருவரும் படு கேஷுவலாக, அதே சமயம் சீரியஸாக மாறி மாறிப் பேசியபடியே நடந்து ராஜமங்கலத்து நுழைவாயிலின் பிரதான, அந்த ஆலமரம்வரை வந்து விட்டார்கள்.

ஒரு காலத்தில், சிங்கத்தேவன் ஊர்க்காவல் முடித்துவந்து தனது சரீரத்தைக் கிடத்திய அந்த ஆலமரத்தைத் தவிர ராஜமங்கலம் இப்பொழுது தலைகீழாக மாறிவிட்டிருந்தது.

வீதிகள் பெருத்து, கூரைகள் வீடுகளாய் உருமாறி, தலையில் டி.வி. ஆண்ட்டெனா பந்தலோடு நிற்க அடேயப்பா... எவ்வளவு மாற்றங்கள்!

பளபளவென்று தார்ச்சாலைகள். பதவிசாய் அதில் பறக்கும் வாகனங்கள்!

அந்த வாகனக் கூட்டத்தில் அந்தப் போலீஸ் ஜீப் மட்டும் துண்டாய்ப் பளிச்சென்று தெரிந்தது. உள்ளே டிரைவர் இருக்கையில் ஏஞ்சல்! பக்கத்தில் தேவதாஸ்.

"பரவாயில்லியே... நல்லாவே டிரைவ் பண்றியேம்மா! ஆமா என்ன விஷயமா இந்த ராஜமங்கலம் வந்துருக்கே? அந்த மனோகரனோட புகாரை விசாரிச்சு ஆக்ஷன் எடுக்கவே நேரம் சரியா போயிடுச்சு. உன்கூட சரியா பேசக்கூட முடியல! ஊர்ல அப்பா, அம்மா எல்லாம் சவுக்கியமா?"

தேவதாஸ் வாஞ்சையாய் விசாரிக்கவும் ஏஞ்சல் இறுக்கமாய் பிரேக் பிடித்து ஜீப்பை இளைப்பாற்றினாள்.

“எல்லாரும் சவுக்யம்! இனிமே நீங்க ஓட்டுங்க. ஜஸ்ட் எ மினிட். இந்த ஆலமரமும் இது மேலே உட்கார்ந்திருக்கிற பறவைகளும் பார்க்க ரொம்ப அழகா இருக்கு. ஒரு ஸ்டில் எடுத்துட்டு வந்திட்றேன் அங்கிள். வந்து உங்க கேள்விக்கு விபரமா பதில் சொல்றேன்” என்றவள் இளைப்பாறிய ஜீப்பை விட்டு இறங்கினாள். இடது தோளில் தொங்கிய காமிரா சகிதம் பெயருக்கேற்ப தேவதைபோல் நடந்து ஆலமரத்தைப் பார்த்தபடி நடந்தாள்.

எதிரே அந்த மரத்தைத் தாண்டி வந்துகொண்டிருந்த கணேசன், எதிரே வரும் ஏஞ்சலைப் பார்த்துவிட்டு ஒரு வினாடி திடுக்கிட்டான். அதைக் கனகமயில் துல்லிதமாய் உணர்ந்தவளாய் “என்னய்யா, என்ன விஷயம்?” என்று காதைக் கடிக்கவும் பதிலுக்கு அவள் காதைத் திரும்பக் கடித்தான் கணேசன்.

“கனகு இந்தப் பொண்ணுதான் கொஞ்சம் முந்தி என் மனசுல விரிஞ்ச அந்த அரிவாள் வெட்டற காட்சியில் உன் பக்கத்துல நின்னுக்கிட்டிருந்த பொண்ணு!”

“நிஜமாவா? இவளைப் பார்த்தா போலீஸ்காரி மாதிரி தெரியுது. இவளா என்கூட...”

“ஆமா இவளேதான்!” கணேசன் ஊர்ஜிதப்படுத்திய அந்த வினாடியில் ஏஞ்சல் இருவரையும் பார்த்து இலேசாய்ப் புன்னகைத்தாள்.

கனகமயிலின் பூப்போட்ட தாவணியையும் அவள் தலையில் சூடியிருக்கும் மடல் தாழம்பூவின் ஒற்றை மடலையும் கண்டு ரம்மியமாய் ரசித்தாள்.

“லவ்லி!” என்று இதழ்கள் முணுமுணுத்தன. தேவதாசும் ஜீப்பைவிட்டு இறங்கி வந்தார். தேவதாசைப் பார்த்த கணேசன் சற்று விரைப்பானான்.

ஏற்கனவே அவனுக்கு அவரைத் தெரியும். தேவதாஸ் அடிக்கடி பண்ணையாரைப் பார்க்கப் பண்ணையார் வீட்டுக்கு வரும் சமயம் காப்பி கொடுத்து உபசரிப்பதெல்லாம் கணேசன்தான்.

அந்த வகையில் ஏற்பட்ட பரிச்சயம் போலீஸ்காரரர் என்பதால் பயபக்தியாய் இப்பொழுது அவனிடம் வெளிப்பட்டது. அத்தோடு அவனைப் பற்றி ஊருக்குள் 'குறி சொல்பவன்' என்பதுபோல் பேசப்படும் வதந்தி பற்றி அவரும் கேள்விப்பட்டிருந்தார்.

"இவன் எதையாவது சொல்லி வைப்பான். அது நடந்துடும். எல்லாம் காக்காய் உட்காரப் பனம்பழம் விழுந்த கதைதான் சார்!" என்று பண்ணையார்கூட கிண்டல் செய்தது உண்டு.

எல்லாம் ஞாபகத்துக்கு வர "என்னப்பா இந்தப் பக்கம்! அதுவும், ஒரு பொண்ணோட?" கனகமயிலைப் பார்த்தபடியே கேட்டார் தேவதாஸ்.

கணேசன் என்ன சொல்லலாம் என்பது தெரியாமல் விழித்தான். ஏஞ்சலோ கனகமயிலின் தாவணியத் தொட்டுப் பார்த்து, "என்ன விலை? எங்கே வாங்கியது..." என்று இந்தியப் பெண்களின் குணத்தைக் காட்டிக் கொண்டிருந்தாள். கணேசன் தாறுமாறாக விழிப்பதைப் பார்த்த தேவதாஸ் எச்சரிப்பதுபோல் பேசினார்.

"ஊர்ல திருட்டுப் பசங்க நடமாட ஆரம்பிச்சுட்டாங்கய்யா. ஜாக்கிரதை! பெண்பிள்ளை தனியா நின்னுக்கிட்டிருந்தா அவ்வளவுதான். நேத்து சாயக்காலம்கூட ஒரு பொண்ணு நம்ம ஊர்ல காணாம போயிருக்கா. உன் ஜோடியா இந்தப் பொண்ணு! ஜாக்கிரதையா இருக்கச் சொல்லு."

தேவதாஸின் எச்சரிக்கை கணேசனை ஒரு கசக்கு கசக்கியது.

"நம்ம கிராமத்திலேயா சார்!" ஆச்சரியமா கேட்டான்.

"இப்ப நம்ப ஊர் கிராமம் இல்ல. ஏறத்தாழ டவுன். எல்லா தப்பும் நடக்க ஆரம்பிச்சிடிச்சு."

கணேசனுக்குச் சட்டென்று மந்திரவாதி ஞாபகம் வந்தது. கூறலாமா? என்று யோசித்து பிறகு மனதுக்குள்ளேயே

கேள்வியைத் திருப்பிவிட்டு அவரைப் பார்த்தான். பயத்தோடு சிரிக்க முனைந்தான்.

அதேசமயம் 'சிலீர்' என்று தலையை வலித்தது, அந்த வழக்கமான வலி. கண்களில் ரத்தச் சிவப்பு ஓடிவந்து பரவியது. அவன் மனக்கண்ணில் தேவதாசும், ஏஞ்சலும் பயணம் செய்யும் அந்த போலீஸ் ஜீப் ஒரு மைல்கல் மேல் மோதிக் கவிழ இருவரும் தூக்கி எறியப்படுகின்றனர். தோன்றிய வேகத்தில் அந்தக் காட்சி அழிய சுயநிலை திரும்பிய கணேசன் உடனேயே தேவதாசின் கைகளைப் பிடித்து "சார் தயவுசெய்து இந்த ஜீப்ல போகாதீங்க சார்! போனா மைல் கல்மேல் மோதி கவிழ்ந்துடும்! உங்க உயிருக்கு ஆபத்து சார்" என்றான்.

ஏஞ்சலும் அதைக்கேட்டு ஆச்சரியத்தோடு அவன் அருகில் வந்தாள். கனகமயிலுக்கோ அதிர்ச்சி. ஆனால் தேவதாஸோ மிதமான ஒரு சிரிப்போடு கணேசனைப் பார்த்தார். பின் பேசினார்.

"நீ விட்ற இந்தக் கதையை ஊர் வேணா நம்பலாம். நான் படிச்சவன். இப்படி ஏதாவது என் மாதிரி போலீஸ்கிட்ட உன் குறி சொல்ற கப்ஸா வேலைய வெச்சுகிட்டே பிடிச்சி உள்ள போட்டுடுவேன் ஜாக்கிரதை" என்றார்.

"இல்ல சார், அவர் தலைவலி வந்து எது சொன்னாலும் அது உடனே நடந்துடுது..." கனகமயில் இடையில் புகுந்து வக்காலத்து வாங்கிப் பார்த்தாள்.

தேவதாஸ் அதை லட்சியப்படுத்தின மாதிரி தெரியவில்லை. ஜீப்பை நோக்கி அங்கு நின்றது போதும் என்பதுபோல் நடந்தார். ஏஞ்சலும் பின்தொடர்ந்தாள்.

"என்ன அங்கிள் இதெல்லாம்? யார் இவங்க? ஜோசியம் மாதிரி என்னவோ சொல்றான் அந்த ஆளு?" ஏஞ்சல் கேள்வியோடு ஜீப்பில் ஏற, ஜீப்பை ஸ்டார்ட் செய்தார் தேவதாஸ்.

"அவன் பேரு கணேசன். குறி சொல்வாங்களே அந்த மாதிரியான ஆள்!"

“இந்த சாமி, பூதம் பேரால கதையடிப்பாங்களே அந்த மாதிரியா?” ஏஞ்சல் கேட்கவும், “எக்ஸாக்ட்லி” என்றபடி தார்ச்சாலையில் ஜீப்பை ஏற்றி ஆக்சிலேட்டரை அழுத்தி மிதித்தார் தேவதாஸ்.

வில்லில் இருந்து விடுபட்ட அம்பைப்போல வேகம்பெற்ற அந்த ஜீப், ராஜமங்கலத்தில் இருந்து பாளையங்கோட்டைக்குக் குறி வைத்தது.

“சரி எங்கே வந்தே? என்ன விஷயமா வந்திருக்கே... சொல்லு” தேவதாஸ் கேட்டார்.

“திருநெல்வேலில ஒரு அரசியல் மாநாடு. நியூஸ் கவர் பண்ண வந்தேன். அப்படியே ராஜமங்கலம் வந்து உங்களைப் பார்த்துட்டுப் போக வந்துருக்கேன். ஏதாவது ஹாட் நியூஸ் உங்க சர்வீஸ்ல உண்டா? சொல்லுங்க. எங்க பத்திரிகைல போட்டு பிச்சு உதறிடறேன்” அவள் கேட்டாள்.

“ஒரு பொண்ணை என் பகுதியில் கடத்தியிருக்கறதே ஹாட் நியூஸ்தானே?” தேவதாஸ் கேள்வி கேட்ட சமயம் எதிரே ஒரு வாகனம், வழிவிட வேண்டி சற்று பிரேக்கைப் பிடிக்க, அவர் அதன்மேல் அழுத்தம் கொடுக்கவும், அது புசுக்கென்று அமுங்கியது.

‘நான் ஃபெயிலியர் மிஸ்டர் தேவதாஸ்?’ என்றது.

***

# 22

கணேசன் சொன்ன குறி பலித்து விடுமோ? மைல் கல்மீது ஜீப் மோதி கவிழ்ந்துவிடும் என்றானே? வினாடி நேரத்தில் மனதில் ஒரு சிலிர்ப்பு ஓட தேவதாசிடம் திகைப்பு!

சந்தேகத்தோடு திரும்பத் திரும்ப பிரேக்கை மிதித்துப் பார்த்தார்.

கண்ணிமைப்பதற்குள் எதிரே வரும் வாகனம் ஜீப்பை மோதும் ரகமாய் நெருங்கிவிட்டது புரிந்தது. ஏஞ்சல் தேவதாசின் திகைப்பை உணர்ந்து அவரைப் பார்த்து விதிர்ப்படைய, தேவதாசின் நெற்றிப் பொட்டில் அதிர்ச்சியில் பெருகிய வியர்வையின் கம்பீரப் பெருக்கம்.

“ஏஞ்சல் திடீர்னு பிரேக் பிடிக்கலை! அந்தக் கணேசன் சொன்ன மாதிரிதான் நடக்கப் போகுது...” படபடக்கப் பேசியபடி ஸ்டியரிங்கை வளைத்து எதிர்வரும் வாகனத்துக்கு வழிவிட முயற்சி செய்தார். வேகம் குறையாத அந்த ஒதுங்கலில் அவரின் ஜீப் பாதையோரத்துப் புழுதி மண்ணில் சீறிக்கொண்டு ‘பாளையங்கோட்டை ஆறு கிலோ மீட்டர்’ என்ற எழுத்துக்களைக் காட்டி நிற்கும் மைல்கல் மேல் வேகமாய் மோதி, அப்படியே கவிழ்ந்து தேவதாசையும் ஏஞ்சலையும் பொட்டணமாய்க் குலுக்கி மண்ணில் விட்டெறிந்து புரட்டியது.

ஏஞ்சல் ‘வீல்’ என்ற அலறலோடு அவ்வளவாய்க் காயம் இன்றி மயக்கமடைய, தேவதாஸ் முழங்காலுக்குக் கீழே ரத்தச் சக்தியோடு மயக்கமாகத் தயாரானார்.

சப்தம் கேட்டு விபத்தைப் பார்த்த இவர்களைத் தாண்டிக்கொண்டு சென்ற அந்த வாகன ஓட்டி, தனது

வாகனத்தை அமைதிபடுத்தி ஓரமாய் நிறுத்திவிட்டு இறங்கி ஓடிவர ஆரம்பித்தான்...

தொலைவில் வயல்மேல் கடலை பிடுங்கிக் கொண்டிருந்த இன்னும் சிலரும் ஓடிவரத் தொடங்க, தேவதாஸ் மயக்கத்தில் முழுதுமாய்க் கலந்துவிட்டிருந்தார்.

கனகமயிலிடம் சொல்லிக்கொண்டு பிரிந்த கணேசன் பண்ணையார் வீட்டை எட்டியபோது வீடே ஆளரவமின்றி வெறிச்சோடிப் போய்க் கிடந்தது.

அரண்மனையை நிகழ்த்திய வீடு.

ஐந்து பேர் சுற்றிவந்து பிடித்தாலும் பிடிக்குள் அகப்படாத நாயக்கர் மஹால் தூண்களைப் போன்ற வழவழப்பான தூண்கள். அதனால் தூக்கி நிறுத்தப்பட்ட மேல் மச்சு.

'கர்ட்டன்ஸ், ஸ்கிரீன், திரைச்சீலை' என்று தொங்கவிட்டு அந்த வீட்டின் நூற்றி எட்டு ஜன்னல்களை அழகு பார்க்கப் பண்ணையாருக்குச் சம்மதமில்லை போலும்! அந்த ஜன்னல் வழியே வீட்டைச் சுற்றியிருக்கும் அசோக, வாதநாராயண, மகிழ மரங்கள் போடும் காற்று வீச்சு சப்தம் கேட்டுக் கொண்டேயிருக்கும்.

வீடு முழுக்க ஏ.சி. செய்த மாதிரி ஒரு குளுமை.

அதிசயமாய் மச்சுப்படி ஏறும் மரப்படி வளைவின்மேல் கம்பீரமாய்ப் பண்ணையார் முத்துசுந்தரத்தின் தலைப்பாகை தரித்த வரைபடம்.

அங்கங்கே நல்ல தேக்கினால் கடைந்தெடுத்து உருவாக்கப்பட்ட மோடோக்கள். வார்னீஷ் பூசாமலே வழவழ பளபளப்பில் அது தனக்கு வயது நூறுக்கும் மேல் என்று சொல்லும் விதத்தில் அதனுள் கம்பீரப் பழமை.

அதன் மேலெல்லாம் வாடிய பூச்சாடிகள். வேலைக்காரி ரத்தினம் பார்த்துப் பார்த்து செய்ய வேண்டிய வேலையில் அதுவும் ஒன்று. கணேசனுக்கு அந்தப் பூச்சாடியைப் பார்க்கவும்,

ரத்தினத்தின்மேல் கோபமான கோபம். அவளைத் தேடத் தொடங்கினான்.

வீடு அநியாயத்துக்கு வெறிச்சோடிக் கிடந்தது.

எங்கே எல்லோரும்? சதா வில்வண்டிச் சத்தமும், நெல் மூட்டை இறக்கி ஏற்றும் சலசலப்பும், கணக்குப் பிள்ளை ஆட்களை விரட்டிக் கடிக்கும் வேகமுமாய் ஒரு தொழிற்சாலை மாதிரி தென்படும் பண்ணை வீடா இது?

ஒவ்வொரு அறையாய்ப் புகுந்து பார்த்துவிட்டு இறுதியில் சலிப்போடு மாடி ஏறக் காலெடுத்தான் கணேசன்.

"ஏதாவது ஆத்திரம் அவசரம்னா கணேசன் மட்டும் மச்சுல வந்து என்னைப் பார்க்கலாம். வேற யாரும் மேல வரக்கூடாது." என்றோ பண்ணையார் சொல்லியிருந்த அந்தப் பேச்சு கணேசனுக்கு ஞாபகம் வர மெல்ல படிகளில் ஏறினான்.

இத்தனை வருஷத்தில் ஒரு ஐந்தாறு தடவைதான் பண்ணையார் அறைக்கே அவன் போயிருந்திருப்பான். அந்த அறையில் எல்லா வசதிகளும் உண்டு. ஒரு பக்கம் ஸ்டீரியோ, மறுபக்கம் டி.வி. இன்னொரு பக்கத்தில் கலர் கலரான பாட்டில்களில் மது. ரெட் கார்பெட்டால் வேயப்பட்ட தரை. நான்கு சிறகுள்ள சீலிங்ஃபேன். மெத்து மெத்தென்ற உருண்டைத் தலையணைகள் என்று ராஜபோகமாய்த் திகழும் அந்த அறையைக் கணேசனுக்கு மிகவும் பிடிக்கும்.

அப்படி அவனுக்குப் பிடித்த அந்த அறையின் கதவுக்கு முன்னாலே போய் நின்றான். பக்கத்து தேக்கு மோடோ மேல் பாடம் செய்து வைக்கப்பட்டிருந்த பொதிகை மலையில் பிடிக்கப்பட்ட புலி, கணேசனை வாயைப் பிளந்து கொண்டு வெறித்தது.

தட்டின கதவு திறக்கப்பட எதிரே பண்ணையார். பட்டுச் சட்டையும், புலி நகச் செயினுமாய் வழக்கமாய்த் தென்படும் தோரணையில் இல்லாமல் நெற்றியில் மையும், குங்குமமும்

தரித்தவராய் உடம்பில் கறுப்பு அங்கி அணிந்தவராய்...! கணேசனைப் பார்த்துவிட்டு இலேசாய் முகம் சுணங்கினார். பார்வையாலேயே 'எங்கு வந்தாய்?' என்ற கேள்வி. கதவை முழுவதுமாய்த் திறக்காமல் அரைக்கதவைத் திறந்துக்கொண்டு உள்ளே அறையை மறைத்தவராய் நிற்கும் அவரைச் சற்று ஆச்சரியத்தோடு பார்த்தான் கணேசன்.

"ஐயா... வீடு கீழ வெறிச்சோடிப் போய்க் கிடக்குது. ஒருத்தரையும் காணோம். என்ன ஏதுன்னு எனக்குத் தெரியலை. அதான் உங்களைப் பார்த்து விசாரிக்கலாம்னு வந்தேன்" மிடறு விழுங்கியபடி பேசினான்.

"நான்தான் எல்லாருக்கும் லீவு கொடுத்து அனுப்பிட்டேன். உனக்கு ஒரு வாரத்துக்கு லீவு..."

"ஐயா என்ன திடீர்னு லீவு தர்றீங்க..."

லீவுன்னா சந்தோஷமா போறதை விட்டுட்டு நின்னு நெளியறியே..." பண்ணையார் அவன்வரையில் அப்படிப் பேசி அவன் பார்த்ததேயில்லை.

"ஐயா... எனக்கென்ன வீடா? வாசலா? நான் எங்க போவேன்? நீங்கதானே எனக்கு எல்லாம்?" குழைந்தான்.

"எனக்கு இங்க முக்கியமான வேலை இருக்கு. பணம் தரேன். உனக்கு அடிக்கடி தலைவலி வருதுன்னு சொல்லுவியே. அதுக்குத் திருவெல்வேலி போய் மருத்துவம் பார்த்துட்டு வா. மெள்ள வா. அவசரமில்ல! அப்படியே வந்தாலும் நான் கூப்பிடாம இந்த மாடி ஏறி நீ என்னைப் பார்க்க வரக்கூடாது. யாரையும் அந்த மாடி ஏற விடவும் கூடாது. என்ன?"

சற்று அதட்டலாய்க் கேட்டவர் படாரென்று கதவை மூடிவிட்டு உள்ளே சென்றார். கணேசனுக்குள் ஒன்றும் புரியாத அதிர்ச்சி. அவன் சற்று நிலைகுலைந்த மாதிரி பாடம் செய்து வைத்திருக்கும் அந்தப் புலிப் பொம்மை அருகில்போய் அதன்மேல் சாய்ந்துக்கொண்டு பெருமூச்சு விட்டான். திடீரென்று நாசியை

சாம்பிராணிப் புகை வந்து நெருடியது. யாரோ ஒருவர் அடிக்குரலில் திரும்பத் திரும்ப ஒரே வார்த்தையை முணுமுணுப்பது போன்ற சப்தம் வேறு லேசாய் காதுகளில் பாய்ந்தது.

'என்ன நடக்கிறது அறைக்குள்?' எட்டிப்பார்க்கும் ஆசை தலை எடுத்தது. உடனேயே பண்ணையாரின் கடுமையான குணத்தை நினைத்து அது பந்தாய்ச் சுருண்டது.

கணேசன் 'குழப்பம் ஆச்சரியம் பயம்' என்ற கவலைகளில் வடித்து வைத்த பிள்ளையாராய் நின்று கொண்டிருக்க, திரும்பவும் கதவு திறக்கப்படும் சப்தம்.

பண்ணையார் கைகளில் பத்து நூறு ரூபாய்த் தாளுடன் தென்பட்டார்.

"இந்தா பணம்!" என்று அவன் எதிரே நீட்டினார். தயக்கத்தோடு அதை வாங்கக் கைகளை நீட்டினான். அப்பொழுதுதான் அவரது மணிக்கட்டைப் பார்த்தான். கொத்தாய்த் தலைமுடியைக் கயிறுபோல் சுருட்டிக் கட்டியிருந்தார். அந்த முடி கயிற்றில் வெட்டி எடுக்கப்பட்ட ஒரு ஒற்றைச் சுண்டுவிரல் மஞ்சள் துண்டுபோல் செருகப்பட்டிருந்தது.

அதைப் பார்த்ததும் பார்க்காத மாதிரி பணத்தை வாங்கிக்கொண்டு படி இறங்குவதுபோல் பாவ்லா செய்யத் தொடங்கினான். அடி வயிற்றில் ஈட்டி பாய்ந்த மாதிரி ஒரு கலக்கம்.

'என்ன நடக்கிறது இங்கே?' கேள்விக்குள் மிகக் குழம்பத் தொடங்கினான். கனகமயில் ஊருக்குள் ஏதோ ஒரு காரியம் ரகசியமா நடந்துக்கொண்டு இருக்கிறது என்று சற்றுமுன் ஆயாசப்பட்டுக் கொண்டது மாதிரி, அதில் பண்ணையாரையும் சேர்த்து முடிச்சு போட்டுச் சிந்தித்ததுபோல் அவனும் சிந்திக்க ஆரம்பித்துவிட்டான்.

சடாரென்று பலமாகத் தலையைத் தட்டியதுபடி வளைவில் இருந்த பண்ணையார் முத்துசுந்தரத்தின் வரைபடம்! வலியோடு அதை ஊன்றிப் பார்த்தான். அது இவன் தலை மோதியதால் உண்டான அதிர்வில் இடது வலமாய் ஆடத் தொடங்கியது.

அதைப் பிடித்து அதன் ஆட்டத்தை நிறுத்த அவன் முனைய சடாரென்று தொங்கிக்கொண்டு இருந்த நிலையில் அந்தப் படம் தனது தொங்கலை இழந்து கணேசன்மேல் விழ ஆரம்பித்தது.

சுதாரித்துக்கொண்டு அதைத் தாங்கிப் பிடித்தான். ஆளுயர நல்ல மெல்லிசான மஞ்சக்கடம்பை பலகையில் வரையப்பட்ட படம். நீண்ட சதுரத்தில் அவன் கைகளைப் போட்டு அழுத்தியது.

ஒருவாறு அதைத் தாங்கிப் பிடித்து, பக்கத்துப் படிமேல் லேசாய் ஒருக்களித்துவிட்டு நிமிர்ந்தவன் காலில் நரம்பு அறுந்த மாதிரி சுண்டி விடப்பட்டான். இதுநாள் வரையில் அந்தப் படம் தொங்கிக்கொண்டு இருந்த இடத்தில், அந்தப் படத்துக்குப் பின்னாலே சுவற்றிலேயே வரையப்பட்டிருந்தது இன்னொரு சித்திரம்! பார்க்க சற்று இலேசாய் மங்கின மாதிரி இருந்தது.

அந்தச் சித்திரத்திலும் பண்ணையார் முத்துசுந்தரம் இருந்தார். ஆனால் பக்கமாய் பதினாறு பதினேழு வயது மதிக்கத் தகுந்த அளவில் கஸ்தூரி நின்று கொண்டிருந்தாள். பட்டுப்பாவாடை தாவணி தரித்து, இடுப்புக்கு ஒட்டியாணமும் மூக்குக்குப் புல்லாக்கும் பூட்டிக்கொண்டு பூப்போல சிரித்தபடி.

ஆச்சரியமாய்ப் பார்த்தான் கணேசன். 'யார் இந்தப் பெண்? பண்ணையாரின் மகளோ?' மனதில் வினாக்களோடு அந்தப் படத்தை ஊன்றிப் பார்த்தவன் காதுகளை இப்பொழுது பலமான ஓங்கார சப்தம் வந்து கலைத்தது.

யாரோ கர்ண கடூரமாய் ஒரே சொல்லைத் திரும்பத் திரும்பச் சொல்லி உச்சரிப்பது போன்ற சப்தம். ஆளரவமற்ற அந்தச் சூழ்நிலையில் அந்தச் சப்தம் அவனைப் போட்டுப் பிரட்டியது.

உடனேயே வீட்டைவிட்டு ஓடிவிடவேண்டும் என்பதுபோல் பயம் அவன் தொண்டைக் குழியை வந்து அடைத்தபோது 'வீல்' என்ற ஒரு பெண் அலறும் சத்தம்!

கணேசன் படிகளில் நின்றபடியே அண்ணாந்து சப்தம் வந்த மாடியின் பண்ணையார் அறையைப் பார்த்தான்.

கால்களை மேலே இயக்கி அறைக்குள் நடப்பதைப் பார்க்கலாமா? இல்லை கீழே இறக்கி ஓடிப் போய்விடலாமா? அவன் குழம்பித் தவித்த சமயம் பண்ணையாரின் அந்த மாளிகை போன்ற வீட்டுக்குள் கனகமயில் நுழைந்து கொண்டிருந்தாள்.

'நிறைய பேர் இருப்பார்கள் கணேசனை எப்படித் தனியாய் அழைத்துப் பேசுவது?' என்றெல்லாம் குழம்பியபடி வந்து கொண்டிருந்தவள் ஆளரவமற்ற வீட்டுச்சூழலை அதிசயமாய்ப் பார்த்தபடி உள்ளே நுழைந்தாள்.

வீட்டைச் சுற்றி மதில் சுவரின் சகல வாசல்களும் அடைக்கப்பட்டிருக்க, கணேசன் திறந்துக்கொண்டு உள்ளே நுழைந்த அந்த ஒரு கதவு மட்டும் திறந்து கிடந்தது.

அதன் வழியாக உள்ளே தயங்கித் தயங்கிப் பிரவேசித்தவள், கணேசனை உள்ளே தேடிப் பார்வையை விரட்டவும் அவன் மாடிக்குச் செல்லும் மரப்படி வளைவில் பேந்தப் பேந்த விழித்தபடி பண்ணையார் முத்துசுந்தரத்தின் வரைபடத்துக்கு அருகில் நின்று கொண்டிருப்பதைப் பார்த்துவிட்டாள்.

அவனைப் பார்த்து ஆர்வமாய் அழைப்பதற்காக வாயைத் திறந்தவளை அந்த ஓங்காரமான சப்தம் அப்படியே பிடித்து அமுக்கியது.

கணேசன் கனகமயில் அங்கே வந்து நிற்பதைப் பார்த்துவிட்டுச் சற்று பலம் வந்த மாதிரி பெருமூச்சு விட்டான். தன்னை நோக்கி வரும்படி சைகை காட்டினான்.

அவளும் மெதுவாக நடந்து படி ஏறி அவனை நெருங்கினாள்.

"எங்க புள்ள வந்தே?" மெல்ல கேட்டான்.

“யோவ் நீ அருள் வந்து சொன்ன மாதிரியே அந்த இன்ஸ்பெக்டரும், அந்தப் பெண்ணும் போன ஜீப்பு மைல் கல்மேல மோதி கவிழ்ந்திடுச்சி... அவங்க இரண்டு பேரும் மயக்கமாயிட்டாங்க. இரண்டு பேரையும் திருநெல்வேலி பெரிய ஆஸ்பத்திரிக்குக் கொண்டு போயிருக்காங்களாம். அதைச் சொல்லத்தான் ஓடி வந்தேன். ஆமா இது என்ன பண்ணையார் வீடுதானா? இல்லை சுடுகாடா? என்னய்யா இது யாரோ ஒப்பாரி வைக்கற மாதிரி, முணுமுணுக்கற மாதிரி சப்தம்? இந்தப் படத்தை வேற சுழற்றி வெச்சுக்கிட்டு நிக்கறே?”

கனகமயில் படபட என்று சொல்ல நினைத்ததை எல்லாம் சொல்லி, கேட்க வேண்டிய கேள்வியையும் கேட்டு நிறுத்தவும் “எனக்கு ஒண்ணும் தெரியாது... எனக்கு ஒண்ணும் தெரியாது” என்ற ஒரு பெண்ணின் அழுகுரல் அவர்களை வந்து மோதியது.

இருவரும் சட்டென்று நெருங்கி ஒருவரை ஒருவர் இலேசாய் கட்டிக் கொண்டனர். கனகமயில் கணேசனைப் பிடித்த நிலையில், பயந்தாலும் ஆர்வமாய் நடப்பதைப் பார்க்கும் துணிச்சலோடு படிகளில் ஏறினாள். கணேசனும் எதுவும் பேசாமல் பின்தொடர்ந்தான்.

அந்த அறையைச் சுற்றிலும் ஜன்னல், எல்லாமே மூடப்பட்டிருந்தது. ஜன்னலுக்கு மேலே காற்று போக்குக்குத் தடை இல்லாதபடி சரிவான கண்ணாடி அடைப்பு.

கனகமயில் யோசிக்காமல் பொம்மைப் புலியைக் கீழே இறக்கி வைத்துவிட்டு அது முன் இரண்டு கால்களைத் தூக்கி நிறுத்தியபடி வைத்திருந்த அந்தத் தேக்குமர மோடோவை இழுத்துப்போட்டு அதன்மேல் ஏறி, சரிவான கண்ணாடி அடைப்பை உறுவினாள். அந்தக் கண்ணாடியைக் கணேசன் வசம் தந்துவிட்டு உள்ளே பார்வையை விட்டாள்.

அறையின் நடுமையத்தில் முழு நிர்வாணமாய் ஒரு பெண். எதிரே மிகமிக வயதான ஒரு பழுத்த தாடியும் மீசையுமான மந்திரவாதி. இருவருக்கும் நடுவில் தணலோடு தகதகப்பாய் ஒரு

மண்சட்டி. ஒரு மண்டை ஓடு. அதன் அருகில் அரிசிமாவைப் பிசைந்து உருட்டி வைத்து, அதன்மேல் செருகப்பட்ட நிலையில் நிறைய ஊசிகள்.

அந்தப் பெண் எங்கோ வெறித்து பார்த்தபடி நிற்க அவள் கைகளை நாடி பார்ப்பதுபோல் பிடித்துக்கொண்டு அந்த மந்திரவாதி உக்கிரமாய் ஏதோ முணுமுணுத்து நாடியை விரல்களால் அழுத்துகிறான். அவன் அப்படி அழுத்தும் சமயமெல்லாம் அவள் அலறுகிறாள்.

அதை வெறித்துப் பார்த்துக்கொண்டு நின்றார், பண்ணையார்.

***

# 23

**க**னகமயில் அதைப் பார்த்து அப்படியே ஸ்தம்பித்து நின்றுவிட்டாள். கணேசன் பொறுமை இழந்தவனாகக் கனகமயிலை அண்ணாந்து பார்த்துப் பேசினான்.

“கனகு, என்ன நடக்குது உள்ளே? ஏன் சிலையா நின்னுட்டே?”

கனகமயிலிடம் இருந்து அதற்குப் பதிலே இல்லை. அவள் வைத்த கண் வாங்காமல் உள்ளே நடக்கும் அந்தக் கொடுமையான காட்சியையே பார்த்துக்கொண்டு இருந்தாள்.

அந்த வயதான மாந்திரீகன் அவள் கைகளை நாடி பிடிப்பதுபோல் பிடித்துக்கொண்டு ஆங்காரமாய் திரும்பத் திரும்ப எதையோ முணுமுணுக்கிறான்.

அந்த பெண்ணோ வெறித்த விழிகளும், விரைத்த தேகமுமாய் எங்கோ பார்த்துக்கொண்டு நிற்கிறாளேயொழிய வாயைத் திறக்க மறுக்கிறாள்.

பக்கத்தில் பரிதவிப்பாய் பண்ணையார்! ஆனால் கண்களிலோ ஏகப்பட்ட எதிர்பார்ப்பு...

கனகமயில் பார்வையை அங்கிருந்து விலக்கி கணேசன் மேல் கொண்டு வந்தாள். அவன் அவளை அப்படியே பிடித்து ஆர்வக் கொதிப்போடு கீழே இறக்கிவிட்டு அந்த மோடோமேல் தன்னை ஏற்றிக்கொண்டு உள்ளே நடப்பதைப் பார்க்க ஆரம்பித்தான்.

நிர்வாணமயமான அந்தப் பெண்ணைப் பார்த்த வினாடியில் தீயில் விழுந்த மாதிரி ஒரு பதைப்பு அவனுக்குள்.

சில நிமிடங்கள் உள்ளே நடப்பதை ஊன்றிப் பார்த்தவன் டர்ரென்று கீழே இறங்கி, கனகமயிலையும் பிடித்து இழுத்துக்கொண்டு மாடிப்படி இறங்கி அதன் வளைவில் தான் சுவற்றில் பார்த்த பண்ணையாரின் உருவப்படம் அருகே போய் நின்றான். பண்ணையாரின் அருகில் பதினாறு, பதினேழு வயதுக் குமரியாய் கஸ்தூரி!

கனகமயிலுக்கு இப்பொழுதுதான் உண்மை புரிந்தது.

“கணேசா, நாம உள்ள பார்த்த பொண்ணு மாதிரியேல்ல இருக்குது?” அவள் கேட்க,

“அதான் எனக்கும் புரியலை. இது எங்க பண்ணையாரோட தாத்தாவோட படம். படத்துல இருக்கற பொண்ணு எங்கப் பண்ணையாருக்கு அத்தை முறையாகணும். ஆனா நாம உள்ள பார்த்த பொண்ணுக்கு வயசே ஆகியிருக்கலையே?”

கணேசன் கேள்வியினால் கனகமயில் மோவாயை வருடியபடி கலக்கமயமாய் யோசிக்க, திரும்பவும் அறைக்குள்ளிருந்து அரக்கத்தனமாய்ச் சப்தம் கேட்டது.

இருவரும் திரும்ப மாடிஏறி ஜன்னல் வழியே பார்க்கத் தொடங்கினார்கள். அவர்கள் இப்பொழுது பார்க்கும் சமயம் அந்தப் பெண் மயங்கித் தரையில் கிடந்தாள்.

அந்த மாந்திரீகன் வியர்த்து வடிந்திருந்தான்.

“பண்ணையார் இந்தப் பெண் சாதாரணமானவ இல்ல! இந்த மாந்திரீக உலகத்துக்கே சவால் விடற ஒரு சக்தி. நித்ய கன்னியோட ஜாதகம் வேணும். கிடைக்குமா?” மாந்திரீகன் கேட்கிறான்.

பண்ணையார் உதட்டைச் சுழித்து இல்லையே என்பதுபோல் பார்க்கிறார்.

மாந்திரீகனிடம் அதைக் கேட்க முகத்தில் ரவுத்ரம் தொனிக்கிறது.

“இந்த மாந்திரீக உலகத்துல என் சஞ்சாரம் ஆரம்பமாகி அறுபது வருஷங்களுக்கும் மேல் ஆகுது. வாயு ஸ்தலமான காளாஸ்திரியில் ஆறு வயசுல மாந்திரீக தீட்சை எனக்கு ஆரம்பமானது.

எனக்கு நினைவு தெரிந்த அந்த நாள்ல இருந்து, இன்று வரை நான் உப்பு, புளி, காரம், இனிப்பைத் தொட்டு ருசிச்சது இல்லை. அந்த அளவு இந்த நாக்கைக் கட்டுப்படுத்தி, உடம்பை என் விருப்பத்துக்குக் கட்டுப்படுத்தி வெச்சிருக்கேன். என் நரம்புல தளர்ச்சியையோ, மனசுல குழப்பத்தையோ நான் உணர்ந்ததே இல்லை. ஆனால் என்னோட சரீரத்தில் தோல் சுருக்கங்களை என்னால் தவிர்க்க முடியலை.

இந்தப் பெண் மட்டும் எப்படி இந்த எண்பது வயசிலும் இளமையா இருக்கான்னே தெரியலை! சமீபகாலமா மாந்திரீக உலக ரகசியங்கள் மறைஞ்சுகிட்டே வருது. எல்லாம் காலமாற்றங்களோட கோளாறு. விஞ்ஞான வளர்ச்சி எங்க உலகத்தோட போட்டி போட ஆரம்பிச்சதன் எதிரொலி!”

அந்த மாந்திரீகனின் கவலை தளும்பும் நீண்ட பேச்சு பண்ணையாருக்கு மட்டுமில்லாமல் கனகமயில், கணேசன் இருவருக்குமே புரியாத மாதிரியும், புரிந்த மாதிரியும் தோன்றியது.

“சாமி, இந்தப் பெண்ணை ஊர் கண்ல படாம நான் பாதுகாப்பா வெச்சுக்க எவ்வளவு கஷ்டப்பட வேண்டியிருக்கு தெரியுமா? இந்தப் பெண் எனக்கு அத்தை முறை! ஆனா எங்க குடும்பத்துல விஷயம் தெரிஞ்ச சிலர் அந்த உறவு முறைகளையே மறந்துட்டோம். இவங்க எங்க வரையில மந்திரப் பெண்!

நான் பல சமயம் இவங்களை மருத்துவ சோதனைகளுக்கு உட்படுத்தி இந்த அதிசயத்தை உலகத்துக்குத் தெரிவிக்க நினைச்சதுண்டு. ஆனா அது என்னால முடியாமலே போயிட்டது! நான் எப்பல்லாம் அந்த முடிவுக்கு வந்தேனோ அப்பல்லாம் குளிர் ஜுரம் வந்து, பத்து பதினைந்து நாள் எழுந்திருக்க முடியாதபடி ஆயிடும். இது ஏன் சாமி?”

பண்ணையாரின் விஸ்தாரமான கேள்வி மாந்திரீகன் முகத்தில் புன்னகையைப் பிழிந்து எடுத்தது.

"என்னப்போல் ஒருத்தன் மிருத்யுஞ்சய ஜபம் பண்ணி தன்னோட பிரம்மச்சர்யத்தையே தாரை வார்த்து ஸ்ரீ காயத்ரிகிட்ட கேட்டு வாங்கின வரசக்தியாதான் இது இருக்கணும்.

பில்லி, சூனியம் வைக்கத் தெரிஞ்சு, எடுக்கத் தெரிஞ்ச சாமான்ய மாந்திரீகர்களுக்கு இது சாத்யமில்ல. யோகாப் பியாசமும், குண்டலினி மகாசக்தி பிரயோகமும் தெரிஞ்ச ஸ்ரீவைஷ்ணவனால்தான் இதைச் சாதிக்க முடிஞ்சிருக்கு. அவன் வம்சத்துக்கே துர்தேவதைகள் ஏவலாளிகள். இப்ப வந்துருக்கற பட்டத்திரிக்கும் யட்ச நீலிங்கற அந்த தேவதை ஏவலாளி."

மாந்திரீகனின் பதில் பண்ணையாரைக் கூர்மையாக்கியது.

"சாமி அந்தப் பட்டத்திரி எதுக்கு வந்திருக்கான்? தங்கம் தேடியா?"

"நிச்சயமா அதுக்குத்தான். ஆனா அந்தத் தங்கப் புதையலை நேரில் பார்த்து எடுத்த கஸ்தூரி இங்க இருக்கும்போது அவனால் இவ துணையில்லாம எப்படி தங்கத்தை எடுக்க முடியும்கறது புரியலை! அவன் எப்படியும் இவளைத் தேடி வரலாம்."

"அப்படி அவன் வந்து, அவன்கிட்ட நான் அவஸ்தை படக்கூடாதுன்னுதான் ஆந்திரா வரை தேடிவந்து உங்களை அழைச்சுகிட்டு வந்திருக்கேன். நீங்கதான் தலைமுறைகளைத் தாண்டி உள்ள இந்த மர்மத்தை விலக்கி எங்களுக்கு உதவணும்."

"முயற்சிக்கிறேன். நான் மாந்திரீக உலகத்தோட சாதாரண பிரதிநிதி. எனக்கு இங்க வந்து இருக்கற பட்டத்திரி அளவு சக்தி கிடையாது. நான் ரவுத்ர உபாசகன். பட்டத்திரி சத்வ உபாசகன். நான் மயானவாசி. பட்டத்திரி ஆலயவாசி. நான் சமயங்கள்ல கூலிக்கு மாரடிப்பேன். ஆனால் பட்டத்திரி விலை போகற ஆள் கிடையாது. எனக்குத் துர்தேவதைகள் மட்டுமே சகாயம் செய்யும். பட்டத்திரிக்கு அப்படியில்லை. வில்வாத்திரி, காயத்ரி,

விசாலாட்சி, காமாட்சின்னு தேவதேவிகள் கருணை கடாட்சமே உண்டு.

என் பரம்பரைக்கே புரியாத வேத ரகசியம் உண்டு. ஆனால் பட்டத்திரி விஷயம் அப்படியில்லை. ஆகையால ஒரு சிக்கலான விஷயம் இது.

நான் நித்ய இளமை பற்றி சுவடிகள்ல மந்திரக் குறிப்புகள் பாத்திருக்கேன். நேர்ல அனுபவப்பட்டதில்லை. இந்தக் கஸ்தூரி விஷயம் எனக்குப் புல்லரிப்பைத் தந்து இருக்கற ஒரு விஷயம்.

உலக விஞ்ஞானிகளுக்கே சவால் விட்டிருக்கற இளமை ரகசியம். ஆகையால் இதுல ஆர்வத்தோட அதே சமயம் கவனமா ஈடுபட நான் முடிவு பண்ணிட்டேன். கவலை வேண்டாம்."

"என்ன செய்யலாம்?"

"பட்டத்திரியோட நோக்கத்தை முதல்ல துல்லியமா தெரிஞ்சுப்போம்."

"எப்படி?"

"பட்டத்திரியோட உபாசனா தேவதை யட்ச நீலி மூலமா?"

"நீங்க கூப்பிட்டா அந்தத் தேவதை வருவாளா?"

"வர வைப்பேன்."

உக்கிரமாய்ச் சொன்ன அந்த மாந்திரீகன் சட்டென்று கண்ணை மூடிக்கொண்டான். கைகளைக் கொழுக்கட்டை பிடிப்பதுபோல் மூடி நெஞ்சுக்கு ஒரு சாண் முன்னாலே நிறுத்தி கட்டை விரலை மட்டும் விண்ணென்று நிமிர்த்தி, அந்தக் கட்டை விரலையே உற்றுப் பார்க்க இமைகளை விரித்தான்.

பண்ணையாரிடம் அசாத்ய மவுனம்.

ஜன்னலுக்கு அப்பால் கணேசன், கனகமயிலிடம்கூட அதே அளவு மவுனம்.

அவர்களைப் பொறுத்தவரையில் எல்லமே புரியாத, பிரமிப்பூட்டும் அச்சமயமான விஷயங்களாய், அதே சமயம் மிக சுவாரஸ்யமானதாய் இருந்தன.

வழக்கம்போல் கனகமயில் கணேசனை இதுதான் சாக்கு என்பதுபோல் இறுக்கிக்கொண்டு இருந்தாள்.

நேரம் கடந்துகொண்டு இருந்தது. மாந்திரீகனிடம் எந்தவித அசைவுமில்லை. அந்த நிமிர்ந்து நிற்கும் கட்டை விரல் இப்பொழுது கறுக்கத் தொடங்கி இருந்தது!

வானம் இருண்டு வரும்போல் தோன்றியது. தென்மேற்காய் வானச் சரிவில் அம்பாரமாய் மேகத் திண்டுகள். சாம்பல் பூசின கறுப்பில் வீசும் காற்றில் அனுமன் கரட்டுக்கு மேலான வானத்தையே வந்து வளைக்கத் தொடங்கியிருந்தது.

ஒரு பாறைமேல் மல்லாக்காய்ப் படுத்தபடி திறந்த விழிகளை ஒரு தடவைகூட இமைக்காமல் படுத்திருந்த கருடராஜ பட்டத்திரி மழை வானம் பார்த்து எழுந்து அமர்ந்தான்.

மின்னல் ஒன்று வானம் முழுக்க ஓடிமறைய இரண்டு மேகத் திண்டுகள் ஒன்றின்மேல் ஒன்று மோதி வெளிப்படுத்திய இடிச் சப்தத்தில் வானமே நொறுங்கினதுபோல் ஒரு பிரமை.

மீண்டும் மீண்டும் வானம் முழுக்க மின்னல் கோலம். தனது பூர்வபட்ச நீண்ட கிளைக் கைகளை வானில் சகட்டு மேனிக்குப் பரப்பி வெளீரிட்ட மின்னல், தரைப்பரப்பில் பசும் மரங்களின் தலையைத் தேடி இறங்கும்போல் தோன்றியது. பட்டத்திரியிடம் நாச்சியப்பனின் வருகைக்கான எதிர்பார்ப்பு. ஊடே வானத்து மின்னலுக்குச் சமமாய் ஒரு நினைப்பு.

பாயும் மின்னலைத் திசை திருப்பி மாடு விழுங்கிப் பள்ளத்தில் இறங்கினால்? அந்த இருண்ட குகையில் அதன் வெளிச்சம் அந்தக் குறளி பொம்மையை உயிர்ப்பித்து அசைத்து விடுமா? இயற்கை ஒளியில் அது என்னவாகும்? விடையை யட்ச நீலியிடம் கேட்டுவிட்டு, மின்னலை என் காந்த மனோசக்தியால் மாடு விழுங்கிப் பள்ளத்தில் இறக்கித்தான் பார்த்து விடுவோமே!'

கண்களை மூடிக்கொண்டு பட்டத்திரி யட்ச நீலிக்கு அழைப்பு விடுக்க முதல்முறையாக அந்த அடிமை தேவதை அவன்

அழைப்புக்கு வராமல் அவனது ஞானோதயத்தில் வெறுமையைக் காட்டினாள்.

பட்டத்திரி ஒரு வினாடி அப்படியே கொதித்துப் போனான்.

“ஏ நீலி...” வானத்து இடிக்குச் சமமாய் முழங்கினான். அவன் குரல் ஒலி அந்த அனுமன் கரட்டுப் பாறைகளையே மிரட்டியது.

தொலைவில் சகல காரியங்களையும் வெற்றிகரமாய் முடித்த நிலையில் நாச்சியப்பன் வந்து கொண்டிருந்தான்! அவன் காதுகளையும் குடைந்தது, அந்தச் சப்தம்!

***

# 24

‘எதற்காக பட்டத்திரி இப்படிக் கத்துகிறான்?’

நடந்து வரும் நாச்சியப்பன் ஆச்சரியத்தோடு அனுமன் கரட்டுப் பாறைகளில் ஏறி நடக்கத் தொடங்கினான்.

வானம் கடாமுடா என்று சப்தம் போட்டு ‘வா நாச்சியப்பா’ என்று அவனை அழைக்க, கருத்த மேகத்திரட்சியோ அவனை மிரட்டியது.

பட்டத்திரி ஒரு வழவழப்பான உருண்டையான பாறைமேல் கால்களை அகட்டி வைத்தவனாய் நின்றுக்கொண்டு ஆகாசத்தையே பார்த்துக் கொண்டிருந்தான்.

பகபகவென்று அவனது அடர்த்தியான தலைமுடிகள் அவிழ்த்து வீசும் காற்றில் அல்லாட, கையிரண்டையும் முதுகுப்புறமாய்க் கோர்த்துக் கட்டி நிற்கும் பட்டத்திரியின் தோரணை நாச்சியப்பனைச் சற்றுக் கலக்கியது.

“பட்டத்திரி... பட்டத்திரி...” - அழைத்தான். பட்டத்திரியின் பார்வை நாச்சியப்பன்மேல் திரும்பியது. ஆனால் முகத்தில் கலையாத கோபம்.

“என்னாச்சு பட்டாத்திரி, ஏன் அப்படிக் கத்துனே? நீ கேட்ட எல்லாம் தயார்! நரபலிக்குப் பொண்ணுகூட கிடைச்சிட்டா, நல்லா தளதளன்னு...”

பட்டத்திரியிடம் பதிலே இல்லை. நாச்சியப்பனின் கருத்தைக் கேட்ட சந்தோஷமும் இல்லை. உக்கிரமாய் நிற்கும் பட்டத்திரி மேல் இப்போது வானம் வணங்கிச் சிந்தியது. சடசட படபடவென்று

நீர் முத்துக்கள் வேகமாய் அம்பாரமாய்க் கீழிறங்கின. அவன் மேனி கழுவின. அவ்வப்போது பளார் பளார் என்று கன்னத்தில் அறைகின்ற தினுசில் மின்னல். நெளியும் ஆக்டோபசின் கால்களைப்போல் அதன் உடலில் ஏக கைகள் ஏக கால்கள்!

எங்கோ ஒரு பச்சை மரம். அதன்மேல் இடி சப்தத்தோடு கூடி மின்னல் இறங்க அந்த மரமே பற்றி எறியத் தொடங்கியது. அந்தச் சப்தத்தில் அனுமன் கரட்டுப் பாறைகள் எல்லாம்கூட நடு நடுங்கிப்போக நாச்சியப்பன் ஓடிப்போய் ஒரு பருத்த சப்பாத்திக்கள்ளி கூட்டத்தின் ஊடே புகுந்து நின்றான்.

"பட்டத்திரி என்ன ஆச்சு உனக்கு, ஏன் இப்படிக் கத்தினே?" அங்கேபோய் நின்றபடி திரும்பவும் விடாமல் கேட்டான்.

பட்டத்திரியோ பதில் பேசாமல் திரும்பக் கண்களை இழுக்கிறான்.

மந்திரங்களை மனது உச்சரிக்க யட்ச நீலிக்கு அவன் திரும்பவும் அழைப்பு விடுக்க இந்த முறையும் அவள் வரவில்லை.

பட்டத்திரி திரும்பவும் இடி பாய்ந்த மாதிரி கத்தத் தொடங்கினான்.

"யட்ச நீலி... யட்ச நீலி... ஏய் யட்சி... நீசத் தேவதையே, என்னை ஏய்க்கப் பார்க்கிறாயா? ஒரு யானை முடிபோதும் உன்னைக் கட்டி இழுத்து வந்து இம்சிக்க... வந்துவிடு வா... வா..."

பட்டத்திரியிடம் கோபம் கூடிக்கொண்டே போக, குரலிலும் உக்கிரம் தொனித்தது. அந்த உக்கிரம் அவன் ஜெபித்த மந்திரத்தில் கலந்து யட்ச நீலி என்னும் அந்தத் தேவதையை, காற்று மண்டலத்தில் ஒலி வேகம் எடுத்துச்சென்று அழைக்கப் போனது. அந்தத் தேவதையோ, பண்ணையார் வீட்டில் அந்தக் கிழட்டு மாந்திரீகன் முன் மண்டியிட்டிருந்தாள்.

"ருத்ரகேசி... நான் புறப்படுகிறேன். என்னை விட்டுவிடு! நீ இங்கு என்னைக் கால பைரவாஷ்டகம் பாடியும், ககன மந்திரம்

சொல்லியும் அழைத்துப் பேசிக் கொண்டடிருப்பது கருடராஜ பட்டத்திரிக்குத் தெரிந்தால் உன்னைத் தொலைத்து விடுவான்.

அவன் உன் சக்திகளை அரைமணியில் முடமாக்கி உன்னைச் சித்த ஸ்வாதீனம் இழக்கச் செய்யும் வல்லமை படைத்தவன். ஸ்ரீ காயத்திரியோட நினைத்த மாத்திரத்தில் கலக்க முடிந்தவன்."

யட்ச நீலி, ருத்ரகேசி என்று உணரப்பட்ட அந்த மாந்திரீகன் முன் புலம்பிக் கொண்டிருந்தாள். ருத்ரகேசியிடம் அதைக் கேட்கக் கலக்கம்.

"நீலி... உனக்கு என் நன்றிகள். உன்னால் பட்டத்திரி பற்றியும், அவன் நோக்கம் பற்றியும் தெரிந்து கொண்டேன். நீ போகலாம். என்னைச் சந்தித்த விஷயத்தை நீ பட்டத்திரியிடம் கூறாதே. இது நான் கோரும் உறுதி..."

"அது மட்டும் முடியாது. பட்டத்திரிக்கு நான் மறைப்பது தெரிந்துவிட்டால் நான் மேலும் ஏழு ஜென்மத்துக்குத் தலை எடுக்க இயலாதபடி என்னை மயான சூலிக்கு ஏவலாள் ஆக்கி விடுவான்..."

"கவலைப்படாதே அப்படி ஆக்கினால் நான் உன்னை விடுவிக்கிறேன். மயான ராஜ்ஜியத்தில் நான்தான் அரசன். மயானசூலி என் திவ்ய தேவி."

"பார்க்கலாம். நான் வருகிறேன்." அங்கிருந்து காற்றில் பயணப்பட்ட அந்தத் தேவதை அடுத்த வினாடியே கருடராஜ பட்டத்திரியின் மனக்கண்ணில் விசும்பலோடு தோன்றினாள்.

"ஏய் நீச தேவதையே எங்கே போய் ஒழிந்தாய்? அழைத்த அழைப்புக்கு உடன் வரத் தவறி உன் கடமையை மறைந்துவிட்டாய்! உன்னை..."

பட்டத்திரி ஆங்கார வயப்பட்ட கைகளில் கட்டியிருந்த யானை முடியை அவிழ்க்கப் போனான்.

“பட்டத்திரி என்னை மன்னித்துவிடு. அவசரப்படாதே! என்னை ஒரு மாந்திரீகன் தனது கட்டுப்பாட்டு எல்லைக்குள் இழுத்து நிறுத்திவிட்டான். மீண்டு வர பெரும்பாடாகி விட்டது.”

யட்ச நீலியின் கதறலில் உண்மை இருப்பதாகப் படவே கருடராஜ பட்டத்திரி நீலியைச் சாந்தப்படுத்தும் விதமாக “யார் அவன்?” என்று கேட்டான்.

நாச்சியப்பனுக்கோ நடக்கும் எதையும் புரிந்துகொள்ளும் மனநிலையே இல்லை. வானம் மழையைப் பொழிந்து முடிந்த நிலையில் நான் நீல நிறமாக்கும்! என்று வெறித்து விட்டிருந்தது.

பட்டத்திரி பாறையைவிட்டு இறங்காமல், பின்னால் கட்டிய கைகளை விலக்கியிராமல் முக பாவங்களில் யட்ச நீலியுடன் பேசிக் கொண்டிருந்தான்.

நாச்சியப்பன் அதை ஆச்சரியமாகப் பார்க்கவும், அவன் காலடியில் வந்து நின்றது வில்வாத்திரி. தனது இரட்டை நாக்கை நீட்டி அவன் கால் விரல்களைச் சீண்டியது.

திடுக்கிட்ட நாச்சியப்பன் கால்களை விருட்டென்று நகர்த்த சரசரவென்று அது அவன் கால்களில் ஏறி இடுப்பில் தாவி பின் முதுகு வழியாகத் தோள் பட்டையை எட்டிப் பிடித்தது.

இதுதான் எனக்கு ஏற்ற இடம் என்பதுபோல் உட்கார்ந்துக்கொண்டு தன் முகத்தைப் பார்த்து மிரண்டுப்போய் விழிக்கும் நாச்சியப்பன் முகத்துக்கு நேரே திருப்பிக்கொண்டு பார்த்தது. பிறகு நாக்கை உள்ளிழுத்து வெளியே நீட்டியபோது அதன் பேரபோலா வடிவ உறுதியான வாயின் அண்ணங்களில் நாச்சியப்பன் தன் வீட்டு உத்திரத்தில் கண்டு எடுத்த நெளிநெளியான மிகச்சிறிய சாவிகளைக் கொண்ட சாவிக் கொத்து.

தேவதாஸ் மயக்கம் நீங்கி, கண் மலர்ந்திருந்தார். டிரிப்ஸ் அவரது இடது கை வழியாக உடம்புக்குள் இறங்கிக் கொண்டிருந்தது. சுற்றிலும் சில போலீசார்! குறிப்பாக டி.எஸ்.பி. பழனிராஜ்.

"ஹௌ ஈஸ் மிஸ்டர் தேவதாஸ். டு யு ஃபீல் எனி பய்ன்?" வாஞ்சையாகக் கேப்பைக் கழட்டிக் கைகளில் வைத்துக்கொண்டு கேட்டார்.

தேவதாசிடம் கரிசனமான மறுப்பு, கூடவே ஏஞ்சல் என்ன ஆனாள் எனும் ஆர்வத் துடிப்பு.

"சார் ரிப்போர்ட்டர் ஏஞ்சல் எப்படி இருக்காங்க?" மிகக் கஷ்டப்பட்டுக் கேட்ட கேள்விக்கு ஏஞ்சலே விடையாக வந்து நின்றாள். அங்கங்கே கூட்டல் குறியாக ஒட்டப்பட்டிருக்கும் பிளாஸ்திரிகள் அவளுக்கு ஆபத்து ஒன்றுமில்லை, இலேசான காயம்தான் என்றன!

"ஐயம் வெரி சாரி ஏஞ்சல், வெரிசாரி" தேவதாஸ் உண்மையாகவே வருத்தப்பட, ஏஞ்சல் புன்னகையோடு அதை அங்கீகரித்தாள்.

"நோ அங்கிள், இது எதிர்பாராம நடந்து விபத்து, இதுல உங்க தப்பு ஒண்ணுமில்லை" என்று அவள் சொன்ன அதே சமயம் அவள் மூளையில் கணேசன் பளிச்சிட்டான்.

"அங்கிள்... நமக்கு இப்படி ஆகும்னு சொன்ன அந்த கணேசனை நினைச்சு பாத்தீங்களா? ரியலி ஒரே ஆச்சரியமா இல்லை?" ஏஞ்சல், கணேசனை நினைத்துப் பரவசப்பட்டபடி கேட்டாள்.

பக்கத்தில் டி.எஸ்.பி. இருக்கிறார் என்பது ஞாபகத்துக்கு வர, தன் நினைப்பைக் கட்டுப்படுத்தியவளாக முக்கியமான விஷயத்துக்கு வந்தாள்.

"அங்கிள் உங்களுக்கு இப்படி ஆயிடுச்சே, அந்த மனோகர் கேஸை யார் இனிமே டீல் பண்ணுவா?" என்று கேட்டாள்.

தேவதாசிடம் பதில் பேச முடியாத தவிப்பு. ஆனால் டி.எஸ்.பி. அதற்கு இணக்கமான பதில் தந்தார்.

"பாப்பா... போலீஸ் டிபார்ட்மெண்ட்டுல தேவதாசைப் போல ஆயிரம் இன்டலெச்சுவல்ஸ் உண்டு. ஒருத்தர் இல்லேன்னா

இன்னொருத்தர். டோன்ட் ஒர்ரி.” அந்தப் பதில் எஞ்சலைத் திருப்திபடுத்தியது மாதிரி தெரியலை.

“சாரி சார்... உங்க டிபார்ட்மென்ட்டை நான் விமர்ச்சிக்க விரும்பலை. ஒரு மந்திரியோட நாய்க்குட்டி காணாம போனா அதுக்கு ஒரு பட்டாலியனை விட்டே தேடச்சொல்லும் நீங்க, ஒரு ஏழைக் குரலைப் பலசமயம் சரியா காதுல வாங்கிக்கிறதில்லை.

காணாம போயிருக்கற நிர்மலாவோட அண்ணன் மனோகர் அன்னிக்கு ஸ்டேஷன்ல ரிப்போர்ட் பண்ண வந்தப்போ, இந்த கேஸை சாதாரண சுண்டைக்கா விஷயமாத்தான் ஸ்டேஷன் ஏட்டு நினைச்சார். அப்புறம் நான் வந்ததுக்கப்புறம்தான் வேகமே!

இல்லேன்னா பத்திரிகையில இவங்க மெத்தனத்தை எழுதிக் கிழிச்சிடுவேங்கற பயம்கூட காரணமா இருக்கலாம். அத்தோட தேவதாஸ் அங்கிள் என் ஃபேமிலி ஃபிரெண்டாகவும், ஒருவகையில் சொந்தமாகவும் போயிட்டதால் இந்த கேஸ் இவ்வளவு தூரம் உங்க காது வரை வந்திருக்கு. இல்லேன்னா?”

ஏஞ்சல் கேட்ட, அந்த ‘இல்லேன்னா’ முன்னால் டி.எஸ்.பி-யேகூட சற்று மௌனிக்க நேர்ந்தது. சுதாரித்துக்கொண்டு வாயைத் திறந்தார்.

“வெல் பேபி. பேசறதைப் பார்த்தா நீயேகூட துப்பு துலக்க ஆரம்பிச்சுடவே போல இருக்கே. உன்னோட பிரக்ஞையை, நான் ரொம்ப பாராட்டறேன். ஆமா நீ ஏன் பத்திரிகையாளரானே? பேசாம போலீஸ்ல சேர்ந்திருக்கலாமே...” பழனிராஜனின் கேள்விக்குக் கம்பீரமாகச் சிரித்தாள் ஏஞ்சல்.

“போலீஸ் ஜாப்பைவிட எங்க ஜர்னல் கேரியர் வெரி இண்ட்ரஸ்ட்டிங் கேரியர் சார். எந்த உண்மையும் எங்க எதிரே ஒளிய முடியாது. இழுத்துப் பிடிச்சு நிறுத்தி மானத்தை வாங்கிடுவோம். ஒரு போலீஸ்காரர் கடமை அதிகபட்சம் ஒரு ஊரோட முடிஞ்சு போயிடுது. ஆனா எங்க கடமை உலகம் தழுவினது. லட்சக்கணக்கான பேரை ஒரே நேரத்தில் சந்திக்கிற சக்தி படைச்சவங்க நாங்க.”

ஏஞ்சலின் விளக்கமும், அதை விளக்கும்போது அவள் காட்டிய இளமைப் பாவங்களும் பழனிராஜனைக் குதூகலப்படுத்தின.

“ஃபன்டாஸ்டிக் பேபி... உன் முயற்சியில் நீ எப்பவும் வெற்றி பெற வாழ்த்துக்கள். ஏதாவது உதவி வேணும்னா நேரா என்கிட்டேயே வரலாம். இல்லேன்னா போன் பண்ணு. அப்ப நான் வரட்டுமா?”

தட்டிக் கொடுத்துப் பாராட்டுதலால் அவளைப் பலப்படுத்திவிட்டுப் பழனிராஜ் நகர்ந்து கொள்ளவும், ஓடிப்போய் தேவதாசின் காதை குடைய ஆரம்பித்தாள் ஏஞ்சல்.

“அங்கிள் நான் உடனடியாக அந்த கணேசனைப் பார்க்கணும். அவனைப் பற்றி மட்டுமே ஒரு கவர் ஸ்டோரி பண்ணனும்.”

தேவதாஸ் அதைக் கேட்டு அந்த நிலையிலும் இலேசாய்ச் சிரித்தார்.

“என்ன அங்கிள் அவன் பேர்ல உங்களுக்கு இன்னமும் நம்பிக்கை வரலியா?” கேள்வியை ஆமோதிக்கும் ரகமாய்ப் புருவங்களைத் தாழ்வாக வளைத்துக் கண்களில் தனது கருத்தைக் காண்பித்தார் தேவதாஸ்.

“இல்லை அங்கிள்... இந்த உலகத்துல கோடியில ஒருத்தர் சில அமானுஷ்ய சக்தி கொண்டவங்க இருக்காங்க. ஒரு அமெரிக்கப் பத்திரிகையில் எக்ஸ்ரே கண் கொண்ட ஒருத்தியைப் பற்றிப் படிச்சேன். எவ்வளவு தொலைவில் எவ்வளவு சின்ன எழுத்து இருந்தாலும் படிச்சுடுவாளாம் அவள். விட்டமின் ‘ஏ’ அவ உடம்புல மூட்டைக் கணக்குல இருக்குபோல இருக்கு.

அதேபோல் நியூயார்க்ல ஒரு பெண் உடம்புல அளவுக்கு அதிகமா மின்சாரம் உற்பத்தியாகறதா போன வாரம் டெய்லி பேப்பர்ல படிச்சேன். அவ யாரையாவது தொட்டா அவங்க ஷாக் உணர்வுல கத்தறாங்களாம். இதெல்லாம் நிஜமான உண்மைகள். அந்த மாதிரிதான் கணேசன் விஷயமும் இருக்கணும்.”

ஏஞ்சலின் பேச்சு திரும்பவும் தேவதாசைச் சிரிக்க வைத்துவிட்டது.

“ஏஞ்சல் உன் மாதிரி நானும் சிந்திக்கிறவன்கிறத மறந்துட்டியே...? இந்தியாவில் உள்ள லட்சக்கணக்கான கிராமங்கள்ளையும் லட்சக்கணக்கான போலி பூசாரிகளும், குறி சொல்றேன், பேயை விரட்றேன்னு சொல்றவங்களும் இருங்காங்கம்மா...

என் அனுபவத்துல நான் எவ்வளவோ பார்த்துட்டேன், அவ்வளவும் ஃபிராட்! இவங்க ஒளிஞ்சிருக்க கிடைச்சுருக்கிற வசதியான இடம்தான் சூப்பர் நேச்சர் பவர்ங்கற இயற்கை சக்தி.”

தேவதாஸ் தன் தரப்பு விளக்கத்தைச் சொல்லிக் கொண்டிருந்த அதே வேளை நகரின் அந்தப் பிரமாதமான வண்ணமய மருத்துவமனை அமைந்திருக்கும் சாலையில் அந்த மருத்துவமனையைத் தேடியபடி கணேசனும், கனகமயிலும் வந்து கொண்டிருந்தார்கள்.

“கார்த்திகா நர்சிங்ஹோம்ன்னு பேர். வாசல்ல விசிறி வாழை வளர்ந்திருக்கும்னு சொன்னாரே ஏட்டையா” கனகமயில் ஆதங்கத்தோடு கட்டிடங்களையும், விசிறிவாழை முளைவிட்டிருக்கும் அந்த நர்சிங் ஹோமையும் தேடி நெருங்கிவர கணேசன் தற்குறித்தனமாய் அவளோடு நகரின் அந்தப் பரபரப்பான சாலையை வேடிக்கை பார்த்தபடி நடந்து கொண்டிருந்தான்.

நாலு முழ வேட்டி, ஒரு கட்டம்போட்ட மட்ட ரகமான சட்டை, தோளில் ஒரு குற்றாலத் துண்டு, நெற்றியில் கனகமயில் வம்பாக இட்டுவிட்ட குங்குமக் கீற்று, கணேசனை அந்தக் கோலத்தில் பார்க்க ஆச்சரியமாக இருந்தது.

ஒருவழியாக ‘கார்த்திகா நர்சிங்ஹோம்’ எனும் அந்தக் கட்டிடம் கனகமயில் கண்களுக்குப் பிரசன்னமானது.

“அதோ அந்தக் கட்டிடம்தான் ஆஸ்பத்திரி. இன்ஸ்பெக்டர் அய்யாவுக்கு ஒண்ணும் ஆயிருக்கக்கூடாது. அவரைப் பார்த்தா

முதல்ல நாம ஊர்ல பார்த்த அவ்வளவு விசயத்தையும் சொல்லிடணும். அதுலயும் நீ வேலை பார்க்கிற பண்ணையார் வீட்டுல பார்த்தோமே அந்தக் கொடுமையான நிர்வாண பூசை..."

கனகமயில் அந்த இடத்தில் இடைவெளிவிட அந்த இடைவெளியில் கணேசன் ஆமாம் கொட்ட, மீண்டும் கனகமயில் பிடித்துத் தொடர்ந்தாள்.

"அந்தப் பூஜை விஷயத்தை அப்படியே புட்டுப் புட்டு வெச்சிடணும். இன்ஸ்பெக்டர் அய்யாகூட ஒரு பொண்ணு இருந்திச்சே. நீகூட உன் மனசுக்குள்ள நரபலி நடக்கற சமயத்துல அந்தப் பொண்ணு என் பக்கத்துல இருந்தான்னு சொன்னியே... அவகிட்ட விஷயத்தைச் சொல்லி, அவ வாயைப் பிளக்க வைக்கணும்."

இருவரும் தீர்மானங்களோடு நர்சிங் ஹோமுக்குள் நுழைந்தார்கள். இருவரையும் பார்த்த மாத்திரத்தில் ஏஞ்சலுக்கு மயக்கம் வராத குறை.

"நான் உங்களைப் பார்க்கணும்னு நெனைச்சுக்கிட்டிருந்தேன். இப்பத்தான் இன்ஸ்பெக்டர் அங்கிள்கூட பேசிக்கிட்டிருந்தேன்."

ஏஞ்சல் சந்தோஷ மிகுதியோடுவந்து நட்பாகக் கனகமயிலின் கைகளைப் பிடித்துக் கொண்டாள். கனகமயிலிடம், ஏஞ்சலின் வாஞ்சையான நெருக்கம் சந்தோஷத்தைக் கிளப்பி இருந்தது. அதோடு அவளது கம்பீரமான அந்த அழுத்தம் திருத்தமான நாகரீக அழகு அவளை ஆச்சரியப்படுத்தியது.

நீல சுடிதாருக்கு ஏற்ற நீல பொட்டு? கை வாட்சின் ஸ்ட்ராப்கூட நீலத்தில்! மெல்லிய இரண்டு வளையல்கூட நீலத்தில்! கூந்தல் வேறு எச் ஷாம்பு பூசிக்குளித்த உற்சாகத்தில் மெல்லிய இரும்புக் கம்பியா இடுப்புவரை தொங்கியபடி அலையாட்டம் போட்டுக் கொண்டிருந்தது.

ஒரு பெண்ணால் இப்படியெல்லாம்கூட தன்னை அழகுபடுத்திக்கொள்ள முடியுமா? கிராமத்துக் கனகமயிலுக்குள்

நகரத்து ஏஞ்சலின் கொள்ளை அழகும், சிங்காரமும் சகலத்தையும் மறந்துவிட்டு அவளை மட்டுமே பார்க்கவிட்ட அந்த வினாடியில் ஏஞ்சல், தான் எப்பொழுதும் தோளில் மாட்டியிருக்கும் ஹேண்ட் பேக்கை பக்கத்து மெடிசின் ட்ரேமேல் வைத்தவளாய், கனகமயிலை தேவதாஸ் அருகே அழைத்துப் போனாள்.

பேனா, பணம், ஸ்டாம்ப், விசிட்டிங் கார்ட், முக்கியமானவர்கள் முகவரியைக் குறித்திருக்கும் 'அட்ரஸ் புக்' என்று சகலத்தையும் தன்னுள் அடக்கிக் கொண்டிருக்கும் அந்த ஹேண்ட்பேக் அந்த வார்டின் மெடிசின் ட்ரே மேல் உட்கார்ந்திருக்க, கணேசன், தேவதாஸை பயத்தோடு பார்த்துக் கொண்டிருந்தான்.

அப்படியே அந்த அறை முழுக்க ஒரு நோட்டம் போட்டான். தேவதாசுக்குள் சொட்டுச் சொட்டாய் இறங்கிக் கொண்டிருக்கும், குளுக்கோஸ் ட்ரிப்பை பார்த்து செருமாந்தவனாய், சுழலும் ஃபேனை பார்த்து, காற்று பட்டு முகம் சிலிர்த்தவளாய்ப் பார்வையை அந்த அறை முழுக்க சுற்றிச் சுழல விட்டவன் ஹேண்ட்பேக்கை பார்த்த வினாடியில் மட்டும் என்னவோ போல் ஆனான். உடனே நெற்றிப் பொட்டில் சுரீர் என்ற அந்த வலி!

சட்டென்று நெற்றிப் பொட்டைப் பிடித்தபடி அங்கேயே மண்டியிட்டுத் தனது வழக்கமான வலி வேதனைக்குள் நுழைந்த அவன் மனக்கண்ணில்...

அந்த ஹேண்ட் பாக்கினுள் மூச்சுவிடவே சிரமப்பட்டபடி கோபக் கொதிப்போடு, உடம்பை நெளிக்கச் சிரமப்பட்டுக் கொண்டிருந்தது ஒரு இளவயதுக் கருநாகம்!

***

# 25

ஏஞ்சலின் கைப்பையில் அடைபட்டுக் கிடக்கும் கருநாகத்தின் கோமேதக குண்டுமணி அளவிலான கண்களில்தான் சுதந்திரம் அடைந்தே தீரவேண்டும் என்பதற்கான வெறி பளபளப்பதுபோல் ஒரு தோற்றம். சரியாக இந்தச் சமயம் பார்த்து மிக எதார்த்தமாய் ஏஞ்சல் பேக்கை திறக்க அந்தப் போக்கின் ஜிப்பை அசைக்கிறாள்...

'ஸ்ஸ்ஸ்ஸ்ஸ்' அப்பப்பா என்ன ஒரு பயங்கர எழுச்சி.

அந்தச் சப்தம் வரை படர்ந்த காட்சி தனக்குள் விரிய பயத்தோடு அப்படியே பக்கத்து நாற்காலிமேல் தலையைப் பிடித்துக்கொண்டு போய் உட்கார்ந்தான் கணேசன்.

கனகமயில் அதை மிகத் துல்லியமாய்க் கணக்கிட்டாள்.

"ஏய்யா, திரும்ப ஏதாச்சும், மனசுல தெரிஞ்சுச்சா?" கேட்டாள்.

"ஆமா!"

"என்ன? என்ன?" கனகமயில் ஆர்வப்புயலாய் அவனை நெருங்க, ஏஞ்சலிடம் அதே அளவு ஆர்வம். கணேசன் உடனே பேசாமல் முதலில் சலைன் வாட்டர் இறங்கிக் கொண்டிருக்கும் இன்ஸ்பெக்டர் தேவதாசை ஒரு பார்வையும், பக்கத்து மெடிசின் டேபிள்மேல் அமர்ந்திருக்கும் அந்த ஹேண்ட் பாக்கை மறுபார்வையும் பார்த்தான்.

இன்ஸ்பெக்டர் தேவதாஸ் கண்களிலும், அவனது தலைவலித் தடுமாற்றத்துக்கான காரணம் தெரிந்துகொள்ள வேண்டிய ஆர்வம் பளபளத்தது.

கனகமயில் அவனை ஊக்கினாள்.

“சும்மா சொல்லுய்யா... என்ன தெரிஞ்சிச்சு சொல்லு. நீ சொல்றதை வெச்சு இவங்களேகூட இதே ஆஸ்பத்திரியில உனக்கு வைத்தியம் பார்க்க வழி பண்ணுவாங்க...”

கணேசன் ஒரு வழியாகத் தன் திருவாயைத் திறந்தான்.

“வந்து இந்தம்மாவோட அந்தக் கைப்பைக்குள்ளற ஒரு கருநாகம் புஸ் புஸ்ஸுன்னு மூச்சு விட்டுக்கிட்டு உடம்பைப் பெறட்ட முடியாம அவஸ்தை பட்டுக்கிட்டு இருக்குது. இவங்க அப்ப பார்த்து பேக்கோட வாயைத் திறக்கப் போறாங்க!” அவன் பதிலால் ஒரு வினாடி ஏஞ்சல் தீயை மிதித்த மாதிரி ஆனாள்.

“என்னது... என் ஹேண்ட் பாக்ல கருநாகமா? வாட் ஏ ஹாரிபிள்?” முணுமுணுத்தபடி தன் பேக்கையே சந்தேகத்தோடு உடனே பார்த்தாள். இன்ஸ்பெக்டர் தேவதாஸ் முகத்திலும் அதைக் கேட்க பதட்டம். கனகமயில் இதுதான் சாக்கு என்று பிடித்துக் கொண்டாள்.

“இந்தத் தடவையாவது இவர் சொல்றத நம்புங்க. இவர்கிட்ட ஒரு அபூர்வ சக்தி இருக்குது. நா அதைக் காளியத்தாளோ, இல்லை முனுசாமியோன்னு சந்தேகப்படறேன். ஆனா இவரு அதைச் சாதாரண தலைவலின்னு நினைக்கிறாரு. அது மட்டுமல்ல, இந்தத் தலைவலி போகணும்னு வைத்தியம் பாத்துக்கணும்னு துடிக்கிறாரு. நான்தான் அதுக்காக அழைச்சிக்கிட்டு வந்தேன்.

அது மட்டுமில்லீங்க நீங்க எங்களை நம்புனா உங்ககிட்ட நிறைய விசயம் பேச வேண்டியிருக்கு...”

ஏஞ்சல் சட்டென்று தேவதாசைப் பார்த்தாள். அவர் கண்கள் நம்பிக்கையோடு அவளைப் பார்த்தன. அதேசமயம் அந்த ஹேண்ட்பாக் மேல் வேறு தாவியது.

கனகமயில் அது புரிந்த மாதிரி அந்த ஹேண்ட்பாக்கைக் கைகளில் எடுத்து ஜிப்பை திறக்காமல் அதன் பருத்த அடிப்பாகத்தில் கைகளைக் கொண்டு பிசைந்தாள். பேனாவும்,

ரூபாய் நோட்டுச் சில்லறைகளும் இருப்பதை. உணர முடிந்தது. அவள் மூச்சில் குளுமை!

“உள்ற இப்ப ஒண்ணுமில்லே. ஆனா இனிமேல் அவர் சொன்ன மாதிரி அந்தப் பாம்பு வந்து உக்காந்துக்கலாம்...”

“அது எப்படி அவ்வளவு தீர்மானமா சொல்றே?” ஏஞ்சல் கேட்டாள்.

“எல்லாம் அனுபவம்தான். இவர் சொல்லி எது நடக்காம போயிருக்கு? இப்ப நீங்க நம்பித்தான் தீரணும். இன்னும் ஒண்ணு சொல்றேன். எங்க ஊருக்குப் புதுசா ஒரு மந்திரவாதி வந்திருக்கான்!

அவன் ஒரு பொண்ணை அரிவாளால் வெட்டப் போறான். அந்தச் சந்தர்ப்பத்துல் அதைப் பயத்தோட பார்த்தபடி நானும் நீங்களும் அங்கே இருக்கிறோம்!

உங்களை இனிமே என்னால் ஒரு மூணாவது நபரா நினைக்க முடியாது. இனிமே செய்யப்போற காரியங்கள்ல உங்க பங்கும் இருக்கு. இதை என் கணேசனோட சக்தியால் நாங்க முன்னாடியே உணர்ந்திட்டோம்.”

ஏஞ்சல் முகத்தில் அதைக் கேட்டு ஆச்சரிய ரேகைகள் முகம் முழுக்க பரவிக் குட்டிப் போட்டது.

“ப்ளீஸ் புரியும்படி சொல்லுங்க...”

“சொல்லத்தானே வந்துருக்கோம். முதல்ல இந்த அறையோட கதவுகளை மூடுங்க. ஒரு நர்ஸ், ஆயா, காதுங்கள்லகூட நாம பேசப்போற விஷயம் விழுந்துடக் கூடாது...”

ஏஞ்சல் வினாடிகளை வீணாக்க விரும்பாமல் வேகமானாள். அவள் காதுகளோடு கூடி தேவதாசும், அந்த நிலையிலும் அனைத்தையும் கேட்க ஆயத்தமானார். கனகமயிலும் கோர்வையாகச் சொல்லத் தயாரானாள்.

“ஒரு நாள் எங்க லட்சுமி பசு தானா அனுமன் கரட்டுப் பக்கம் போய்க்கிட்டிருந்துச்சு. நாங்க பின்னாடியே போனோம் அப்ப...”

கனகமயிலின் வர்ணனையில் சிக்கிய அனுமன் கரடு இப்பொழுது பட்டத்திரியின் கோபப் பார்வையில் பாறைகளெல்லாம் பொடிபட்டுத் தூள் தூளாகிப் போக, பிரண்டைச் செடிகளும், சப்பாத்திக் கள்ளிகளும் பற்றிக்கொண்டு எளிய சர்வ நாசமாகும்போலத் தோன்றியது!

ஒரு பருத்த பாறைமேல் பத்மாசனமிட்டபடி யட்ச நீலியோடு பேசி முடித்த களைப்போடு, அனுமன் கரட்டைத் தன் பார்வையால் மிரட்டிக் கொண்டிருந்தான் பட்டத்திரி. பக்கத்தில் இலேசான பயத்தோடு நாச்சியப்பன். அவன் உதடுகளில் கேள்வி.

“பட்டத்திரி உனக்கு என்ன வந்துச்சு? இப்படிக் கடுகடுன்னு மாறிக் கிடக்கறியே, ஏதாவது விபரீதமா?”

ஆமாம் என்பதுபோல் பட்டத்திரி தனது சடைபிடித்த தலைமுடிக் கற்றைகளைக் கைகளால் வருடியபடி நாச்சியப்பனைப் பார்த்தான்.

“என்ன விபரீதம்?”

“என் யட்ச நீலியே எனக்குத் தண்ணி காட்டின விபரீதம். அவளை இன்னொருத்தன் தன் வயப்படுத்தி என்னைப் பற்றி விசாரிச்சிருக்கான் நாச்சியப்பன்...”

“நெஜமாவா? நீ கண்ணை மூடிக்கிட்டு யார் கூடயோ பேசுவியே அந்தத் தேவதையவா?”

“ஆமா... என் உபாசன சக்தி தேவதையான என் யட்ச நீலியை ருத்ரகேசிங்கற ஒரு சாதாரண மாந்திரீகன் தன்வயப்படுத்திட்டான்! மாந்திரீக ராஜ்யத்துல நான்தான் ராஜான்னு நெனைச்சுக்கிட்டு இருந்தேன். எனக்குப் போட்டிகளும் உருவாயிட்டாங்க. அது மட்டுமில்ல, நம்முடைய லட்சியக் குறியான அந்தத் தங்கத்தைக்

குறிவெச்சு அவங்களும் நடக்க ஆரம்பிச்சுருக்காங்க. ஆமா யார் அந்தப் பண்ணையார்?"

பட்டத்திரி தனது பதிலின் இறுதியில் எழுப்பிய கேள்வி நாச்சியப்பனை இலேசாய்க் கீறியது.

"என்ன நீ... எதை எதையோ பற்றிச் சொல்லிட்டுக் கடைசியில் பண்ணையார்கிட்ட வந்து நிக்கறே?" கேட்டான்.

"ஆமா இப்போதைக்கு நம் முதல் எதிரி அந்தப் பண்ணையார்தான். அப்புறமாத்தான் ருத்ரகேசி..."

"பண்ணையாருக்கும் இதுக்கும் என்ன சம்பந்தம்?"

"முட்டாள். பண்ணையார் வீட்லதானே நித்ய கன்னி கஸ்தூரி இருக்கா? அப்ப அவனுக்கில்லாத தொடர்பா?"

"பட்டத்திரி என்ன நீ? கத்தி போச்சு, வாலு வந்துச்சு கதையா என்ன என்னவோ சொல்றே?"

"நடப்பதைச் சொல்லாம இருக்க முடியுமா? தங்கத்தைத் தேடி நீயும், நானும் அந்தச் சந்திரசேகரும் மட்டுமே முயற்சி செய்த காலம் மலை ஏறிப் போயாச்சு நாச்சியப்பா. இப்ப நாம மூணு பேரும் ஒண்ணாகி ஒரு முனையாகிட்டோம்.

மறுமுனையில் அந்தப் பண்ணையார் ருத்ரகேசிங்கற ஒரு அல்ப மயானவாசியோடவும், கஸ்தூரிங்கற நித்ய கன்னியோடவும் நம்பள மாதிரியே புறப்பட்டுட்டான். இனியும் காலம் தாழ்த்தினா தொலைஞ்சோம்..."

"வாஸ்தவம்தான். மளமளன்னு காரியத்தைச் செய்வோம். நான் கடத்திக்கிட்டு வந்த பொண்ணோட அண்ணன் போலீசுக்குப் போயிருக்கான். போலீஸ் ஜரூராயிட்டாங்க பட்டத்திரி!"

"நீ ஒரு மடையன். எதுக்கு அந்தப் பொண்ணோட அண்ணனை போலீசுக்கு நீயே போகச் சொன்னே? பேசாம விட்டிருக்கறதை விட்டுட்டு... இப்ப போலீசைவேற சமாளிச்சாகனும்..."

“தப்பு பட்டத்திரி... நான் ஒரு நாடறிஞ்ச திருடன், இந்த மாதிரி விஷயத்துல நான் முந்திக்கலேன்னா போலீஸின் சந்தேகப் பார்வையிலே நான், தானா விழும்படியாயிடும். அதுக்காகத்தான் அப்படிச் செஞ்சேன்...”

“சரி சரி போகட்டும். எல்லாப் பிரச்சினைகளுக்கும் ஒரே விடிவு அந்தக் குறளிதான்.”

“எந்தக் குறளி... மாடு விழுங்கிப் பள்ளத்துல விழுந்து கிடக்கே அந்தக் குறளியா?”

“ஆமா, குறளி என் வசமானா வரப்போற ஒவ்வொரு எதிரியோட நிலையும் பரிதாபமாயிடும். நம்மை எதிர்த்து வர்றவன்களைக் குறளி கவனிச்சுக்கும். நாம் தங்கத்தைக் குறிவெச்சு நடக்கலாம். ஆமா தங்கம் இருக்கற இடம் பற்றிய குறிப்புகளை அந்தச் சந்திரசேகர் தந்துட்டானா?”

“தந்துட்டான். ஆனா ஒண்ணும் புரியலை. ஒரு முக்கியமான கேள்வி பட்டத்திரி. என் வீட்டுல உத்தரத்துல நான் கண்டு எடுத்த சாவிக்கொத்து, உன் வில்வாத்திரிகிட்ட எப்படி வந்தது? அதுக்கும் தங்கத்துக்கும் சம்பந்தம் உண்டா?”

“நீ குறிப்பைக் கொடு. நான் உனக்குப் புரிய வைக்கிறேன்.”

நாச்சியப்பன் தன் அடிமடியில் வேட்டியோடு போட்டுச் சுருட்டி வைத்திருந்த அந்தக் குறிப்புகள் அடங்கிய ஜெராக்ஸ் காப்பியை வெளியே எடுத்தான்.

விரித்தான்.

நெல்லை மாவட்டம் முழுக்க உள்ள மலைகள், குன்றுகள், புராதன இடங்கள், கனிமவளப் பகுதிகளைப் பற்றிய அடையாளங்கள், சரித்திர கால நகரம் பற்றிய சான்றுகள் என்று குறிப்பு. விஷயம் நீண்டுக்கொண்டே போன தொடர்ச்சியில் சிவப்பு மையினால் அடிக்கோடிட்டிருக்கும் ராஜமங்கலம் கிராமம் பற்றிய விஷயம் சுருக்கமாகப் பத்து வரிகளில் முடிந்திருந்தது.

“கட்டபொம்மன் தனது வசந்தகால நாட்களைச் சிலசமயம் விரும்பிக் கழித்த இடமாம் இக்கிராமம். இக்கிராமத்து அனுமன் கரடு மிகப் புராதனமானது. பல்லவர் காலத்து ‘காளமுகர்’ என்னும் கொடிய இனத்தவர் இந்தக் கரட்டில் ஒளிந்திருந்து வாழ்ந்திருக்க இடமிருக்கிறது.

இங்குப் பொன் ஆபரணமும், காசும், தவலை தவலையாய் மறைந்து கிடப்பதாய் அறியப்படுகிறது. பேயும் பிசாசும் அதைக் காவல் காப்பதாகவும் உணரப்படுகிறது. 1921–ஆம் வருஷம் கார்த்திகை மாதத்தில் அவைகளைச் சிலர் கண்டெடுத்ததாகவும், பின்னர் எடுத்தவர்கள் பேய் பிசாசுகளால் உபாதைக்கு உள்ளானார்கள் என்றும் தெரிய வருகிறது.

அவர்கள் கண்டெடுத்ததாகக் கதைக்கப்படும் தங்கம் பற்றிச் செவிவழியாய் ஒரு தகவல் உண்டு” இதுவரையில் குழப்பமில்லாமல் புரிந்த அந்தக் குறிப்பு இதற்குமேல் தமிழின் வலிமையைக் காட்டிச் சிரித்தது.

**‘கரிசல் முடிவில் புரசை விளைவில் புனிதன் பார்வையில் முரசம் உண்டு! முரசம் உள்ளே விஷயம் வேண்டிட விரைக அனுமன் கரட்டு நடுகல். நடுகல் நாலு கல். நாலு கல்லில் ஒரு கல்லே ஒளிக்கல்! ஒளிக்கல் உரைக்கும் உண்மைகள்!’**

ஓரளவே தமிழறிந்த பட்டத்திரி அந்தக் குறிப்புகளைச் சரியாகப் படிக்கக்கூட முடியாமல் குழம்பினான்.

‘ஒண்ணும் புரியலையே’ என்று முணுமுணுத்தவன். “நாச்சியப்பன் நீ கவலைப்படாதே. நான் யட்ச நீலிகிட்ட கேட்கறேன்” என்றவனாய் கண்களை இடுக்கிச் சட்டென்று உருமாறினான்.

கைகளில் காற்றில் சடசடத்தது அந்தக் குறிப்புகள் அடங்கிய தாள்.

‘சரணம் சரணம்’ என்றபடி இந்த முறை அவன் அழைப்பிற்காக ஓடோடி வந்தாள் அந்தத் தேவதை.

***

# 26

**வ**ந்து நின்ற யட்ச நீலியை மனக்கண்ணில் தீர்க்கமாய் பார்த்தான் பட்டத்திரி. பின்னர் அவனது மன உரையாடல் ஆரம்பமானது.

"யட்ச நீலி... நான் இந்த ராஜமங்கலம் வந்த நோக்கம் மிக விரைவில் ஈடேற உள்ளது" என்றபடி சந்தோஷமாய் புஜங்களைக் குலுக்கிவிட்டுக் கொண்டான்.

"நல்லது!" இது யட்ச நீலியின் பதில்.

"உன்னை நான் இப்பொழுது அழைத்திருப்பது முக்கியமான விஷயத்துக்காக..."

"என்ன?" - நீலி பணிவாகக் கேட்டது.

"அந்தத் தங்கப் பாத்திரங்கள் இருக்குமிடம் தெரியவந்து உள்ளது. அந்தக் குறிப்பு ஒரு பாட்டாக உள்ளது. பொருளை என்னால் புரிந்துகொள்ள முடியவில்லை."

"அதற்கு நான் என்ன செய்யட்டும்?"

"பாடலைப் படிக்கிறேன். இடத்தை இப்பொழுதாவது நீ சொல்."

"அப்படியே செய்கிறேன்!"

"பாடலை படிக்கவா?"

"உம்"

"கரிசல் முடிவில் புரசை விளைவில் புனிதன் பார்வையில்..."

"போதும் பட்டத்திரி. வரிவரியாய் நீ வாசித்தால் போதும். நான் பொருள் சொல்கிறேன். கரிசல் முடிவில் என்றால் கரிசல்

காட்டின் முடிவில் என்று பொருள்! புரசை விளைவில் என்றால் புரச மரங்கள் வளர்ந்துள்ள இடத்தில் என்று பொருள்..."

"பலே! புனிதன் பார்வையில்... என்றால்?"

"தெய்வ சான்னியத்தியத்தில்... அதாவது அங்கு அமையப் பெற்றிருக்கும் சுடலைமுனியின் பார்வையில் என்றாகிறது!"

"சுடலைமுனியனா? நள்ளிரவானால் குதிரை ஏறி சுருட்டு பிடித்தபடி ஊர்க்காவல் புரிகிறேன் என்று ஊர் எல்லையைச் சுற்றிவரும் அந்த வல்லாள கண்டன் பார்வையிலா?"

"ஆமாம்... அவன் பார்வையில்தான். அங்கே ஒரு மத்தள முரசம் இருக்கிறது. அந்த முரசின் தோல் பறையைக் கிழித்துவிட்டுப் பார்."

"அதற்குள்ளே என்ன இருக்கிறது?"

"போய்ப் பார்த்துத் தெரிந்துகொள்."

"சரி பாடல் இன்னும் தொடர்கிறதே?"

"படி!"

**"முரசம் உள்ளே விஷயம்!**
**விஷயம் வேண்ட விரைக**
**அனுமன் கரட்டு நடுகல்.**
**நடுகல் நாலுகல்.**
**நாலுகல்லில் ஒரு கல்லே ஒளிக்கல்!**
**ஒளிக்கல் உரைக்கும் உண்மைகள்!"**

"அதாவது முரசில் நீ காணும் விஷயம் உனக்கு நேரடி இடத்தைக் காட்டாது. அது ஒரு குறிப்பு. அந்தக் குறிப்பின் பொருளைத் தெரிந்துக்கொள்ள நடுகல்லைக் கண்டுபிடி.

நடுகல்கூட ஒரு கல் அல்ல. மொத்தம் நாலு கல். அந்த நாலு கல்லில் ஒரு கல்லான ஒளிக்கல்லின் கீழ்தான் உண்மை ஒளிந்துள்ளது."

"யட்சி... குழப்பாதே! நேரடியாக விஷயத்துக்கு வா. ஒளிக்கல் என்றால்?"

"நடப்பட்ட நாலு கல்லில் ஒரே ஒரு கல் மட்டும் பிரகாசமாய் இருக்கும். அந்தக் கல்லுக்குக் கீழேதான் உனக்குத் தேவையானது உள்ளது."

"கற்கள் எல்லாமே ஒன்று போலத்தானே இருக்கும். இதில் ஒரு கல் மட்டும் எப்படி ஜொலிக்க முடியும்? ஜொலிக்க அது என்ன வைரக்கல்லா?"

"எனக்குத் தெரியாது. பாட்டுக்கு மட்டும் பொருள் சொன்னேன்."

"அப்படியானால் ஒளிக்கல்லுக்குக் கீழேயா தங்கப் பாத்திரங்கள் உள்ளன?"

"அதை நீதான் பார்த்துத் தெரிந்துக்கொள்ள வேண்டும்."

"ஆரம்பத்தில் இருந்தே இந்த விஷயத்தில் நீ மூடுமந்திரமாய்ப் பேசி வருகிறாய். நீ என் அடிமை என்பதை மறந்து எஜமான துரோகம் செய்கிறாய். என்றாவது ஒருநாள் நீ உன் துரோகத்திற்குப் பலியாக நேரிடும்."

பட்டத்திரியின் கோபக் கொதிப்பான பேச்சின் முன் யட்ச நீலி சற்று அர்த்தமுள்ள மவுனம் சாதித்தது.

"என்ன நீலி பதிலைக் காணோம்?" பட்டத்திரி நிமிண்டினான்.

"பட்டத்திரி நீ என்னைத் தவறாகப் புரிந்துகொண்டு விட்டாய்" என்று வருத்தம் தோய்ந்த குரலில் யட்ச நீலி தன் விளக்கத்தைத் துவக்கியது.

"பரந்த இந்தப் பிரபஞ்சத்தில் என் போன்ற அமானுஷ்ய தேவதைகளின் சக்தி ஒரு எல்லையோடு கட்டுப்படுத்தப்பட்டிருப்பதை நீ மறந்துவிட்டாய். மானுட வாழ்வில் எப்படி ஒழுக்க விதிகள், சத்திய தர்மங்கள் அனுசரிக்கப்பட வேண்டியவையோ அப்படி இந்த மாயாலோக சஞ்சாரிகளுக்கும்

சில கட்டுப்பாடுகளும், விதிகளும் இருப்பது உனக்குத் தெரியாதா?" யட்ச நீலியின் விளக்கம் பட்டத்திரியைக் கோபப்படுத்தியது.

"போதும் உன் விளக்கம். வெறும் மனிதனாய்ப் பிறந்த வேளை வந்தால், வெறும் மனிதனாகவே செத்து, இந்தப் பிரபஞ்சக் காற்றில் கரைந்து போய்விடக்கூடிய சாதாரண மனிதர்களிடம் உன் விளக்கம் எடுபடும்.

நான் வாழ்க்கையைக் குடைந்தவன். வாழ்க்கைக்கு முன்பும், பின்புமான இறப்பையும், பிறப்பையும் சலித்து ஆராய்ந்து உலகின் அற்புத ரகசியங்களை உணர்ந்தவன்.

ஒப்பற்ற ஹையக்ரீவன் அருளுக்குப் பாத்திரமாகப் போகிறவன். எனது சொர்ணாபிஷேக முயற்சி என்ன சாதாரண விஷயமா? எனக்கு இம்மட்டில் உதவுவது உனக்குச் சாபம் தீர்க்கும் பெரிய விஷயமல்லவா? நான் சர்வ சித்தியும், மோன முக்தியும் பெற்றுவிட்டால், உன் உதவிகளுக்கு நன்றியாக உனக்கு நீ விரும்பும் வரத்தைத் தருவேனே...? இதெல்லாம் ஏன் உனக்குப் புரியவில்லை? உன் சக்தியால் நிமிடத்தில் இடத்தைக் காட்டி, என்னை வியப்படையச் செய்வதை விட்டுவிட்டு அன்றாடம் என்னிடம் நூறு கேள்விகள் கேட்கச் செய்கிறாய்."

யட்ச நீலி பட்டத்திரியின் அந்த ஆதங்கத்தின் முன் நீண்ட மவுனத்தை ஒரு அர்த்தத்துடன் வெளிப்படுத்தியது.

"ஏன் பேசமாட்டேன் என்கிறாய்? இதற்குத்தானா உன்னை நான் உபாசித்தேன்? உன்னை என் வசப்படுத்த, என் மாந்திரீக தவ வாழ்வு மங்கள வாழ்வாய் அமைய, நான் இருந்த விரதங்கள் எத்தனை? பூஜித்த விதங்கள்தான் எத்தனை? சந்தித்த துயரங்களுக்கும் எல்லை இல்லையே...

மயான பத்ரன் எத்தனை முறை உன்னை நான் உபாசிக்கும் சமயம் எனக்கு இடைஞ்சல் செய்தான் தெரியுமா? மூச்சுமுட்ட நான் வாயால் கக்கிய ரத்தத்துக்கு ஒரு அளவே கிடையாதே...

பாதரசத்தை அடி வயிற்றில் அப்படியே சிந்தாமல், சிதறாமல் கட்டிவைத்து உடம்பின் செரிம இயக்கத்தையே என் விருப்பத்துக்கு வளைத்து உன்னை நான் பூஜித்த அந்த நாட்களை எண்ணிப் பார்..."

பட்டத்திரியின் ஆயாசம் விட்டால் ஒரு மாமாங்க அளவு நீளும்போலத் தோன்றியது. யட்ச நீலி அதற்கு இணங்கின மாதிரி பேசத் தொடங்கியது.

"பட்டத்திரி உனது வருத்தத்தில் அர்த்தமில்லை. உன்னிடம் வேகம் இருக்கும் அளவு விவேகம் இல்லை. அறிவு உள்ள அளவிற்கு ஞானம் இல்லை. இப்பொழுது கூட நீ செய்ய வேண்டிய முக்கிய காரியங்கள் எவ்வளவோ உள்ளன. தங்கத்தை அடைய வேண்டிய குறியான முயற்சியில் நீ அவைகளை மறந்துவிட்டாய். உன் போன்றவர்கள் மறந்துபோவதும், இறந்துபோவதும் ஒன்றுதான்."

"என்ன சொல்கிறாய்?" பட்டத்திரி விரைப்போடு கேட்டான்.

"அதுவும் பாஸ்கர பட்டத்திரியின் ஆத்மாவுக்கு வழி கண்டாயா? அந்த ஆத்மாவுக்குக் கர்மம் செய்வது முக்கியமில்லையா? சொர்ணலிங்கம் தகடு அப்பொழுதுதானே உனக்குத் தடையின்றி கிடைக்கும்? அது கிடைத்தால்தானே தங்கத்தை நீ தகுந்த பாதுகாப்புச் சக்திகளோடு எடுக்க முடியும். எண்ணிரண்டு பதினாறு சக்திகளின் எதிர்ப்பைச் சமாளிக்க என்ன வழி என்று யோசிக்காமல் பாட்டுக்குப் பொருள் கேட்டு வந்துவிட்டாயே? நான் பொருள் சொல்லி, இடம் தெரிந்துவிட்டால் போதுமா? உன்னால் அதை எடுத்துவிட முடியுமா?"

யட்ச நீலியின் அந்தச் சரியான கேள்வி பட்டத்திரியை 'சக்'கென்று பிடித்து நிறுத்தியது. நெடுநேரம் எதுவும் பேசாமல் யோசித்த பட்டத்திரியின் மனது இப்பொழுது யட்ச நீலியை நினைத்து இலேசாய் மகிழத் தொடங்கியது.

"நீலி... சரியான கேள்வியைக் கேட்டு என்னைத் தூக்கி நிறுத்திவிட்டாய். நல்லது நீலி, நல்லது! இனி என் ஒவ்வொரு

அசைவையும் நீயே தீர்மானித்து என் வேலையை வரிசைப்படுத்தித் தா, அதன்படி செய்து விடுகிறேன்."

"இப்பொழுதாவது என்னைப் புரிந்தாயே... மகிழ்ச்சி பட்டத்திரி! நாளைக்கே நீ பாஸ்கர பட்டத்திரிக்குக் கர்மம் செய். ஒரு தகுந்த பிராமணரைக் கொண்டு அதாவண வேதத்தின் முக்கிய சாரம் ஒன்றைக்கூட விடாமல் கர்மம் செய். நாளை அமாவாசை! ஓடும் தாமிரபரணியில் நீ விடும் எள்ளும், தர்ப்பையும் பாஸ்கர பட்டத்திரியை ஆவி லோகத்துக்கு இட்டுச்செல்லும்.

பிண்டச் சோற்றை மாடு விழுங்கிப் பள்ளத்தைச் சுற்றியுள்ள பாறைகள்மேல் இறைத்துக் காக்கை, குருவிகளை விழுங்கச் செய், கருட மந்திரத்தை உடனேயே ஜெபிக்கத் தொடங்கு!

உனது கர்மம் திவ்யமாய் நிறைவேறினால் மாடு விழுங்கிப் பள்ளத்துக்கு மேலே கருடன் வந்து வட்டமிடும். அதுவந்து வட்டமிடும்போது மீண்டும் பள்ளத்தில் இறங்க, சொர்ணலிங்கத் தகட்டைப் பட்டத்திரியின் கூட்டிலிருந்து எடுத்து வைத்துக்கொண்டு பள்ளத்தின் எலும்புக் கூடுகளுக்கும், துண்டங்களுக்கும் தீ வைத்துவிடு..."

"அப்படியானால் அந்தக் குறளி..."

"அதுவும் எரிந்து சாம்பலாகட்டும்."

"அந்தக் குறளியை வசப்படுத்தி என்னை எதிர்க்க வருபவர்களை அழிப்பதுதானே என் நோக்கம்...?"

"அவசியமில்லை. நான் சொன்னதைச் செய். குறளியின் துணையைவிடப் பெரியது நீ பெறப்போகும் ஹையக்ரீவன் அருள். அது கிடைத்துவிட்டால் அதைவிட வேறு வரம் உனக்குத் தேவையே இல்லை..."

"என்ன நீலி நீ... குறளியை வசப்படுத்தத்தானே நான் நரபலிக்கான சர்வ ஆயத்தங்களோடு இருக்கிறேன்..."

"திரும்பவும் சொல்கிறேன். அது அவசியமில்லை! உன் நரபலியை நீ தங்கத்தைப் பெறுவதற்காகச் செய். தங்கத்தைத்

தீண்டும் சமயம் யாராவது ஒருவர் இறந்தே தீரவேண்டும். உன் நரபலி பூதசாந்தியாக அமைந்து எவரும் இறவாத வண்ணம் தடுக்கட்டும்."

"நல்லது..."

"எச்சரிக்கை செய்கிறேன். ஒரு முக்கிய விஷயம். இந்த முயற்சியில் உன் விதி முடியக்கூடும். ஜாக்கிரதை!" யட்ச நீலி இறுதியாகக் கூறிய அந்தக் கருத்தைக் கேட்டு பட்டத்திரி உடனே திடுக்கிட்டான்.

"என் விதி முடியக்கூடுமா? எனக்கு ஆயுள் காலம் எண்பத்து நான்கு வருடங்கள்? இது என் ஜாதகப் பதில், தெரியுமா உனக்கு?"

யட்ச நீலி அதைக் கேட்டு வருத்தத்தோடு சிரித்தது.

"ஜாதகப் பலன்கள் மனிதர்களுக்குத்தான். மனித வரையறையை மீறிப் பிரபஞ்ச ரகசியங்களைத் தெரிந்துக்கொண்டு விட்டவர்கள், கிரகங்களின் கருணையை விசேஷமாகப் பெற்றவர்கள். கிரகத்தின் கருணை குறைந்து போனால் உன் நிலை எப்படியும் ஆகக்கூடும்..."

"அப்படியானால் என் வரையில் நவக்கிரக நாயகர்களின் கருணை குறைந்து விட்டதா?"

"ஆமாம்... சோதனைக்குரிய காலம் இது உனக்கு. உன் அஷ்டமத்தில், போன பஞ்சமியிலிருந்தே சனி சஞ்சாரம் செய்யத் தொடங்கிவிட்டான் பட்டத்திரி."

"என்னது எனக்கு அஷ்டம சனியா?" பட்டத்திரி அதைக் கேட்டு அப்படியே நொறுங்கி விட்டான்.

மனது தளர்ந்து அப்படியே பாறைமேல் சரிந்து விழுந்தவனை நாச்சியப்பன் ஆச்சரியமாகப் பார்த்தான்.

"பட்டத்திரி நான் வந்ததுல இருந்தே என்னை நீ குழப்பு குழப்புன்னு குழப்பறே. என்கூட பேசறதைவிட நீ கண்ணை மூடிக்கிட்டு முணுமுணுக்கறதுதான் அதிகமா இருக்கு. உன் யட்ச

நீலி என்னதான் சொல்றா" கோபத்தோடு கேட்டான். பட்டத்திரி சுதாரித்து நிமிர்ந்தான். யட்ச நீலி விலகிக்கொண்டு விட்டிருந்தாள்.

"நாச்சியப்பா! சந்தோஷத்தை அடைஞ்சிட்டோம்னு நினைக்கற சமயத்துல கதையே திசை திரும்பிடுச்சி" என்றான் பட்டத்திரி,

"என்ன பட்டத்திரி சொல்றே?"

"தங்கம் இருக்கற இடம் தெரிஞ்ச மாதிரிதான். ஆனா அதை எடுக்க முயற்சிகள் சாதாரணமானது இல்ல. நிறைய காரியம் செய்ய வேண்டியிருக்கு. இந்த முயற்சியிலே என் உயிருக்கேகூட ஆபத்து இருக்கு..."

"பெரிய விஷயம்னா பெரிய அளவுலதான் ஆபத்து வரும். நான் உயிருக்குத் துணிஞ்சுதான் இறங்கியிருக்கேன். இதுக்கெல்லாம் பயப்படலாமா? ஆமா எப்ப நரபலி வைக்கப் போறே. அந்தப் பெண்ணை நான் ரகசியமா வெச்சுருக்கறதுக்குள்ள உயிர் போயிடும்போல இருக்கு. போலீஸ் தொல்லை ஜாஸ்தி பட்டத்திரி." பட்டத்திரி அவனது விசாரத்தின் முன் பெரிதாகப் பெருமூச்சு விட்டான்.

"நாச்சியப்பா எல்லாம் இன்னும் பதினைஞ்சு நாள் அளவுல முடிஞ்சிடும். நாளைக்கு நான் இந்தப் பாஸ்கர பட்டத்திரிக்குக் கர்மம் செய்யத் தாமிரபரணி கரைக்கு வந்தாகணுமே. எப்படி வரட்டும்! வழி சொல்லு?"

"பலி எப்படி கொடுக்கப் போறே, தங்கத்தை எப்ப எடுக்கப் போறோம்? அதுக்குப் பதிலைச் சொல்லு! பாஸ்கர பட்டத்திரிக்குக் கர்மம் பண்றதா முக்கியம்?"

"ஆமாம், நாம செய்யப்போற செயல்களோட முதல் சுழிச்செயலே அதுதான். நான் ஊருக்குள்ள மாறுவேஷத்துல வரட்டுமா?"

"எனக்கு ஆட்சேபணை இல்லை. எனக்குத் தேவை காரியங்கள் வேகமாக நடக்கணும். பாட்டுக்குப் பொருள் தெரிஞ்சுதா? சொல்லு, இப்பவே அந்த இடத்தைக் கண்டுபிடிச்சு

அந்தத் தங்கத்தை நான் என் கண்ணால் பார்த்துட்டாவது வந்துட்றேன்...” நாச்சியப்பன் படபடத்தான்.

“தங்கத்தை அவ்வளவு சுலபத்துல் பாத்துட முடியாது நாச்சியப்பா... பாடலோட பொருள், ஒரு பெரிய குழப்ப விஷயம். ‘நாலுகல், ஒளிக்கல்லு’ புரியாத ரகசியமா இருக்கு. போகட்டும் அது நம்ம கடைசி முயற்சி. முதல்ல நடக்க வேண்டியதைப் பார்ப்போம்.”

“அப்ப நான் அந்தச் சந்திரசேகர், நிர்மலா, தேவாங்கு, பிணச்சாம்பல் இவைகளோடு இன்னும் எத்தனைநாள் காத்திருக்கிறது?”

“அதிக பட்சம் பதினைந்தே நாள். அதுக்கப்புறம் நீ குபேரன்.”

“நிஜமாவா பட்டத்திரி.”

“சத்தியமா!”

“அப்ப சரி... நாளைக்கே நீ சூரிய உதயத்தப்ப மாறுவேஷத்துல தாமிரபரணி பிள்ளையார் படித்துறைக்கு வா. நான் உனக்காக அங்குக் காத்திருக்கேன். அங்கே நிறைய ஐய்யர்கள் இருப்பாங்க. நீ யாரையாவது ஒருத்தரைப் பிடிச்சு உன் வேலைய ஆரம்பி.”

நாச்சியப்பன் பேசிவிட்டு சந்தோஷமா திரும்பி நடக்க ஆரம்பித்தான். பட்டத்திரி சோர்ந்து போயிருந்தான். தான் அஷ்டம சனியின் வசம் இருப்பதை நினைக்கவே அவனுக்கு நடுங்கியது.

“அகப்பட்டுக் கொண்டவனுக்கு அஷ்டமத்தில் சனி!” என்பார்களே. நான் யாரிடம் அகப்படுவேன். எமனிடமா?” மன உளைச்சலில் அப்படியே ஒடிந்துபோய் அவன் கண்களை மூடிய சமயம், அவன் மல்லாந்து கிடக்கும் பாறைக்கு நேர் எதிரில் உள்ள அடர்த்தியான சப்பாத்திக் கள்ளி கூட்டத்துக்குப் பின்னே யாரோ இரண்டுபேர் ஒளிந்து இருப்பதுபோல் ஒரு அனுமானம்.

அது வரைக்கும் பட்டத்திரியையும், நாச்சியப்பனையும் பரிதாபமாகப் பார்த்துக்கொண்டு ஒரு பாறைமேல் ஆடாமல்

அசையாமல் படுத்திருந்த வில்வாத்திரி அந்தச் சப்பாத்திக் கள்ளி கூட்டத்தைத் தனது தலையை 'நங்'கென்று நிமிர்த்திப் பார்க்க ஆரம்பித்தது.

வில்வாத்திரியின் எதிர்பார்ப்பு பொய்யாகிப் போகவில்லை.

அந்த மறைவில் பண்ணையாரும், கிழட்டு மாந்திரீகன் ருத்ரகேசியும்தான் ஒளிந்திருந்தனர். இதுவரை ஒளிந்திருந்து ஒட்டுக்கேட்டது போதும் என்பதுபோல் அங்கிருந்து அகல கால் எடுத்தார்கள்.

இருவர் முகத்திலும் அசாத்ய மவுனம். அதீத சிந்தனை!

வில்வாத்திரி உடனேயே பட்டத்திரியை எழுப்ப, படுத்திருக்கும் பட்டத்திரிமேல் செல்லமாய் ஓடி ஏறியது.

***

# 27

பட்டத்திரியின் அசாத்ய உடல் களைப்பும், மனக் களைப்பும் அவனைத் தூக்கத்தில் வெகு ஆழத்தில் புதைத்திருந்தன.

பத்மாசனமிட்டு ருத்ரஜபம் செய்தாலே, உடல் களைத்துப்போய் இப்படித்தான் அவனைச் சாய்த்துவிடுகிறது. எனவே வில்வாத்திரி அவனை எழுப்பச் செய்த முயற்சி உடனடியாகப் பலிக்கவில்லை.

இதைத் துல்லிதமாகக் கண்டுவிட்ட பண்ணையார் பக்கத்தில் இருக்கும் ருத்ரகேசியைப் பயத்துடன் பார்த்தார். பார்வையிலேயே 'ஓடி விடலாமா?' என்று கேட்டார்.

ருத்ரகேசியிடம் அதை ஆமோதித்தது போன்ற பார்வை. இருவரும் உடனடியாக அங்கிருந்து அகலத் தொடங்கினார்கள்.

வில்வாத்திரியோவிடாமல் முயன்று பார்த்துத் தோற்றுப்போய், உறங்கும் பட்டத்திரி மார்புமேல் தனது இரண்டு விரல்களைப் பதித்து முன் உடம்பைத் தூக்கி நிறுத்தியபடி அங்கிருந்து விலகி ஓடும் அவர்களை வெறிப்பாகப் பார்த்தது.

நடந்து செல்லும் இருவரும் கரட்டின் அடிவாரத்தை அடையும்வரை மூச்சுகூட விடவில்லை. கரட்டின் முள் வேலியைத் தாண்டி பண்ணை தன் வயலில் இறங்கின பிறகே வாயைத் திறந்தார்.

"சாமி பாத்திங்கல்ல. அந்தப் பட்டத்திரி தங்கத்துக்கிட்ட நெருங்கிட்டதை..."

ருத்ரகேசியிடம் அதைக் கேட்ட இலேசாய்ப் புன்னகை.

"என்ன சாமி சிரிக்கிறீங்க. தங்கத்தைச் சுலபமா எடுக்க முடிஞ்ச கஸ்தூரியை நான் வீட்ல வெச்சுக்கிட்டு இடமும், எடுக்கற விதமும் தெரியாம காலம் காலமா தவிச்சுக்கிட்டு இருக்கேன். எங்கியோ இருந்து வந்து இருக்கிற பட்டத்திரி அதை எடுத்துக்கிட்டு போறதா?"

ருத்ரகேசியிடம் தொடர்ந்து மவுனம். பேசாமல் செருமலாக நடந்தான். வயல் வரப்புகள் அவர்களுக்குப் பாதையாகி வரவேற்பு சொல்லிக் கொண்டிருந்தது. காற்றின் இலேசான தழுவலும்கூட.

"சாமி... இந்தத் தங்கத்தை எடுக்கப்போய் என் குடும்பத்துல பலர் இறந்துட்டாங்க. கொஞ்சநாளா இந்தத் தங்கம் பற்றி எல்லாரும் மறந்து இருந்தோம். இப்ப திரும்பவும் இந்தப் பட்டத்திரியால பிரச்சினை. சாமி, பட்டத்திரி தங்கத்தை எடுத்துடுவானா? இந்த நாச்சியப்பன்வேற அவன்கூட சேர்ந்து கூட்டணி அமைச்சிருக்கான். என்னதான் ஆகும் சாமி?"

ருத்ரகேசி பண்ணையாரின் கேள்விக்கு நின்று வானத்தை அண்ணாந்து பார்த்தான். பிறகு வாயைத் திறந்தான்.

"இந்த உலகத்துல புதையல் எடுத்த யாரும் உருப்பட்டதில்லைங்கறது உனக்குத் தெரியாதா?" அந்தக் கேள்வி பண்ணையாரை ஒரு வெட்டு வெட்டியது.

"உன் குடும்பமே அதற்கு ஒரு உதாரணம். புதையலுக்கு மட்டும் அப்படி ஒரு சக்தி. ஆகையால் இது விஷயமா நீ இவ்வளவு தூரத்துக்கு அலட்டிக்கணுமா? பட்டத்திரி எடுத்தாலும் அதனால் அவனுக்குக் கஷ்டம்தானே?"

பண்ணையாரைப் பார்த்து ருத்ரகேசி கேட்ட கேள்வியில் பண்ணையார் இலேசாய்ச் சிந்திப்பது தெரிந்தது.

"அப்ப இந்தப் புதையல் பிரச்சினையை அப்படியே விட்டுடு. அவங்க எப்படியோ போகட்டுங்கறீங்களா?"

இதற்கு ருத்ரகேசி பதில் பேசாமல் அவரைப் பார்த்தான்.

“நீங்க என்னதான் சொல்ல வர்றீங்க? எனக்கொண்ணும் புதையல் தங்கத்துமேல ஆசையில்ல. எனக்கிருக்கிற சொத்தே ஏழு தலைமுறைக்குச் சேரும். ஆனா இந்தப் புதையல் எடுக்கப்போய் நித்ய கன்னியாவே இருக்கிற என் அத்தை கஸ்தூரியை வெச்சுக்கிட்டு நான் என்ன பண்றது? அதுக்கு ஒரு வழி சொல்லுங்க...”

ருத்ரகேசி சற்று யோசித்துவிட்டுப் பிறகு பேசினான்.

“பண்ணையார்...! கஸ்தூரி விஷயம் ஒரு மகா குழப்பமான விஷயம். அதை நான் பிறகு கவனிக்கிறேன். இந்தப் பிரச்சினையில நீ தலையிடாதே! பேசாம விஷயத்தை போலீசுக்குச் சொல்லிடு. பட்டத்திரி அனேகமா தங்கத்தை எடுக்க மாட்டான். அப்படி எடுத்தா தங்கம் அரசாங்கத்துக்குப் போகட்டும். நான் பட்டத்திரிக்கு எந்த வகையிலையும் உபத்ரவம் தரக்கூடாது. ஒரு மாந்திரீகனுக்கு இன்னொரு மாந்திரீகன் குரு மாதிரி. ஆகையினாலே நான் இந்தப் பிரச்சினையில் இந்த நிமிஷத்துல இருந்து விலகிக்க விரும்பறேன்.”

பண்ணையார் அதை அரைமனதோடு ஆமோதித்து தலையசைக்கவும் ஊர் எல்லை வரவும் சரியாக இருந்தது.

சிங்கத்தேவன் படுத்துறங்கிய அந்த ஆலமரமும் அதன் காற்றும் ருத்ரகேசியையும் பண்ணையாரையும் வரவேற்று நிறுத்தின. பண்ணையாரும் ருத்ரகேசியும் ஏறி வந்திருந்த வில்வண்டி அங்கே மாடுகள் அவிழ்ந்து வைக்கோலை மேய்ந்து கொண்டிருந்த நிலையில் இருக்க, வண்டி ஓட்டி சரிந்த வண்டியின் உள்ளே குறட்டை விட்டுக் கொண்டிருந்தான்.

பண்ணையார் அவனைத் தட்டி எழுப்பவும், அந்த வண்டி அவர்கள் இருவரையும் ஏற்றிக்கொண்டு ஊருக்குள் உருள ஆரம்பித்தது. ஊருக்குள் சிலர் ருத்ரகேசியைப் பண்ணையாரோடு பார்த்துவிட்டு மோவாய்க் கட்டையில் விரல்களை வைத்து ஆலோசித்தனர்.

கூண்டுக்குள் தேவாங்கு அப்படியே நூல் கண்டாய் சுருண்ட படுத்திருந்தது. அதன் எதிரே சிறிய அலுமினியத் தட்டில் அது குடிக்க நீர்.

பக்கத்தில் அதை ஆர்வமாகப் பார்த்தபடி தங்கமணி.

இன்னும் சற்றுத்தள்ளி அழுது அழுது முகம் வீங்கி, இப்பொழுது அழக்கூட சக்தியற்ற நிலையில் மோட்டு வளையையே வெறிக்கப் பார்த்தவளாய் நிர்மலா!

அந்த அறையின் கட்டிலுக்கு அப்பால் குட்டிபோட்ட பூனைபோல் சந்திரசேகர். அவன் முகத்தில் ஒரு வாரத்து கேசம். மூன்று மில்லிமீட்டர்களைக் கடந்து முளைவிட்டிருந்தது. கண்களில் கலக்கப் பிசைவு.

தங்கமணியை அவன் பார்க்கும் சமயமெல்லாம் கண்களில் திராவகம் சிந்தின மாதிரி ஒரு எரிச்சல். இவளிடம் வகையாய் அடைபட்டு ஒரு வாரம் ஆகப்போகிறது.

ஒரே ஒருமுறை அந்த ரகசியக் குறிப்பை எடுத்துவர நாச்சியப்பனுடன் வெளியே அனுப்பினாள். அவ்வளவுதான். சிறுநீர் கழிப்பதாக இருந்தாலும்கூட நானும் உடன் வருகிறேன் என்று அடம்பிடிக்கும் அளவு கெடுபிடி செய்து கொண்டிருக்கிறாள்.

எல்லாம் எதற்காக?

எதற்காக இந்தச் சிறையடைப்பு?

வாய்விட்டு வெடிக்க வேண்டும் போலிருந்தது சந்திரசேகருக்கு. அதே சமயம் எதற்கும் துணிந்த அவள் பாத்திரத்தை எண்ணிய பதைப்பு மறுபுறம் எச்சரிக்கை செய்ய "தங்கமணி எங்களை இங்க அடைச்சு வெச்சு ஏன் இப்படிக் கொல்றே? நீ கேட்ட குறிப்பைத்தான் கொடுத்துட்டேனே. என்னை விட்டுடேன்" என்று கெஞ்சலாய்ப் பேச்சைத் துவக்கினான்.

"உன்னை வெளியே அனுப்புறது என் கைல இல்லை, என் நாச்சி கைல!" என்றாள் அவள் சாதாரணமாக.

"நீங்க என்னதான் பண்றீங்க? நான் உன்கூட இருந்து என்ன பண்ணப் போறேன்."

"எங்ககூட இருந்து ஒண்ணும் பண்ணலைதான். ஆனா வெளிய விட்டா எங்களுக்கு எதிரா ஆயிரம் வேலை பாப்பியே?" கேட்டுவிட்டுச் சிரித்தாள். அப்படியே பார்வையை நிர்மலா மேல் விட்டாள்.

கழுத்தில் கோரமாய் வெட்டுப்பட்டு, உயிர்ப் பறவையை வானில் பறக்க விடப்போகும் அவள் பரிதாபநிலை தங்கமணியை என்னவோ செய்தது. அவளது மரத்துப்போன இதயத்திலும்கூட துளி ஈரம் கசியும்போல இருந்தது.

"பாப்பா இப்படி இருந்தா எப்படிம்மா? நீ சாப்பிட என்ன வேணும். நல்லா ருசியா எது வேணும்னாலும் கேளு, வாங்கித் தரேன்" என்றாள்.

அப்பொழுது வீட்டுக் கதவு வெளியே தட்டப்படும் சப்தம். பயத்துடன் அங்கிருந்து நகர்ந்து கதவுக்குப் பின்னாலே நின்றபடி கதவிடுக்கு வழியாக வெளியே யார் என்று பார்த்தாள்.

நாச்சியப்பன்!

உடனேயே தங்கமணியின் மூச்சுக் குழலில் தென்றல் புகுந்தது. கதவைத் திறக்கவும் அவன் சோர்வாக உள்ளே நுழைந்தான். உடனேயே கதவைச் சாற்றி மூடிவிட்டு அவன் பக்கம் ஆர்வமாகத் திரும்பினாள்.

"என்னய்யா தங்கம் இருக்கற இடம் தெரிஞ்சுதா? அந்த மந்திரவாதி என்ன சொன்னான்?" அவள் குரலில் ஏக ஆர்வம்.

நாச்சியப்பன் பெருமூச்சு விட்டான்.

"அதை ஏன் கேக்கறே தங்கம். அந்தத் தங்கத்தை நானும் நீயும் பாக்கறதுக்குள்ளற உயிர் போனாலும் போயிடும்" என்றான்.

"என்னய்யா சொல்றே?"

"ஆமாம். இன்னும் பதினைஞ்சு நாளாவது ஆகும்போல இருக்கு. நடுவுல நிறைய வேற காரியம் பார்க்க வேண்டியிருக்கு."

"வேற காரியம்னா?"

“அந்த மாடு விழுங்கிப் பள்ளத்துல ஒரு மந்திரவாதி ஏற்கனவே செத்து விழுந்துருக்கான். அவன் எலும்புக் கூடு நொறுங்காம அப்படியே கிடக்காம். அத்தோட பக்கத்துல ஒரு குறளி பொம்மை வேற! அதுக்கு வெளிச்சத்தைக் கண்டா சக்தி வந்துடுமாம். இந்த இரண்டு விஷயத்தையும் ஒரு வழி பண்ணிட்டு அப்புறமா தங்கம் இருக்கற இடத்தைத் தேடி நடக்கணும்...”

“ஆமா இந்தப் பொண்ணை நரபலி கொடுக்கணும்னு சொல்லிக் கடத்தி வந்து வெச்சிருக்கியே... இவளை எப்படிப் பலி போடப் போறீங்க? உள்ள அந்த சந்திரசேகர் என்னை வெளிய விடு, வெளிய விடுன்னு உயிரை வாங்கறான்யா! என் கை துப்பாக்கிக்கும், அந்த போட்டோவுக்கும் அவன் பயப்படற வரையிலும்தான் நமக்குப் பிரச்சினை இல்லை. பொம்பளைதானேன்னு நீ இல்லாதப்ப அவன் என்கிட்ட ஜேம்ஸ் பாண்ட் வேலை காட்டிட்டா?”

“கவலைப்படாதே தங்கம்...! நாளைக்கு ஒருநாள் பொறுத்துக்கோ. அமாவாசையான நாளைக்குப் பட்டத்திரிக்கு நம்ம ஊர் தாமிரபரணிக் கரையில் ஒரு வேலை இருக்கு. அத்தோட அந்தப் பள்ளத்துல இறங்கி அந்தச் சொர்ணலிங்கத் தகட்டையும் எடுத்துட்டா தங்கம் கைக்குக் கிடைச்ச மாதிரிதான். ‘பேய் பிசாசு’ன்னு ஒரு பயம் கிடையாது. புதையல் கைக்கு வந்த பிறகு ‘அப்படி ஆயிடுமோ இப்படி ஆயிடுமோன்னு’ நடுங்க வேண்டாம். இந்த நிர்மலாதான் அந்தப் புதையலைக் காக்கற பூதங்களுக்குச் சாப்பாடு...”

“எனக்கென்னவோ அந்த மந்திரவாதியை நினைச்சா பயமா இருக்குய்யா... பாத்து பழகு. உன்னை ஏதாவது பண்ணிடப் போறான்.”

நாச்சியப்பன் அதைக் கேட்டு இடக்காகச் சிரித்தான்.

மனதுக்குள் தங்கத்தை நெருங்கிவிட்டதைப் போலவே ஒரு நினைப்பு. அது அவன் கண்களில் வெறித்தனமாய் மின்னத் தொடங்கியது.

மனோகரைப் பார்த்தபோது மிகப்பரிதாபமாக இருந்தது. புயலில் அகப்பட்ட பூமரம், வெறும் கிளையாய் நிற்கிற மாதிரி ஒரு தோற்றம் அவனிடம். அந்தப் போலீஸ் ஸ்டேஷனின் படிகளில் பல தடவைகளில் ஒரு தடவையாக ஏறிக் கொண்டிருந்தான்.

ஏட்டுதான் அவனை எதிர்கொண்டவர்.

"சார்! என்ன ஆச்சு சார் என் தங்கை விஷயம்? ஏதாவது விவரம் தெரிஞ்சிச்சா?" பேசக்கூட சக்தியில்லாதவனாட்டம் கேட்கிறான்.

ஏட்டின் முகத்திலும் அவனைப் பார்க்க வருத்தம் வளாவுகிறது.

"தம்பி...! விஷயம் டி.எஸ்.பி, டி.ஐ.ஜி-ன்னு அவங்க காது வரைக்கும் போய் படு ஜரூரா தேடல் வேலை நடந்துக்கிட்டிருக்கு. பொண்ணு காணாமபோன தெருவுலையும் விசாரிச்சிருங்காங்க. விசாரணை விஷயம் ரொம்ப ரகசியமானது. நாங்க எங்களால முடிஞ்ச தூரம் முயற்சி பண்ணிக்கிட்டிருக்கோம்.

பேப்பர்ல எல்லாம்கூட உங்க தங்கை போட்டோவை கொடுத்து செய்தி போட்டிருக்கோம். கண்டுபிடிக்கறவங்களுக்கு ரூபாய் பத்தாயிரம் ரிவார்டு வேற. இதுக்கு மேல என்ன பண்ணலாம் சொல்லுங்க பார்ப்போம்..."

"ஆமா, இன்ஸ்பெக்டர் எங்க?" அவன் மெல்லிசாக கேட்கவும், ஏட் ஆச்சர்யமாக அவனைப் பார்த்தார்.

"உங்களுக்குத் தெரியாதா? எஸ்.ஐ.க்கு ஆக்சிடெண்ட் ஆகி ஆஸ்பத்திரியில இருக்காரு! அன்னிக்கு உங்ககூட பேசிக்கிட்டிருந்திச்சே வாய் துடுக்கா ஏஞ்சல்னு ஒரு பொண்ணு..."

"ஆமா!"

"அந்தப் பொண்ணுக்கும்கூட லேசா காயம். இன்னும் பத்து நாள்ல டிஸ்சார்ஜ் ஆயிடுவாரு. அனேகமா இன்னிக்கு அவரை ஸ்பெஷல் வார்டுல இருந்து ஆர்டினரிக்கு மாற்றுவாங்கன்னு நெனைக்கறேன்."

மாற்றிக் கொண்டிருந்தார்கள்.

தேவதாசே ஸ்ட்ரெச்சர் வேண்டாம் என்றவராய் ஒரு காலை ஊன்றி, சுவற்றைப் பிடித்தபடி நடக்கத் தொடங்கியிருந்தார். பக்கத்தில் பாதுகாப்பாக நர்சுகள். இன்னும் சற்றுத் தள்ளி ஏஞ்சல் நின்று கொண்டிருக்க, அவளுக்குப் பக்கத்தில் கணேசனும் கனகமயிலும்.

கணேசன் தலையில் சிறிதாய் ஒரு கட்டுடன் தென்பட்டான். அவன் தன் தலைவலிக்காக அங்கே மருத்துவம் பார்க்க ஆரம்பித்துவிட்டான் என்பதற்கு அடையாளம் மாதிரி இருந்தது அந்தக் கட்டு.

“அங்கிள்! ஸ்ட்ரெய்ன் பண்ணாதீங்க. பேசாம ஸ்ட்ரெச்சர்ல படுங்க...” ஏஞ்சல் கெஞ்சலாய் ஆணையிட்டுப் பார்த்தாள்.

“நான் என்ன கிழவனா, இல்லை நித்ய நோயாளியா படுத்தே கிடக்க... ஓடிஓடி வேலை செஞ்ச காலமா இது.” தேவதாஸ் அந்த நிலையிலும் விடாது சமாளித்தார்.

ஒரு வழியாக ஆர்டினரி வார்டின் பாந்த பதமான அறைக்குள் அவர் வந்து சேர, அறைக்குள் ஏஞ்சல் நுழைந்தவளாய் கணேசனையும், கனகமயிலையும் அழைத்துப் பக்கத்து நாற்காலியில் அமரவைத்துவிட்டு, தேவதாசை நெருங்கி வந்து அவர் முகத்தோடு முகம் பார்த்தாள்.

“அங்க்கிள்! சில முக்கிய விஷயங்களைச் சொல்லப் போறேன். ஆச்சரியப்படாம கேட்டுக்கணும் என்ன?” கனிவா அவள் உதடுகளைக் குவித்து அசைத்ததில், பூ அரும்புகள் மோதி விரிந்த மாதிரி ஒரு பரவசம் தேவதாசுக்கு.

“சென்னை வர இன்னும் பத்து நாளாகலாம்னு எங்க பத்திரிகைக்குத் தந்தி கொடுத்துட்டேன். அதோட நம்ம கணேசனைப் பற்றி ஒரு ஸ்கூப் நியூஸ் கொடுத்திருக்கேன்.”

“என்னன்னு?”

“அதிசய சக்தி படைத்த ஆனந்தர்னு சாமியார்த்தனமால்லாம் கொடுக்கலை. இங்க இருக்கிற சைக்கியாட்ரிஸ்ட் டாக்டரும், பிரைன் ஸ்பெஷலிஸ்ட்டும் கணேசனை நேற்று போட்டுக் குடைகுடைன்னு குடைஞ்சு சில விஷயங்க சொன்னாங்க, அதைத்தான்!”

“என்னம்மா சொல்றே?”

“ஆமா அங்க்கிள், அவர் தலைவலிக்குக் காரணம் என்ன? அவரால எப்படி முன்கூட்டியே நடக்கப்போற சம்பவங்களைச் சொல்ல முடியுதுன்னு ரிசர்ச் பண்ணினாங்க. ஸ்கேன் டெஸ்ட், எக்ஸ்ரே, எலெக்ட்ரிக் ஷாக்னு ஏக தடபுடல் போங்க...”

“எல்லாம் சரி... அவங்க ரிசல்ட் என்ன சொன்னது? அவனுக்குள்ளற முனியப்பனும், காளியாத்தாளும் இருக்காங்கன்னு சொன்னிச்சா?”

பக்கத்திலிருந்த கனகமயில் அதைக் கேட்டு வெட்கத்தோடும் கொஞ்சம் கோபத்தோடும் நெளிந்தாள்.

“அதெல்லாம் ஒண்ணுமில்ல அங்கிள். கணேசன் சிம்ப்ளி ஒரு ஈ.எஸ்.பி!”

“ஈ.எஸ்.பி-ன்னா?”

“எக்ஸ்ட்ரா சென்சரி பவர் உள்ள ஒரு கேரக்டர்...”

“எக்ஸ்ட்ரா சென்சரி பவரா, கணேசனுக்கா?”

“ஆமா! லட்சத்துல ஒருத்தருக்கு இப்படி இருக்கறது சகஜமாம். மூளைல குறிப்பிட்ட சில வினாடிகள்ல அதிக ரத்தம் பாயறதுனால வர்ற விளைவு. அதோட எதிரொலிதான் வலி!”

“அது எப்படி குறிப்பிட்ட நேரம் மட்டும் அதிக ரத்தம் மூளைல பாய முடியும்...”

“இன்னும் ரிசர்ச் முடியலை. ஆனா சுத்தமா சந்தேகப்படத் தேவையில்லை. கணேசன் ஒரு ஈ.எஸ்.பி. கேரக்டர்தான்!

அதுமட்டுமல்ல அங்கிள். கணேசன் சொன்ன அந்த ராஜமங்கலத்து மந்திரவாதி கதை இருக்கே அது ஒரு பெரிய அதிசயம்.

அது சம்மந்தமா நாங்க மூணுபேரும் ஒரு முடிவுக்கு வந்திருக்கோம். நாங்க அங்க போகப் போறோம். என்ன நடக்குதுன்னு வாச் பண்ணப் போறோம். உங்க டிபார்ட்மென்ட் உதவி எங்களுக்குப் பலவிதங்கள்ல வேணும்...”

தேவதாஸ் அதைக் கேட்டுப் புருவத்தை உயர்த்திய சமயம் அந்த அறையின் வாசலில் ஆஜானுபாகுவாய் ஒரு உருவம்.

அனைவரும் திரும்பிப் பார்த்தார்கள்.

பண்ணையார்!

***

# 28

பண்ணையாரை அங்கே பார்த்த அதிர்ச்சியிலும், ஆச்சர்யத்திலும் கணேசன் லேசாய் மிளிர கனகமயில் அவனுக்குத் துணை போனாள்.

"யார் இந்த ஜென்டில்மேன்?" ஏஞ்சலிடமே வினா.

விடை இன்ஸ்பெக்டர் தேவதாசிடம் இருந்து வந்தது.

"வாங்க மிஸ்டர் ராஜரத்தினம்..." பண்ணையாரின் பெயரை உரிமையோடு சொல்லி அழைத்த தேவதாசை, ஏஞ்சல் புரியாமல் பார்த்தாள். அது புரிந்த கனகமயில் உடனே ஏஞ்சலை நெருங்கி அவள் காதைக் கடித்தாள்.

"இவர்தாங்க ராஜமங்கலத்து பண்ணையார்?"

"யார் இவரா? ஒரு பொண்ணை வெச்சு ஒரு மந்திரவாதிகூட சேர்ந்து நிர்வாண பூஜைகூட பண்ணதா சொன்னியே அந்த ஆளா?"

"அதே ஆளுதான். ஆனா இந்த ஆளு இங்க வந்ததுக்குத்தான் காரணம் தெரியலை."

கனகமயில் ஆதங்கப்பட்டுக் கொள்ள அவளையும், கணேசனையும் ஒரு தினுசாகப் பார்த்தபடி இன்ஸ்பெக்டரை நெருங்கினார் பண்ணையார்.

"இப்ப எப்படி இருக்கு உடம்பு...? ஆக்சிடென்ட் ஆன விஷயமே எனக்கு இன்னிக்குக் காலையிலதான் தெரியும்." பண்ணையாரின் அந்தக் கனிவான விசாரிப்பு தேவதாசிடம் இதமான புன்னகையைப் பிரசவித்தது.

"இப்ப பரவாயில்ல. இதுக்காகவா இவ்வளவு தூரம் வந்தீங்க?"

தேவதாசின் கேள்விக்குப் பண்ணையாரிடம் ஒரு அர்த்தமுள்ள மவுனம் சில வினாடிகள் நீடித்தது.

கணேசனுக்கோ, பண்ணையாரை அங்கே பார்த்த அதிர்ச்சியில் தொண்டை வறண்டு கொண்டு இருந்தது. அவனைப் பார்த்துவிட்டுப் பண்ணையார் மவுனத்தை உடைத்தார்.

"ஆமா நீ எங்கேடா இங்கே வந்தே?" கேள்வியிலேயே ஒரு அதட்டலான கூர்மை.

"அவரோட தலைவலிக்கு வைத்தியம் பார்க்க..." பதில் கனகமயிலிடம் இருந்து பாய்ந்து வந்தது.

"ஏன்? ஐய்யா பேச மாட்டாரோ?" திரும்பவும் பண்ணையார் கேட்ட விதத்தில் அவரது முதலாளித் திமிர் கொடி கட்டியது.

"இப்ப அவர்களைப் பத்தி என்ன பேச்சு? நீங்க விஷயத்துக்கு வாங்க ராஜரத்தினம்." தேவதாஸ் பண்ணையாரைத் தன் பக்கம் பிடித்து இழுக்க, பண்ணையார் தேவதாசின் கைகளை வாஞ்சையாகப் பிடித்தார்.

"சார் உங்ககூட நிறைய விஷயங்களை நான் பேசணும். தனிமையா இருந்தா நல்லதுன்னு நினைக்கிறேன்." நிறுத்தி நிதானமாய் அவர் சொற்களில் காட்டிய எதிர்பார்ப்பு, தேவதாஸ் முகத்தில் கொஞ்சம் ஆச்சர்யத்தைப் பூசியது.

பார்வையை ஏஞ்சல் பக்கம் திருப்பவும் அவள் கணேசன், கனகமயிலுடன் அந்த அறையைவிட்டு வெளியே செல்ல ஆயத்தமானாள்.

"அந்தப் பொண்ணு யாரு?" பண்ணையாரிடம் ஏஞ்சலைப் பற்றிய விசாரிப்பு.

"தூரத்துச் சொந்தம். பத்திரிகை நிருபரா மெட்ராஸ்ல வேலை பாக்குது. என்னைப் பார்த்துட்டுப் போக வந்த இடத்துல

என்கூடவே கொஞ்சநாள் தங்கும்படியா நிர்பந்தமாயிடிச்சி. ஆமா என்ன விஷயம்?"

தேவதாஸ் பண்ணையாரின் கேள்விக்குப் பதிலைச் சொல்லிவிட்டுத் தான் கேட்க வேண்டிய கேள்வியைக் கேட்கவும் பண்ணையார் வாயைத் திறந்தார்.

உற்சாகமாய் அதை வரவேற்பதுபோல் சுவர் கெடிகாரம் மணி பதினொன்று என்று 'டாண் டாண்' என அடிக்கத் தொடங்கியது.

அந்தப் பகல் பொழுதின் பதினோரு மணி அளவிலான வேளை தாமிரபரணியைப் பொறுத்தமட்டில் ஒரு சோம்பலான காலமாக இருந்தது.

படித்துறையில் ஒருசில சந்நியாசிகள் மட்டும் இடுப்பளவு நீரில் முங்கு போடத் தயாராயிருந்தனர்.

கரையோர அரசமரப் பிள்ளையார் ஊர் கன்னிப் பெண்களின் திவ்யமான பூஜையில் திளைத்த சந்தோஷத்தில் அருகம்புல் மாலை தரித்தவராய் அமர்க்களமாய்க் காட்சி தந்து கொண்டிருந்தார்.

விடியற்காலம்தான் படித்துறை பரபரப்பாக இருக்கும் காலம். பிறகு ஒன்பது மணி வரை ஜே ஜே என்று ஓடும் ஜனத்திரள் தாமிரபரணியை உண்டு இல்லை என்று பண்ணி விடுவார்கள்.

கரையின் மணல்வெளிமேல் நாலைந்து வேத பண்டிதர்கள் எப்பொழுதோ செத்துப்போன தங்கள் தந்தைமார்களுக்குத் திவசம் கொடுக்க வந்த விவசாயிகள் வசம் மந்திரங்களோடு மல்லுகட்டிக் கொண்டிருப்பார்கள்.

மண்பானையும், தர்ப்பையும், எள்ளுச் சிதறுலுமாய் அந்த ஆற்றின் ஒரு குறிப்பிட்ட கரை ஒரு மாதிரியான காட்சி தரும்.

சூரியன் உச்சிக்குத் தன் உடலை நகர்த்திக் கொண்டுபோக ஆரம்பிக்கவும் அந்தப் பண்டிதர்கள் தங்கள் பிழைப்புக்கு மூட்டை கட்ட ஆரம்பித்துக் கிளம்பி விடுவார்கள்.

அதன்பிறகு அந்த ஆற்றின் வீச்சலான ஓட்டத்தில் முங்கித் திளைக்கப் போவதெல்லாம் ஊர்மாடுகளும், சில பரதேசிகளும்தான்.

பட்டத்திரியின் பாதம் அந்தப் படித்துறை வளாகத்தில் பட்டபோது வளாகத்தில் பட்டபோது அவர்களைக்கூட அவ்வளவாகக் காணோம். ஆனால் தொலைவில் நாச்சியப்பன் ஒரு பண்டிதரோடு ஒரு மரநிழலில் நின்று கொண்டிருந்தான்.

ஒரு சந்நியாசிபோல் திரிசடையை வித்தியாசமாக முடிந்தபடி காவி உடுத்தி நெற்றியில் திருநீரேல்லாம் அணிந்தபடி வந்துநின்ற பட்டத்திரி தொலைவில் நிற்கும் நாச்சியப்பனைப் பார்த்து முகம் இளகி அவர்களை நெருங்கினான்.

தன்னைப் பட்டத்திரி நெருங்கிய பிறகே நாச்சியப்பனுக்கு, அவன் யார் என்பது தெரிந்தது.

"வா பட்டத்திரி, ஆள் தயாரா இருக்கு. ஆமா குளிச்சிட்டியா?" பதில் பேசாமல் பட்டத்திரி தாமிரபரணியில் காலை நனைத்தான். புனித நதியின் சிலுசிலுப்பு அவன் கால்களைக் கவ்வியது. பார்வை பக்கமாய் அரசமரப் பிள்ளையார்மேல் சென்றது. உடனே கண்கள் எரிவதுபோல் ஒரு பிரமை.

காவியைக் களையாமல் அப்படியே ஆற்றில் முங்கினான். பண்டிதர் பயத்துடன் அவ்வளவையும் பார்த்துக் கொண்டிருந்தார்.

"ஆமா இவர் யாருக்குக் காரியம் பண்ணப் போறார். இவர் அப்பாவுக்கா?" அவரிடம் கேள்வி.

"ஒருத்தர் அவங்க அப்பாவுக்குத்தான் காரியம் பண்ணனுமா? அனாதை யாருக்கும் பண்ணக்கூடாதா என்ன?" நாச்சியப்பன் திரும்பிக் கேட்டான்.

"அப்பாவுக்குப் பண்ணத்தான் ஒரு உயிருக்கு உரிமையும் கடமையும் விதிக்கப்பட்டிருக்கும். அதான் ஸாங்கியம்."

"காரியம் பண்றது எதுக்கு சாமி?"

"இந்தக் காரியத்தின் மூலமாகப் போடற பிண்டம்தான், இறந்த ஆத்மாவுக்கு சூட்சும தேகத்தைத் தரும். அந்தத் தேகத்தின் மூலமா அது தன் பாவ புண்ணியத்துக்கு ஏற்ப மேல் உலகங்களையும் அடையும்."

"இல்லேன்னா?"

@இந்தக் கேள்விக்குக் கருடபுராணப்படி நான் பதில் சொன்னா உங்களுக்குப் புரியறது கஷ்டம்."

"புரியும்படி சொல்லுங்களேன்."

"அந்த ஆத்மா நிராசையா அலையும். பல உபத்ரவங்களைத் தரும். அது குடும்பத்துக்கு அவ்வளவா நல்லதில்ல..."

"சரியா சொன்னீங்க. இப்ப ஒரு ஆத்மாகூட நிராசையா ஒரு பள்ளத்துல உக்காந்துகிட்டு எங்க உசிரை வாங்கிக்கிட்டு இருக்கு. அதுக்குச் சாந்தி கிடைக்கத்தான் இந்த ஏற்பாடே..."

இருவரும் பேசிக்கொண்டிருக்க பட்டத்திரி ஈரம் சொட்டச் சொட்ட கரை ஏறினான். "வாங்கோ இப்படி வந்து உட்காருங்கோ..." பண்டிதர் அவனை அழைத்து எதிரே உட்காரச் சொன்னார்.

அவன் உட்காரப் போன இடத்தில் சில தர்ப்பை புற்கள். பட்டத்திரிக்கு அதன்மேல் உட்கார மனம் நடுங்கியது. பயிர் வகையில் மிக பவித்ரமான அது, வேத சாஸ்த்திரத்தில் ஒரு மிக உயர்ந்த பங்கு வகிப்பதன் அவசியம் தேவி உபாசனை பட்டத்திரிக்கும் தெரிந்த விஷயம்தான்.

ஆனால் முற்றிலும் பாதை மாறி மயானம் மாந்திரீகப் பிரயோகம் என்று வந்துவிட்ட நிலையில், அந்தப் புனித விஷயங்கள் அவனை மிரட்டுவதுபோல் பார்த்தன.

பட்டத்திரி அஞ்சாமல் மனதை ஒரு நிலைப்படுத்திப் பண்டிதர் சொன்ன மந்திரங்களைச் சொல்லி எள்ளுத் தண்ணீர்விட தயாரானான்.

நேரம் உருண்டு கொண்டிருந்தது.

நாச்சியப்பன் அதிசயமாக அவ்வளவையும் பார்த்தான்.

திருடுவது, சாப்பிடுவது, பெண்களை அனுபவிப்பது, போலீசிடம் அகப்பட்டு உதை வாங்குவது, ஜெயிலில் அடைபடுவது, திரும்ப விடுதலை, பிறகும் சாப்பாடு, தூக்கம், திருட்டு... என்று மிகக் குறுகிய விஷயங்களில் தனது வாழ்க்கையை இது நாள்வரை கழித்து வந்ததை நினைக்க அவனுக்கே வெட்கமாக இருந்தது.

வாழ்க்கையில் தெரியாத, புரியாத புதிர்கள்தான் எத்தனை எத்தனை?

'தங்கம் கைக்கு வந்தவுடன் ஒரு விஸ்தாரமான வாழ்க்கை வாழ்ந்து பார்த்துவிட வேண்டியதுதான். இந்தச் சந்திரசேகரை என்ன செய்வது, உபத்திரவமான ஆள். வெளியே விட்டால் போலீசை வைத்துக்கொண்டு ஏதாவது இடமொடக்குப் பண்ணினால்?'

நாச்சியப்பன் கரையோர காற்றுத் தழுவலுக்கு நடுவே இனி நடக்கப் போவதை பற்றிய சிந்தனையில் தன்னைக் கரைத்துக் கொண்டிருந்தான்.

தாமிரபரணியிடமோ தளராத அதே வேகம்.

சூரியன் நடுவானில் மேற்கைக் குறிவைத்துச் சிலநிமிடம் ஜ்வலிக்க ஆரம்பித்தான்.

வேத பண்டிதரின் பிடியில் பட்டத்திரியின் கர்மா ஒரு முடிவுக்கு வந்தது. இறுதியாக 'அர்க்யம்' விட்டுவிட்டு எள்ளுச் சோற்றை வீசப்போன பட்டத்திரி சட்டென்று அதை எடுத்து ஈரத்துணியில் வைத்துச் சுருட்டினான்.

"காக்கைக்குப் போட்டுட வேண்டியதுதானே?" பண்டிதர் கேட்டார்.

"இல்ல, நான் தங்கியிருக்கற இடத்துல பிண்டம் போட்டுக்கறேன்." என்றபடி பட்டத்திரி காரியம் முடிந்த மகிழ்ச்சியில் நாச்சியப்பனைப் பார்த்தான்.

நாச்சியப்பன் முகத்தில் உற்சாகம். ஒரு நூறு ரூபாயை எடுத்துப் பண்டிதர் எதிரே நீட்டினான். அவர் பெரிதாய் பல்லைக் காட்டியபடி அதை வாங்கி இடுப்பில் முடிந்து கொண்டார்.

பட்டத்திரி நடக்க ஆரம்பித்தான். நாச்சியப்பனும் பின்தொடர ஆரம்பித்தான்.

அனுமன் கரடு வரும்வரை இருவரும் ஒன்றுசேராமல் ஒருவர்பின் ஒருவராய் நடந்தவர்கள், ஆளரவ மற்ற கரட்டில் இணைந்து கொண்டார்கள்.

"பட்டத்திரி! அடுத்து என்ன செய்யப் போறே?" நாச்சியப்பன் கேட்டுவிட்டுப் பட்டத்திரியை ஆவலாகப் பார்த்தான்.

"முதல்ல பள்ளத்துக்கு வெளியே பிண்டத்தைக் காக்கை குருவிக்குப் போடப் போறேன். காரியம் சர்வ மங்களமா முடிஞ்சதுக்கு அறிகுறியா கருடன் வந்த இந்த இடத்துக்கு மேல வட்டம் போடணும்."

"போட்டா...?"

"நம்ம காரியத்துல பாதி முடிஞ்ச மாதிரிதான். அப்புறமா இடத்தைத் தேடிப்போய் பலி கொடுத்துத் தங்கத்தை வெளியே எடுக்க வேண்டியதுதான்."

"தங்கம் கண்ணுல பட்டபிறகு பலி கொடுக்கப் போறியா... இல்ல, பலி கொடுத்தபிறகு தங்கத்தைப் பார்க்கப் போறோமா?"

"உன் கேள்விக்குப் பதிலை செயல்ல பாரு. முதல்ல பிண்டத்தைப் போட்டுட்டு நான் பள்ளத்துல இறங்கி அந்த சொர்ணலிங்கத் தகட்டை எடுக்கற வழியைப் பார்க்கறேன். இன்னிக்கு அந்தக் காரியத்தை முடிச்சாத்தான் நல்லது" பேசிவிட்டு ஈரத்துணியில் முடிந்திருந்த பிண்டச் சோற்றை எடுத்துப் பாறை மேல் பரப்பினான் பட்டத்திரி.

கைகளைக் கூப்பி உடனேயே தியானித்தான்.

பிறகு வில்வாத்திரியைத் தேடினான். அது தயாராகச் சுருட்டி வைக்கப்பட்டிருந்த கயிற்றுக்குப் பக்கத்தில் நின்று கொண்டிருந்தது. கயிற்றின் ஒரு முனையை அதன் நான்கு கால்களுக்கு இடைப்பட்டு வயிற்றுப் புறமாய்ப் போட்டு வளைத்து வில்வாத்திரியை மாடு விழுங்கிப் பள்ளம்வரை தூக்கிப்போய் அங்கே ஒரு அசுரனின் தலைபோல் தெரிந்த ஒரு பாறைமேல் தூக்கி எறிய, அதன்மேல் விழுந்த வினாடியில் சக்கென்று பாறையினை இறுக்கிக்கொண்டு பிடித்தபடி அது பட்டத்திரியைப் பார்த்தது.

மறுமுனை பட்டத்திரியின் கைவசம் இருக்க பட்டத்திரி அதைப் பிடித்தபடி உள்ளே இறங்கத் தொடங்கினான்.

'ஆ' வென்று வாய் பிளந்த இருட்டுப் பள்ளத்தில் பட்டத்திரியின் தேகம் மெள்ள மெள்ள கீழே இறங்க தொலைதூரத்தில் ஒரு கருடன் அந்தப் பள்ளத்தை நோக்கி 'உன் கர்மத்தில் எனக்குப் பரம திருப்தி' எனும் பாவனையோடு பறந்து வந்துகொண்டிருந்தது.

கரையோர பிண்டச் சோற்றைக் காக்கையும், குருவியும் நாடிவந்து கொத்தி விழுங்கத் தொடங்க, பட்டத்திரி பார்வையை விட்டே மறைந்துப் போனான்.

நாச்சியப்பன் மிடறு விழுங்கியபடி அனைத்தையும் உற்றுப் பார்க்க அவனையும், கயிறோடு பள்ளத்தில் இறங்கிய பட்டத்திரியையும், பறந்து வந்து கொண்டிருக்கும் கருடனையும் அதிசயமாக அங்கே பார்த்துக் கொண்டிருந்தன, ஒளிவான மறைவில் இருக்கும் மூவிரண்டு ஆறு விழிகள்.

***

# 29

மறைந்திருந்து பார்க்கும் அந்த மூவிரண்டு ஆறு விழிகளிலும் அதீத எதிர்பார்ப்பு. அந்த ஆறு விழிகளில் இரண்டு விழிகளுக்குச் சொந்தமான ஏஞ்சல் மட்டும் எதிர்பார்ப்புக்கு நடுவே துளி பயந்தவளாகவும் இருந்தாள்!

பக்கத்தில் மீதி நான்கு விழிகளுக்குச் சொந்தமான கணேசனும் கனகமயிலும்.

“கனகு அந்தப் பள்ளத்துக்குள்ளற இறங்கறானே... அவன்தான் மந்திரவாதியா?” ஏஞ்சல் மெலிதாக சப்தம் வராதபடி கேட்கிறாள்.

“ஆமா...! பக்கத்துல பேட்டை ரவுடி மாதிரி இருக்கானே, அவன்தான் நாச்சியப்பன். இப்போதைக்கு அந்த மந்திரவாதியோட கையாளு...!”

ஏஞ்சலும், கனகமயிலும் மட்டும் பேசிக்கொள்ள கணேசன் வாய் பிளந்தபடி நடப்பதைக் கவனிக்க, சற்றுமுன் தொலைதூரத்தில் தெரிந்த அந்தக் கருடன் இப்போது மாடு விழுங்கிப் பள்ளம்மேல் வட்டம் போடத் தொடங்கியிருந்தது!

நாச்சியப்பன் அதைப் பார்த்துவிட்டுக் கன்னத்தில் போட்டுக் கொள்ளாத குறை... ஆவலாகப் பள்ளத்தையே பார்த்துக் கொண்டிருந்தான்.

உள்ளே...

பட்டத்திரி தடுமாறித் தடுமாறி இறங்கிக் கொண்டிருந்தான். திண்டுத் திண்டான பாறை முனைகள் அவனை இலேசாய்ப் பதம் பார்த்துக் கொண்டிருந்தன.

கும்மிருட்டு கண்ணைக் கரிக்க விட்டது. இடுப்பில் சொருகிய எண்ணெய்த் திரியை எடுத்துப் பற்ற வைத்துக்கொண்டான். மளாரென்று பாய்ந்த வெளிச்சம் அந்தப் பள்ளத்தின் கர்ணகடூரத்தை அவன் கண்முன்னே காட்டியது.

யாரோ ஒருவர் பள்ளத்தில் தற்கொலைக்காக விழுந்து ஒரு பாறைச்சரிவில் சிக்கி மாய்ந்திருந்தார். அங்கே அப்படியே நொறுங்கிய நிலையில் அவரின் கூடு பட்டத்திரியை வரவேற்பதுபோல் பார்த்துக் கொண்டிருந்தது.

ஏற்கனவே இறங்கி ஏறிய அனுபவம் பட்டத்திரிக்குக் கைகொடுத்துக் கொண்டிருந்தது. திரியின் ஜுவாலை வெளிச்சத்தில் சூழ்நிலையைச் சலிக்கத் தொடங்கியது பார்வை.

“எங்கே இருக்கிறது பாஸ்கர பட்டத்திரியின் கூடு? அன்று பார்த்த அந்தச் சொர்ணலிங்கத் தகடு எங்கே?”

பட்டத்திரியின் தேடுதலில் ஒரு காட்டெருமையின் கூடு முதலில் சிக்கியது. அதன் பருத்த வயிற்று எலும்பு வளைவில் ஒரு ராட்சத வண்டு! விட்டால் பறந்துவந்து பட்டத்திரியைக் கடித்துச் சதையைச் சம்காரம் செய்யும்போல் தோன்றியது.

பட்டத்திரி அதைப் பார்த்துவிட்டு இலேசாகப் பயந்தான். இந்நேரம் யட்ச நீலி இதைக் கண்டிருந்தால் கை கொட்டிச் சிரித்திருப்பாள்... சற்று அதை எண்ணிய வெட்கத்தோடு உடனடியாகக் கருட மந்திரம் ஜெபிக்க ஆரம்பித்தான் பட்டத்திரி.

கண்களைச் சுற்றிச் சுழல விட்டான். திரி வெளிச்சத்தை ஒரு கையால் இயன்றவரை உள்ளே அனுப்பினான். குறளிமேல் பட்டு அது உயிர் பெற்றால் என்ன ஆகும் என்ற பயம் நீங்கி இருந்தது.

தகடு கைகளுக்கு வந்த உடனேயே அந்தப் பள்ளத்தையே, அதில் குவிந்து கிடக்கும் எலும்பு ராஜ்யத்தையே சாம்பலாக்கப் போகின்ற தகிப்பு அவனுக்குள் சுடர்விட, மனது கருட மந்திரத்தில் ஊர்ந்தது.

அதோ பாஸ்கர பட்டத்திரியின் கூடு! அதன் மார்பு எலும்பின்மேல் அந்த சொர்ணலிங்கத் தகடு! பட்டத்திரி வேகமாகிக் கயிற்றில் தொங்கிய நிலையில் சற்று ஊஞ்சலாட்டம் ஆடி, பாஸ்கர பட்டத்திரியின் கூட்டுக்கு அருகே போய் பாறையைப் பற்றிக்கொண்டு சற்று ஆசுவாசித்தான்.

பகலில் பாஸ்கர பட்டத்திரிக்காகக் கர்மம் செய்தது நினைவில் நெளிந்தது.

“குருவே... இப்பொழுது நான் உங்கள் பிள்ளைபோல். எனக்கு உபத்திரவம் தராமல் உதவுவீர்கள் என்று நம்புகிறேன்.” என்றபடி மார்பெலும்புக் கூட்டின்மேல் கை வைத்தான். இந்த முறை அந்த எலும்புக் கூட்டினிடம் மறுப்பான எந்தத் தடையும் இல்லை. சொர்ணலிங்கத் தகடு மெல்ல கருடராஜ பட்டத்திரி வசம் உள்ளடங்கியது.

பட்டத்திரி நிம்மதிப் பெருமூச்சு விட்டான்.

‘ஓம் சாந்தி’ என்றபடி கயிற்றைச் சுண்டிவிட்டான். மேலே பாறைமேல் பசை போட்டு ஒட்டின மாதிரி உள்ள வில்வாத்திரியின் வயிற்றின் மேல் அந்தச் சுண்டுதல் அதிர்வாகப் பரவியது.

அது உடனேயே மெள்ள உடம்பைத் தூக்கி, பாறையோடு ஒட்டிய நிலையில், உறுதியான பிடியை விடாமல் நடக்கத் தொடங்கியது. நாச்சியப்பன் வில்வாத்திரியைப் பார்த்தான். அதன் அசைவைக் கண்ட மாத்திரத்தில் கீழே பட்டத்திரி தடையின்றித் தகட்டை அடைந்தது புரிந்தது.

அவன் முகத்தில் குதூகலம். உடனே துள்ளியபடி அங்கிருந்து நகர்ந்து ஒரு பாறையின் பின்புலத்தைத் தேடி ஓடினான். திரும்பும்போது அவன் கைகளில் பெட்ரோல் டின்!

மறைவில் நிற்கும் ஏஞ்சல், கனகமயில், கணேசனுக்குள் அது பீதியைக் கிளப்பியது.

அதிலும் கனகமயில் பெரிதகாவே அலறி விடுவாள்போல் தோன்றியது.

"என்னது இது? மந்திரவாதி உள்ள போயிருக்கச்சே இந்த நாச்சியப்பன் பெட்ரோல் டின்னோட வந்திருக்கான். மந்திரவாதியை வெளிய வரமுடியாதபடி செய்ய பள்ளத்துக்கு நெருப்பு வைக்கப் போறானா?"

"உஸ்ஸ்..." ஏஞ்சல் கனகமயிலை அடக்கிவிட்டுக் கைப்பையில் இருந்து பாதுகாப்புக்காகத் தேவதாஸ் தனது சொந்தப் பொறுப்பில் சிரமப்பட்டுத் தந்திருந்த ரிவால்வரை வெளியே எடுத்தாள்.

ஆறு குண்டுகளோடு அது காற்றில் சீறக் காத்திருந்தது.

ஆனால் அதற்குத் தேவையே இல்லாதபடி பட்டத்திரியின் தலை பள்ளத்தில் வெளியே தெரிந்தது.

வெளித் தெரிந்த பட்டத்திரி முகத்தில் பரவசமான பரவசம். நாச்சியப்பன் ஓடிப்போய் ஒரு கை கொடுத்துப் பட்டத்திரியை வெளியே இழுத்தான்.

பட்டத்திரி நாச்சியப்பனைப் பரவசமாய்ப் பார்த்த தோரணையே வெற்றி அடைந்துவிட்டதைச் சொல்லாமல் சொல்லியது.

"நாச்சியப்பா...! பகல்ல நான் செஞ்ச கர்மத்துக்கு நல்ல பலன் கிடைச்சிடிச்சு. என் குருவின் குருவான பாஸ்கர பட்டத்திரியோட ஆவி எந்தத் தடையும் செய்யலை. அதிலையும் நான் கருட மந்திரம் ஜெபிச்சதால பிரச்சினையே இல்லாம போயிடிச்சு..."- பட்டத்திரி பேசிவிட்டுச் சட்டென்று அண்ணாந்தான்.

கருட வட்டம் நீங்கவில்லை!

கன்னத்தில் போட்டுக் கொண்டான்.

உடனேயே நாச்சியப்பனைப் பார்த்து "உம்... சீக்கிரம் பெட்ரோலைப் போட்டுப் பள்ளத்தைக் கொளுத்து" என்றான்.

நாச்சியப்பன் தாமதிக்காமல் பெட்ரோல் டின்னைத் திறந்தான். 'குபுக் குபுக்' என்று கொப்பளித்தபடி பள்ளம் பார்த்து மழைத் தூறல்போல் உள்ளிறங்கியது பெட்ரோல் துளிகள். பின்னர்

காலியான டின்னையும் உள்ளே வீசிவிட்டு ஒரு தீக்குச்சியைக் கொளுத்தினான்.

பள்ளத்தில் எரியும்முன் பட்டத்திரியை சந்தோஷத்தோடு ஒரு பார்வை பார்த்தான். பின்னர் தீக்குச்சியை உள்ளே விட்டெறிந்தான்.

குபீர் என்று தீப்பற்றிக் கொள்ள திகுதிகுவென பள்ளம் முழுக்க அதன் நாக்குகள் சிவந்த தங்கள் கொழுந்தைப் பரப்பின.

அதன் பிடியில் பாறையின் இரண்டு இடுக்குகளில் முளைவிட்டு வெண் சாமரமாய்த் தலையெடுத்து விட்டிருந்த கோரைப் புற்களும் இலை தழைகளும்கூட சிக்கி எரிய, எலும்புத் துண்டுகள் எல்லாம் அந்த எரிசலில் தங்கள் உறுதியை இழக்க ஆரம்பித்தன.

அம்பாரமாய்ப் புகைக்கோளம் குப்பென்று கிளம்பி வானம் ஏறியது. ஒரு மேகக் கூட்டம்போல் அனுமன் கரட்டையே வளைத்து மறைக்கும்போல தோன்றியது. கரட்டுக்குச் சற்று அருகில் வயலில் களை பறித்துக் கொண்டிருந்த சில ராஜமங்கலத்துக் கிராமவாசிகள் அந்தப் புகைக்கூட்டம் பார்த்து மோவாய்க் கட்டையில் தங்கள் வலக்கை விரல்களை வளைத்து நிறுத்தி ஆச்சரியமாய்ப் பார்த்தார்கள்.

ராஜமங்கலத்துக் கிராமத்தில் எங்கிருந்து பார்த்தாலும் அந்தப் புகைக்கோளம் தெரியும் என்பதுபோல் வானம் ஏறிக் கொண்டிருந்தது அந்த ஜுவாலை விட்டக ரும்புகை.

மாடு விழுங்கிப் பள்ளம் இன்னும் சில நிமிடத்தில் சாம்பல் மயமாகிவிடும் என்பது சந்தேகத்துக்கு இடமின்றித் தெரியவர பட்டத்திரி, நாச்சியப்பனை ஏறிட, அந்த இருவரையும் ஒளிந்திருக்கும் கணேசனும், கனகமயிலும் ஏஞ்சலும் ஏறிட்டுக் கொண்டிருக்க, ஊருக்குள்ள அப்பொழுதுதான் திருநெல்வேலியிலிருந்து நுழைந்திருந்த பண்ணையார் தனது வீட்டில் மொட்டை மாடியின் விசாலமான வளாகத்தில் நின்றபடி

அனுமன் கரட்டுப் பக்கம் திகுதிகுவென்று வானம் ஏறிக் கொண்டிருக்கும் அந்தக் கரும்புகை மண்டலத்தைப் பார்த்தார்.

அனுமன் கரட்டில் ஏதோ நடந்து கொண்டிருப்பதாக அவர் யூகத்தில் பளிச்சிட, அதிசயமாய் அந்தப் புகைக்கோளத்தைப் பார்த்தார். பார்த்தபடியே நடந்தவைகளை நினைத்து அசைபோட ஆரம்பித்தார்.

நடந்த அவ்வளவையும் இன்ஸ்பெக்டர் தேவதாசிடம் சொல்லியாயிற்று. அவரும்கூட இனி நாங்கள் பார்த்துக் கொள்கிறோம் என்று தைரியம் சொல்லிவிட்டார்.

இருந்தும்கூட மனது நிலைகொள்ளாமல் அவருக்குள் அலைமோதிக் கொண்டிருந்தது. ஏனோ ருத்ர கேசி சொன்ன யோசனையின்மேல் திடீரென்று எரிச்சல் பீறிட்டது.

"கோடி கோடி மதிப்பு பெறும் தங்கத்தை இனி அரசாங்கம்தான் கொண்டு செல்லும். அதற்காக இதுநாள்வரை வழிதெரியாமல் கஸ்தூரி என்னும் நித்ய கன்னியோடு நான் அலை மோதியதற்குப் பலன்தான் என்ன?"

கஸ்தூரியைப் பற்றி நினைத்த மறுவினாடியே அவளை மருத்துவ சோதனைக்கு உட்படுத்திப் பார்க்க வேண்டும் என்று தேவதாசும், ஏஞ்சலும் குறுக்கிட்டது புத்தியில் பளிச்சிட்டது.

'அவர்கள் கஸ்தூரியை நித்ய கன்னியாக நம்பி அப்படிச் சொன்னார்களா? இல்லை சந்தேகத்தோடா?' மார்பில் தவழும் புலி நகச்செயினை வருடியபடி யோசிக்க ஆரம்பித்தார் பண்ணையார். தேவையில்லாமல் ஏஞ்சல் முகமும், அவளின் குறுக்கீடுகளும் அவருக்குள் மின்னலாய் வெட்டின.

"இப்பொழுது கஸ்தூரி எங்கே?" இன்ஸ்பெக்டர் கேட்டது காதில் ஒலிபரப்பானது.

"என் பாதுகாப்புல இருக்கா..." - அவர் சொன்ன பதில் இது.

“உடனே இங்கே அழைச்சிகிட்டு வாங்களேன். இந்த ஆஸ்பத்திரி வெளிநாட்டு ஆஸ்பத்திரிகளுக்குச் சமமானது. நீங்க சொல்ற அதிசயத்தை ஆராய்ஞ்சு பார்த்துடுவோம்.”

“வேண்டாம் சார்... இதுக்கு முந்தி நான் இப்படி நினைச்சப்பல்லாம் ரொம்ப அவஸ்தைப்பட்டிருக்கேன்...”

“என்ன பண்ணையார் நீங்க. அதுக்காக இந்தப் பிரச்சினையில் நாம் கஸ்தூரியை ஒதுக்கிட முடியுமா? நீங்க சொல்றதைக் கேட்டா அவ உலகத்தோட எட்டாவது அதிசயம்...”

“வாஸ்தவம்தான்! ஆனா கஸ்தூரியை நான் இப்ப அழைச்சுக்கிட்டு வரலை. தங்கம் இருக்கிற இடம் முதல்ல குழப்பமில்லாம தெரியட்டும். அப்ப அதை அந்த மந்திரவாதி எடுக்கப் போகும்போது நாம் தடுத்து நிறுத்திட்டு, கஸ்தூரியின் கையால் அதை எடுப்போம். பிறகு நீங்க உங்க ஆராய்ச்சியை செய்யுங்க.”

தனது பதிலால் தேவதாஸ் மோவாயை வருடி விட்டுக்கொண்டு யோசித்ததும், ஏஞ்சல் அவர் காதுகளில் ஏதோ குசுகுசு என்று குசுகுசுத்ததும் அவர் நினைவில் படர்ந்தது.

“சரி உங்க இஷ்டப்படியே செய்யுங்கள். எதுக்கும் இந்த விஷயத்துல நீங்க எஸ்.பி.ஐ. பார்த்துட்டுப் போறது நல்லது. இது சுண்டைக்காய் கேஸ் இல்ல பாருங்க...”

தேவதாசின் கருத்தைக் கேட்டு அரைமனதாய் தலையை ஆட்டிவிட்டு டி.எஸ்.பி.ஐ. பார்த்ததும், அவர்கள் விஷயத்தைக் கேட்டு வாயைக் காதுவரை பிளந்ததும் அவருக்குள் ‘ரிலே’ ஆயின.

அனுமன் கரட்டுப் பக்கம் வைத்த பார்வையை எடுக்காமல் இவ்வளவையும் யோசித்த பண்ணையார், கஸ்தூரியைப் பார்க்கும் ஆவலுடன் அங்கிருந்து அகல ஆரம்பித்தார். புகைக்கோளமும் கரையத் தொடங்கியிருந்தது.

பட்டத்திரிகூட அனுமன் கரட்டில் வில்வாத்திரியை அன்போடு தன் கைகளில் வாரி எடுத்தவனாய் நாச்சியப்பனை நெருங்கியிருந்தான்.

@பட்டத்திரி அடுத்து என்ன? அந்தப் பாட்டுல சொல்லியிருக்கிறபடி இடத்தைத் தேடற வேலைதானே?" நாச்சியப்பன் கேள்விக்கு உற்சாகமாய் 'உம்' கொட்டியது பட்டத்திரியின் சிரம்.

"அவசரப்படாதே! இடம் தெரியறது முக்கியமில்ல, தங்கத்தை எடுக்கவும், பலி கொடுக்கவும், உகந்த நாள் பவுர்ணமிதான். அதுக்கு இன்னும் பதினைந்து நாள் இருக்கே!" பட்டத்திரியின் பதில் நாச்சியப்பனைப் பொட்டில் தாக்கியது.

"என்னது இன்னும் பதினைந்து நாளா? பட்டத்திரி நான் இப்பவே காரியம் முடிஞ்சிடிச்சின்னு நினைச்சேன். வேலைய ஜவ்வா இழுக்கறியே?"

நாச்சியப்பன் கோபவயப்பட்டான். பட்டத்திரிக்கும் அதனால் முகம் சிவந்தது. அதுவரை அவன் முகத்தில் நிலவிய மகிழ்ச்சி வினாடியில் ஒதுங்கி ஓரம்கட்ட முகத்தில் கடூரம் பளிச்சிட்டது.

"நாச்சியப்பா! ஆக்கப் பொறுத்த உன்னால ஆறப் பொறுக்க முடியலையா?"

இந்தக் கேள்வியில் நாச்சியப்பன் இலேசாய் நடுங்க மறைந்திருந்த ஏஞ்சலோ அவ்வளவையும் உன்னிப்பாய்க் கேட்டபடி தன் கைவசம் ஹேன்ட்பாக்கில் தூக்கிக் கொண்டிருந்த வயர்லெஸ் கருவியை தேவதாசோடு தொடர்புக்கொள்ள வெளியே எடுத்தாள்.

அதே துல்லியமான வினாடிகளில் பண்ணையாரின் வீட்டு ரகசிய அறையின் கதவு அவரால் திறக்கப்பட அறையின் இருண்ட மூலையில் எங்கோ வெறித்துப் பார்த்தபடி உட்கார்ந்திருந்த கஸ்தூரி எதிரே பண்ணையார் போய் நின்றார்.

அவள் பயத்தோடு பண்ணையாரை ஏறிட்டுப் பார்த்துவிட்டு, சட்டென்று முகத்தைக் கவிழ்த்துக் கொண்டாள்.

உடம்பில் ஒரு அங்குல ஆடைகூட இல்லாத நிர்வாணத்தில் அவள் இளமை, இருளையும் மீறி பண்ணையாரைச் சுண்டிவிட பண்ணையாரின் கரங்கள் அவள் தோளைப் பற்ற வேண்டி ஆசையாக அவளை நோக்கி நீண்டன.

***

# 30

தன்னை நோக்கி நீண்ட பண்ணையாரின் கரங்களைப் பார்த்து அவள் விதிர்ப்படைந்தாள். பட்டுப்பூச்சி சிறகாய் விழி இமைகள் படபடவென்று அடித்துக்கொள்ள விழி மணிகளில் பசை பூசின மாதிரி ஈரக் கலக்கம்.

“வேணாம்... வேணாம்... தொடாதீங்க, என்னைத் தொடாதீங்க!” அவள் கலக்கத்தினூடே மெலிதாக முணுமுணுக்கிறாள்.

பண்ணையார் உடனே நீட்டிய தனது கரத்தைப் பின்னுக்கு இழுத்துக் கொண்டார். சில வினாடிவரை மெல்லிய அந்த மோசமான அறையின் இருட்டுக்குள் அவளை ஊன்றிப் பார்த்தவர், மெள்ள மீசையை நீவியபடி லேசான வெளிச்சத்தில் போய் நின்றுகொண்டார்.

“கஸ்தூரி, நீ வெளி உலகத்தைப் பார்க்கிற நாள் வந்தாச்சு. உன்னோட இந்த மோசமான வாழ்க்கைக்குக் கூடிய சீக்கிரம் முடிவு காலம் பிறக்கப்போகுது. இதுநாள் வரை உன்னைச் சந்திச்சு வந்தவன் நான் ஒருத்தன்தான். இனி உன்னை யார் யாரோ சந்திக்கப் போறாங்க...”

அந்த ‘யார் யாரோ சந்திக்கப் போறாங்க’ எனும் பதத்தில் ஏக அழுத்தம் கொடுத்தது அவர் குரல்.

“ரொம்ப குளிருது... உடுத்திக்க துணி தாங்க.” கேவும் குரலில் அவள் தனக்குத் தேவையானதைக் கேட்டபோது பண்ணையாரின் பயங்கரமான சிரிப்பு.

“ஒரு தடவை உனக்குத் துணியைத் தரப்போக அதைக் கொண்டு நீ தற்கொலை செஞ்சுக்க தூக்குக் கயிறு தயாரிச்சதை

நான் இன்னும் மறக்கலை. உன் மரணம் தூக்கு கயிறால் இல்லை..."

'வேறு எதனால்?' அவள் கேள்வி கேட்காமல் நிமிர்ந்த தோரணையில் கண்களில் அந்தச் சிந்தனை பளிச்சிட்டது. பண்ணையார் அதற்குப் பதில் சொல்லாமல் அறையைச் சுற்றிலுமாக ஒரு சுற்று சுற்றி வந்தார். கடந்த ஒருசில நாட்களாகக் கஸ்தூரி இருக்கும் அறைப்பக்கம் அவ்வளவாக வராததும் சுத்தப்படுத்தாததும் ஞாபகத்துக்கு வந்தது.

ஊருக்குத்தான் பண்ணையார் மற்றும் பெரியதனக்காரர். அந்த அறையைப் பொருத்தமட்டில் அதிலும் கஸ்தூரியைப் பொருத்த மட்டில் அவர் ஒரு தோட்டித்தான். ஒரு விளக்குமாற்றைக்கூட அந்த அறைக்குள் நீயே 'கூட்டிக் கொள்' என்று போட்டு வைக்க அவருக்குத் தயக்கமாக இருந்தது.

ஒருநாள் அவர் அந்த அறைக்குள் லாந்தர் ஒளியோடு நுழைந்த சமயம் அங்கே அவர் போட்டு வைத்திருந்த விளக்குமார் கஸ்தூரி கைகளில் ஒரு ஆயுதமாய் உருமாறி அவர்மேல் ஆவேசமாய் மோதித் தாக்கிய சம்பவத்தை அவர் மறந்திருக்கவில்லை.

"என்னை வெளியே விடு, என்னை வெளியே விடு! நான் கஸ்தூரி இல்ல. கன்னியம்மா... கன்னியம்மா..." - என்று அவள் ஆவேசமாகக் கத்தித் தீர்த்ததும் அவருக்குள் பூத்து அடங்கியது.

நம்பிக்கைக்குரிய எவரையும் அவளுக்குக் காவலாகப் போடக்கூட அவர் தயாராக இல்லை.

ஒரு முகம் இரட்டைச் செவி, இதற்குள்ளேயே அமர்ந்திருக்கும் விஷயம்தான் ரகசியமாகிறது. இன்னொரு காதுக்கு அது போனால்கூட அது ரகசியம் இல்லை. இதுநாள்வரை தன் குடும்ப அளவில்கூட பகிர்ந்து கொள்ளாத ரகசியத்தை இப்போது துணிந்து தேவதாசிடம் கூறியாயிற்று. தேவதாஸ் என்ன லேசுப்பட்ட ஆளா?

அந்த அறையைவிட்டு நீங்கி அவர் வெளியேறும் சமயம் கேள்விகளுக்குள் குமைந்தார். 'இனி பிரச்சினை எப்படியெல்லாம் போகுமோ?'

கவலையோடு அந்த ரகசிய அறையின் கதவை இழுத்து மூடிவிட்டு வைக்கோல் படப்புகளை இழுத்து அதன் பூட்டிய கதவு முன்னாலே போட்டு மறைத்துவிட்டு வேட்டியை இழுத்து மடித்துக் கட்டியபடி அங்கே நின்று கொண்டிருக்கும் மாடுகளின் திமிலை தடவியவாறு காற்றோட்டமான கொல்லையை எட்டிப் பிடித்தார்.

கழுநீர்ப் பானையில் தவிட்டைக் கொட்டிக் கலந்து கொண்டிருந்தான் ஒரு வேலைக்காரன். பார்க்க புதியவன் மாதிரி தெரிந்தான். பண்ணையாருக்குப் பரிச்சயமில்லாத அவன் முகம் அவரை உறுத்தவே "எலே ஆருவே நீ..." அழைத்து விசாரித்தார்.

"எம்பேரு செங்கோடனுங்க, ஊரு பக்கத்து சீனிபட்டி" என்றான்.

"உனக்கு இங்க என்ன ஜோலி?" கோபமாக வெளிப்பட்டது கேள்வி.

"குமாஸ்தா தானுங்க கொல்லையில போயி மாடுகளுக்குத் தீனி கொடுன்னாரு. அவருகிட்ட ரொம்ப நாளா நான் ஏதாவது ஜோலி இருந்தா சொல்லுங்க, கருத்தா செய்வேன்னு கெஞ்சிக்கிட்டிருந்தேன். இன்னிக்குதான் வாச்சுது."

மிகப் பணிவாக அவன் சொன்ன விதம் பண்ணையாரைக் கவர்ந்தது.

"சரி ஒழுங்கா ஜோலிய கவனி. உனக்கு என்ன ஜோலியோ அதைத்தான் செய்யணும். இது பண்ணை ராஜ்யம். ஆயிரம் நடக்கும். அப்பால் போய் புரளி பேசக்கூடாது. சொல்லி போட்டேன்! மீறுனா வேலை மட்டும் போவாது உடம்பையே அக்குவேறு ஆணிவேறா கழட்டிப் புடுவேன். கவனத்துல வெச்சுக்கோ."

சொன்னவர் பலமாகக் கைகளைத் தட்டினார். உடனேயே ஒருவன் கைகளில் விறகு பிளக்கும் கோடாலியோடு அவர் முன்னே வந்து கை கூப்பினான்.

"டேய் சூலக்கருப்பா... பய புதுசா வேலைக்கு வந்துருக்கான், கவனமா சொல்லிக்கொடு" என்றார். அவன் பதில் பேசாமல் ரவுத்தரமாகத் தலையை ஆட்டினான்.

"எங்க வாயத் திறந்து காட்டு பார்ப்போம்" அவன் சட்டென்று வாயைத் திறந்தான்.

அவன் நாவில் ஒரு பாதி துண்டிக்கப்பட்டு இருந்தது.

"என்னப்பத்தி தப்பா ஒருத்தர்கிட்ட புரளி பேசினான். நறுக்கி எறிஞ்சுட்டேன்! நான் அவ்வளவு கண்டிப்பான ஆளு. ஞபாகத்துல வெச்சுக்கோ!"

பண்ணையார் அவனைப் பற்றிச் செங்கோடனிடம் சொல்லும் சமயம் சூலக்கருப்பன் என்னும் அவன் முகம் அநியாயத்துக்கு வெளிறிக் கொண்டிருந்தது. செங்கோடனிடம் விதிர்ப்பு.

அது கலையாத தினுசில் பண்ணையாரைப் பார்த்துப் பணிவாக தலையை அசைத்து, பண்ணையார் சொல்வதை அங்கீகரித்தான்.

"டேய் சூலக்கருப்பா, எங்கடா உன் சின்னப் பொண்ணு...? போய் அழைச்சுக்கிட்டு வா. இன்னிக்கு அந்தக் குட்டி பள்ளிக்கூடம் போகாட்டிப் பரவாயில்லை. ஒரு முக்கிய வேலை இருக்கு" என்றவர் மாடியில் உள்ள தனது வசதிமிக்க அறையை நோக்கிக் கால்களை செலுத்தினார்.

அந்தக் குளிர்ப்பதன அறைக்குள் வசதியாக உட்கார்ந்து யோசித்து யோசித்து எழுத ஆரம்பித்தார். ஒரு வழியாக அந்தக் கடிதம் முற்றுப் பெற்றது. அதை நாலாக மடித்து ஒரு உறைக்குள் போட்டு ஒட்டிவிட்டுச் சூலக்கருப்பனின் பொண்ணுக்காகக் காத்திருக்க ஆரம்பித்தார்.

அனுமன் கரட்டின் மாடு விழுங்கிப் பள்ளம் இப்போது சாம்பல் பள்ளமாகக் காட்சி தந்து கொண்டிருந்தது. அதன்

விளிம்பில் கருடராஜ பட்டத்திரி, பக்கத்தில் பால் செம்புடன் நாச்சியப்பன்.

சற்றுத் தள்ளி மறைவான பாறையில் பின்னாலோ பயத்தோடு கனகமயில், கணேசன், ஏஞ்சல்!

பட்டத்திரி அந்த விளிம்பில் நின்ற நிலையில் வானை நோக்கித் தன் கைகளை உயர்த்தி எதையோ முணுமுணுத்துக் கொண்டிருந்தான். பின்பு இடக்கையை வலக்கையோடு கோர்த்து, வலது நடுமார்புக்கு நேரே கோர்த்த கையைப் பிடித்துக்கொண்டு 'சங்கல்பம்' செய்யும் பாவனையில் சில வினாடிகளைக் கழித்தான்.

நாச்சியப்பன் அனைத்தையும் வேடிக்கை பார்த்தபடி வழக்கம்போல் ஆச்சரியப்பட்டுக் கொண்டிருந்தான். பட்டத்திரி தனது செயல் முடிந்தது என்பதற்குத் தோதாக நாச்சியப்பனிடமிருந்து பால் செம்பை வாங்கி பள்ளத்துக்குள் தெளிக்கத் தொடங்கினான்.

பிறகு இருவரும் அங்கிருந்து அகலத் தொடங்கினார்கள். பருத்த பாறைகளின் மேலேறி இறங்கி எங்கோ அவர்கள் செல்வது தெரிந்தது. அனுமன் கரட்டின் பின்புலத்தில் தழைத்த கருவேலங்காடு... உள்ளே ஒரு கோழிக்குஞ்சுகூட நுழைந்து திரும்ப முடியாதபடி நெருக்கமான கிளைகளோடு அது சில ஏக்கர் அளவில் ஏகாண்டமாய் வளர்ந்து கிடந்தது.

அந்தக் கருவேலங்காட்டினுள் இப்பொழுது ஒருவர் பின் ஒருவராய் மெள்ள மெள்ள நடந்து செல்லத் தோதாக ஒரு குட்டிப் பாதை. காட்டின் மையத்தில் பச்சைநிறத் துணியால் உருவான குட்டிக் கூடாராம்!

தூர இருந்து பார்ப்பவர்களுக்கு அங்கு ஒரு கூடாரம் இருப்பதே தெரியாத தினுசில் அதன் மேலெல்லாம் நாச்சியப்பன் கருவேலங் கிளைகளை வெட்டிப் போட்டு மூடியிருந்தான்.

அந்தக் கூடாரத்தை நோக்கி முட்கிளைகளைக் கைகளால் ஒதுக்கித் தள்ளியபடி பட்டத்திரியும், நாச்சியப்பனும் நடந்து கொண்டிருந்தனர்.

பின்னாலே இவர்களைப் பின்தொடரும் ஏஞ்சலும், கனகமயிலும், கூடாரத்தைப் பார்த்துக் கண்களை அகல விரித்தார்கள்.

ஏஞ்சல் தனது பேக்கை திறந்து வயர்லெஸ் டெலிபோனை வெளியே எடுத்தாள்.

தோளில் பாரமாய்த் தொங்கிக் கொண்டிருக்கும் அதனுள் விலை உயர்ந்த காமிரா, போலீஸ் பயன்படுத்தும் வயர்லெஸ் கருவி மற்றும் பாக்கெட் டேப்ரிக்கார்ட், பேனா, கத்தி என்று ஏக கருவிகள்...

அந்த பேக்கை அப்படியே திறந்த ஜிப்பைகூட மூடாத அவசரத்தோட கீழே ஒரு பாறைமேல் வைத்துவிட்டு டெலிபோனின் நம்பர் பட்டனைத் தட்டினாள்.

ராஜமங்கலம் போலீஸ் ஸ்டேஷனில் காத்துக் கிடக்கும் ஒரு சிவில் போலீசின் வயர்லெஸ் டெலிபோன் பதிலுக்குச் சிணுங்கியது.

"ஹலோ மிஸ்டர் ராஜதுரை...?"

"எஸ். ராஜதுரை ஸ்பீங்கிங்...!"

"சார் நான் ஏஞ்சல் பேசறேன்!"

"சொல்லுங்க, நான் கிரைம் பிராஞ்ச் ராஜதுரைதான் ரிசீவ் பண்றேன்."

"குட். நான் அனுமன் கரட்டுல இருந்து பேசறேன். இங்க சீரியஸா எதுவும் தெரியலை சார். அந்த மந்திரவாதி இங்க கரட்டுக்குப் பின்னாலயே உள்ள ஒரு கருவேலங் காட்டுக்குள்ளற டென்ட் அடிச்சு தங்கியிருக்கான். எல்லாம் இந்த நாச்சியப்பன் உதவியினாலன்னு நினைக்கறேன். இன்னும் பதினைஞ்சு நாளைக்கு சீரியஸா எதுவும் நடக்கும்னு தோணலை. இருந்தாலும் இவங்க பாட்டிலே உள்ள குறிப்புப்படி இடத்தைத் தேடி அலைவாங்கன்னு தோணுது."

"மேடம் இதுவரை நீங்க ரீஸ்க் எடுத்தது போதும். இனிமே அவங்களை ஃபாலோ பண்றதுல இருந்து எல்லாத்தையும் கவனிக்கறது எங்க பொறுப்பு. நீங்க உடனே திரும்பிடுங்க."

ஏஞ்சல் சலிப்போடு டெலிபோனை முடக்கினாள். அவள் முகத்தையே கனகமயிலும், கணேசனும் பார்த்துக்

கொண்டிருந்தனர். மேற்கில் சூரியன் நழுவிக் கொண்டிருந்தான். இருட்டு கூடுகட்டத் தொடங்கி இருந்தது. காற்றில் பனி இறங்கி சிலுசிலுத்துப் போயிருந்தது. கருவேலங்காட்டுக்குள் நுழைந்து மறைந்திருந்த பட்டத்திரியும் நாச்சியப்பனும் டென்ட்டுக்குள் முடங்கி விட்டதை சப்தமற்ற சூழ்நிலை உணர்த்தியது. அந்த அமைதிமயமான வினாடிகளில் ஏஞ்சல் கீழே வைத்திருந்த பேக்கிற்கு அருகில் ஒரு கருநாகம் நெளிந்து கொண்டிருந்தது.

அது மெல்ல பாறைமேல் தலையை உயர்த்தித் திறந்து கிடந்த பேக்கினுள் முகத்தை நுழைத்துப் பார்த்துவிட்டு, தனது நீண்ட பின் உடம்பையும் ஏனோ விறுவிறு என்று உள் இழுத்துக் கொண்டது.

ஏஞ்சல் மெல்லிய அந்த இருட்டில் அது உள்ளே நுழைந்து கொண்டதுகூட தெரியாமல் தன் கைவசத்து வயர்லெஸ் டெலிபோனை அதற்குள் வைத்த ஜிப்பை சிருட்டென்று இழுத்து மூடிவிட்டு, பேக்கை தூக்கித் தோளுக்கு மாட்டினாள்.

“இன்னிக்கு இவ்வளவு தூரம் கவனிச்சதே போதும். தேவதாஸ் அங்கிளுக்குப் பதிலா இந்தக் கேஸ்ல டி.எஸ்.பி. உத்தரவுப்படி சார்ஜ் எடுத்துக்கிட்டிருக்கிற ராஜதுரை சார் நம்மகூட பேசணுமாம், ஸ்டேஷனுக்கு வரச் சொல்லியிருக்கார். வாங்க போகலாம்.”

ஏஞ்சலின் கருத்துப்படி மூவரும் திரும்பி நடக்க ஆரம்பித்தார்கள். கரட்டுப் பாறைகளில் தாவி ஏறி முழுவதுமாய் இருட்டுவதற்குள் ஊர் எல்லையை எட்டிப் பிடிக்கும் அவசரம் அவர்கள் நடையில்.

ஊடே ஓரிடத்தில் அவர்களுக்கே தெரியாமல் அவர்களைக் கடந்து கருவேலங்காட்டை நோக்கி ஊர்ந்து கொண்டிருந்தது வில்வாத்திரி.

அதன் வாயில் நாவண்ணங்களில் பிளாஸ்டிக் பேப்பரில் பத்திரமாக வைத்துச் சுருட்டி அடைக்கப்பட்ட கடிதம் ஒன்று.

***

# 31

கருடராஜ பட்டத்திரியின் வில்வாத்திரி என்னும் உடும்பு தன் வாய் அண்ணத்துக்குள் பிளாஸ்டிக் பொட்டலத்தில் அடங்கிய கடிதத்துடன் பட்டத்திரியின் கூடாரத்தை நோக்கி விரைந்து கொண்டிருந்தது.

சிறிய தீப்பந்தம் ஒன்றின் வெளிச்சத்தில் பட்டத்திரியும் நாச்சியப்பனும் எதிரும் புதிருமாக உட்கார்ந்தபடி பேசிக்கொண்டு இருந்தார்கள். ஊடே நுழைந்த வில்வாத்திரி பட்டத்திரியின் மடிமேல் ஏறி வாய் அண்ணங்களில் அடங்கியிருந்த அந்தப் பிளாஸ்டிக் பொட்டலத்தைத் துப்பியது.

பட்டத்திரி அதைச் சற்று அதிர்ச்சியோடு பார்த்துவிட்டு வேகமாக அந்தப் பொட்டலத்தைப் பிரித்துக் கடிதத்தை வெளியே எடுத்தான். நாச்சியப்பன் குறுக்கே ஆர்வத்தோடு எட்டிப் பார்த்தான். அவனைப் பட்டத்திரி உடனே தனது பெரிய சிவந்த விழிகளால் ஏறிட்டான். நாச்சியப்பனுக்கு என்னவோபோல் ஆகிவிட்டது.

தலையைப் பின்னே இழுத்துக்கொண்டு கடிதம் கொண்டுவந்த வில்வாத்திரியை வெறுப்போடு பார்க்க ஆரம்பித்தான். பட்டத்திரியோ தீப்பந்த வெளிச்சத்தில் கடிதத்துக்குள் மூழ்கியிருந்தான்.

கடிதத்தைப் படித்து முடித்த பட்டத்திரியின் நெற்றிப் பொட்டில் திடீரென்று வியர்வைப் பெருக்கம். விழி மணிகளில்கூட கலக்கம். அதைத் துல்லிதமாக உணர்ந்த நாச்சியப்பன், பட்டத்திரியைத் தானும் சற்று கலக்கத்தோடு பார்த்தான்.

“என்ன பட்டத்திரி, ஏன் கலங்கிப் போயிட்டே? ஆமா இது என்ன கடிதம், யார் எழுதினா?” ஆர்வமாகக் கேட்டான். பட்டத்திரி பதில் பேசாமல் கடிதத்தைச் சுருட்டித் தனது ஜோல்னா பைக்குள் திணித்துவிட்டு டென்ட்டின் கூம்பான கூரையையே வெறித்துப் பார்க்க ஆரம்பித்தான்.

“பட்டத்திரி, நான் கேக்கறேன்ல... என்கிட்டேயே ஒளிவு மறைவா?” நாச்சியப்பனின் அந்தக் கேள்வி ஏனோ உடனேயே பட்டத்திரியைச் சற்று இளக்காரமாகச் சிரிக்க வைத்தது.

“பட்டத்திரி சிரிக்காதே! இந்த ஊர்ல என்னைத் தவிர யாரையுமே உனக்குத் தெரியாதே... அப்படி இருக்க எங்கிருந்து வந்தது இந்தக் கடிதம்? இதுக்குள்ள என்ன இருக்கு, ஏன் என்கிட்ட காட்ட மாட்டேங்கறே? நான் ரொம்பப் பொல்லாதவன் பட்டத்திரி. எனக்கு யாராவது துரோகம் நினைச்சா பீஸ் பீஸாக்கிடுவேன். எனக்குத் தெரியாம் ஒரு அணுகூட அசைய முடியாது!”

மீண்டும் பட்டத்திரியிடம் சிரிப்பு பெரிதானது. நாச்சியப்பன் உடனே உக்கிரமானான். “பட்டத்திரி” நாடி துடிக்க அலறினான்.

அந்த அலறல் பட்டத்திரியைக் கட்டுப்படுத்திய, அதே சமயம் பட்டத்திரி விருட்டென்று எழுந்து நாச்சியப்பனின் வலக்கழுத்தோரமாய் விருட்டென்று தனது வலதுகையின் சந்திர மேட்டுப்பகுதியால் ஒரு தட்டு தட்டவே நாச்சியப்பனின் வாய் சட்டென்று கோணிக் கொள்ள கழுத்து அப்படியே தொங்கிப் போனது.

நடுங்கிப்போக ஆரம்பித்தான் நாச்சியப்பன். வாயிலிருந்து வார்த்தைகள் வெளியேற முடியாமல் நாவிற்குள்ளேயே சிக்கித் திணறின.

“முட்டாள்... நீ பெரிய புத்திசாலிங்கறது எனக்குத் தெரியாதா என்ன? மந்திர சாஸ்திரம் பற்றி உனக்கு என்ன தெரியும்? ஆக்கப் பொறுத்தவனுக்கு ஆறப் பொறுக்க முடியலையோ...

கடிதத்தை எழுதிக் கொடுத்தது யார்னு தெரிஞ்சு என்ன பண்ணப் போற...? எனக்கு ஆயிரம் தொடர்பு, ஆயிரம் பேரோட இருக்கும். அதைப் பற்றி நீ கவலைப்படக்கூடாது. உனக்குத் தேவை தங்கம்! அதை அடையறவரை என்னை ஏன் எதுக்கன்னு கேள்வி கேட்டுத் தொணப்பக்கூடாது. நான் போற பாதைல பேசாம என்கூட வரணும். நான் சொல்றதைச் செய்யணும். மீறினே, இப்ப நீ பேச்சை மட்டும் இழந்திருக்கே. அப்புறமா உயிரையே இழப்பே..."

என்ற பட்டத்திரி மீண்டும் தனது வலது கரத்தின் சந்திரமேட்டுப் பகுதியால் நாச்சியப்பனின் கழுத்தை வர்மத்தில் தாக்கவும் சிருட்டென்று பழைய நிலையை அடைந்தது நாச்சியப்பனின் சிரம். உடனேயே...

"பட்டத்திரி என்னை மன்னிச்சிடு... என்னை மன்னிச்சிடு..." என்று பட்டத்திரியின் கால்களைக் கட்டிக் கொண்டான், நாச்சியப்பன். ஆனால், உள்மனதிலோ அந்தக் காலை அப்படியே வாரிவிட வேண்டிய ஆத்திரம் பாலாய்ப் பொங்கத் தொடங்கியிருந்தது.

பட்டத்திரியிடம் நாச்சியப்பனின் பயந்த மாற்றம் சந்தோஷத்தைத் தந்தது.

"நல்லது நாச்சியப்பா... சரி விஷயத்துக்கு வரேன்! இதுவரையில் நாம் நம்ம காரியங்களை யாரும் தெரிஞ்சிக்கலைங்கற தெம்போட செஞ்சிக்கிட்டிருந்தோம். ஆனா இப்ப நிலைமை மாறிடிச்சு. போலீஸ் நம்பளை சந்தேகப்பட ஆரம்பிச்சிடுச்சாம்."

பட்டத்திரியின் அந்தப் பேச்சு நாச்சியப்பன் கால்களை நண்டாகக் கவ்வியது.

"என்ன பட்டத்திரி சொல்றே? நம்ப முயற்சி போலீசுக்கு எப்படித் தெரியும்?" பயத்தோடு கேட்டான்.

"பழைய கேடியான நீ அடிக்கடி இந்தக் கரட்டுப் பக்கம் வர்றதை சி.ஐ.டி. போலீஸ் பாத்துருக்கலாமில்லியா?"

"இருக்கவே முடியாது. நான் சர்வ ஜாக்கிரதையா இருக்கேன் பட்டத்திரி!"

"முட்டாள், நான் என்ன பொய்யா சொல்றேன், ஆபத்து என்ன உனக்கு மட்டுமா? எனக்கும்தானே? சொல்றதைக் கேள். நாம் இனிமே ஒருநிமிஷம்கூட தாமதிக்கக்கூடாது. அந்தப் பாடல் குறிப்புப்படி இடத்தை உடனே தேடிப் போகணும். தங்கம் இருக்கற இடத்தை வேகமா தெரிஞ்சிக்கிட்டாகணும்."

"அப்புறம்?"

"அப்புறமென்ன? பலிதான்..."

"இப்பதான் பட்டத்திரி எனக்கு உயிர் வந்தது. அந்தப் பெண்ணையும், அந்த சந்திரசேகரையும் போலீசுக்குத் தெரியாம காப்பாத்த நான் பட்டுக்கிட்டிருக்கற பாடு உனக்குத் தெரியாது. என் தங்கமணிதான் இந்த விஷயத்துல மலை மாதிரி நின்னு எனக்கு உதவிக்கிட்டு வர்றா!"

தங்கமணி பற்றி நாச்சியப்பன் பேசவும் பட்டத்திரியின் இதழ்க் கடையில் இளக்காரமாய் ஒரு சிரிப்பின் பரவல். உடனேயே அதைக் கலைத்துக்கொண்டு "சரி சரி. நீ உடனே கிளம்பிப் போய் அவங்களை இங்க கூட்டிக்கிட்டு வா..." என்றான்.

"யாரை... அந்த நரபலிப் பெண்ணையும், சந்திர சேகரையுமா?"

"ஆமா!"

"இப்பவேவா? இங்கேயா?"

"ஆமா! ஆமா!"

மறுவினாடியே துள்ளிக்கொண்டு எழுந்திருந்தான் நாச்சியப்பன். அந்தக் கருவேலங்காட்டின் இருண்ட நிலையைத் துச்சமாகக் கருதின தினுசில் குனிந்தும் வளைந்தும் கருவேலங் கிளைகளின் முட்களை ஏமாற்றியபடி நடக்க ஆரம்பித்தான்.

நாச்சியப்பன் அங்கிருந்து அகலவும் உடனேயே யட்ச நீலியை எண்ணி ஒருமுகப்பட்டது பட்டத்திரியின் மனது.

“நீலி வா...! என் ஆதர்ச தேவதையே வா! என் வாழ்வின் பிரதான முயற்சியின் விளிம்பில் நான் சற்றுத் தடுமாறிக் கொண்டிருக்கிறேன். உடனே வந்து வழி காட்டு!”

அவனது வேண்டுதல் பலித்த மாதிரியில் அவன் மனதில் சுடர் விட்டாள் அந்த தேவதை.

“நீலி... சகல காரியத்தையும் முடித்துவிட்டேன். பாஸ்கர பட்டத்திரிக்குக்கூட திவ்யமாகக் கர்மம் செய்துவிட்டேன். இனி தங்கம் இருக்கும் இடத்தைத் தேடி பலி கொடுத்து அதை எடுக்க வேண்டியதே மீதம். ஊடே ஒரு திடுக்கிடும் செய்தி. எங்கள் முயற்சியைச் சிலர் கண்டுகொண்டு உளவு பார்ப்பதாக வந்திருக்கிறது. பண்ணையார் முயற்சிப்பது மட்டும் தெரியும். பிறரைப் பற்றித் தெரியாது. யார் அவர்கள்? எப்படி அவர்களுக்கு எங்கள் முயற்சி தெரியும்?”

பட்டத்திரியின் கேள்விக்கு நீலி முகத்தை இறுக்கமாக வைத்துக்கொண்டு பதில் பேசாமல் அவனைப் பார்த்தது.

“நீலி! என்னை எச்சரிக்காமல் முறைக்கிறாயா? வாயைத் திறந்து பதில் சொல்” பட்டத்திரி கோபமாய் மனதுக்குள்ளேயே கத்தினான்.

“நேற்றுவரை நீ தர்மப்படி நடந்து வந்தாய். நரபலிச் சிந்தனை ஒன்றைத் தவிர உன்னால் யாருக்கும் துன்பமில்லை. ஆனால் இன்று உன்னை மலை மாதிரி நம்பியிருக்கும் நாச்சியப்பனையே நீ துரோகிக்கப் போகிறாயே... நியாயமா பட்டத்திரி?”

அது கேட்ட கேள்வி முன்னால் பட்டத்திரி சற்றுத் தலைகுனிந்தான். பின் சுதாரித்தான்.

“நீலி... என்னை விமர்சிப்பது உன் வேலையல்ல... என் கேள்விக்குப் பதிலைச் சொல்” மீண்டும் கர்ஜித்தான்.

“மந்திர சாஸ்திரப்படி உன் மனம் சுயநலமற்று ஒப்பந்த லட்சியத்துக்குப் பாடுபட்டால்தான் என்னால் உனக்கு உதவ முடியும். சராசரி மாந்திரீகனாக நீ மாற ஆரம்பித்துவிட்டாய்.

என்னால் இனி உனக்கு உதவ முடியாது. நீ என்னை என்ன வேண்டுமானாலும் செய்துகொள்...!"

பேசிய வேகத்தில் யட்ச நீலி அவன் மனதில் இருந்து மாயமாய் மறைந்தும் கொண்டது. பட்டத்திரி ஒரு வினாடி நிலைகுலைந்தான்.

"நீலி!" என்று வாய்விட்டு அலறினான். அது அந்தக் காடெல்லாம் எதிரொலித்தது. வில்வாத்திரியேகூட வெகுண்டு பட்டத்திரியைப் பயத்தோடு பார்த்தது.

சில வினாடிகள் அசாத்ய மவுனம் பட்டத்திரியிடம்.

"உன் துணை இல்லாவிட்டால் என்னால் வெல்ல முடியாதா என்ன? தங்கத்தை அடைந்து ஹையக்ரீவன் அருளைப் பெற்றுக் காட்டுகிறேனா இல்லையா பார்!" கருவினான்.

கருவின கையோடு டென்ட்டுக்கு வெளியே தீப்பந்தத்தோடு வந்தான். கருமையான அமாவாசை வானம் அவனை எதிர்கொண்டது. வானைப் பார்த்தபடியே வேகமாகக் கரட்டை நோக்கி நடக்க ஆரம்பித்தான்.

அவன் அணிந்திருக்கும் கட்டைச் செருப்பில் நெருஞ்சி முட்கள் சிக்கிச் சிதைய, அவன் நடையில் புழுதி பறந்தது. கரட்டின் திண்டு திண்டான பாறைகள் அவனை வரவேற்றன. வில்வாத்திரி அவனைப் பின்தொடர்ந்தது.

கரட்டின் ஒரு முனையை அடைந்தவன் ஒரு பாறைமேல் ஏறி பத்மாசனமிட்டபடி அமர்ந்தான். தீப்பந்தத்தை அருகில் ஒரு பாறை இடுக்கில் செருகினான். ருத்ர ஜெபத்தில் மனது உடனேயே மூழ்கியது. சடசடக்க வீசும் காற்றை மீறி அந்த ஜெபத்தின் எதிரொலியாக அவனது தேகம் வியர்க்கத் தொடங்கியது.

போலீஸ் ஸ்டேஷனில் ஆவலாகக் காத்திருந்த ராஜதுரை, ஏஞ்சலுக்காகக் காத்திருந்து சோர்ந்துபோன அந்த எட்டு மணி அளவிலான இருட்டில் ஏஞ்சல் கணேசனோடும், கனகமயிலோடும் உள்ளே நுழைந்து கொண்டிருந்தாள்.

ராஜதுரைக்கு அவர்களைப் பார்க்கவும் உயிர் வந்தமாதிரி ஒரு தெம்பு.

"ஒரு ஆபத்தும் உங்களுக்கு இல்லியே?" படபடக்கக் கேட்டார் ராஜதுரை.

"எங்களால் யாருக்கும் ஆபத்தில்லையான்னு கேளுங்க சார்!" என்று ஏஞ்சல் டேபிள்மேல் கிடந்த தினசரியில் பளிச்சென்று தெரிந்த நிர்மலாவின் படத்தைப் பார்த்துவிட்டு, பக்கமாய்க் குனிந்து செய்தியைப் படிக்க ஆரம்பித்தாள். போலீசார் நிர்மலாவைக் கண்டுபிடிப்பவர்களுக்குச் சன்மானம் அளிப்பதாகக் கூறி வெளியிட்டிருந்த அந்த விளம்பரச் செய்தியில் அவள் மனம் நிர்மலாவை நினைத்து லேசாகக் கவலைப்பட்டுவிட்டு "என்ன சார்... இந்தப் பொண்ணை இன்னுமா நீங்க கண்டுபிடிக்கலை?" என்று ராஜதுரை பக்கம் திரும்பினாள்.

"நாங்களும் மனுஷங்கதான்!" என்று ராஜதுரை சமாதானம் சொன்ன அந்த வினாடிகளில் கணேசன் தினசரியில் நிர்மலாவின் படத்தைப் பார்த்துவிட்டுச் சட்டென்று பொறி தட்டின மாதிரி ஏஞ்சலைப் பார்த்தான்.

"என்ன கணேசன், இந்தப் பொண்ணை உங்களுக்கு முன்னையே தெரியுமா?" ஏஞ்சல் கேள்வியைத் தொடர்ந்து கனகமயிலும் அவனை ஆர்வமாகப் பார்க்க "இந்தப் பொண்ணைத்தான் அந்த மந்திரவாதி அரிவாளைக் கொண்டு வெட்டப் போனான். அப்பதான் நீங்க இரண்டுபேரும் அங்கே இருக்கீங்க" - என்று கணேசன் சொல்லவும் ஏஞ்சல் உடனேயே சுண்டிவிடப்பட்டாள்.

"யூ ஆர் கரெக்ட்! சார்! கணேசன் சொல்றதுல உண்மை இருக்கு. நாங்க கரட்டுல ஒளிஞ்சிருந்து அந்த மந்திரவாதியையும், நாச்சியப்பனையும் வாட்ச் பண்ணப்போ அவங்க நரபலி பத்திப் பேசினாங்க. அனேகமாக இப்ப அந்தப் பொண்ணு நாச்சியப்பன் கஸ்டடிலதான் இருக்கணும். இல்லேன்னா கரட்டுக்குப் பின்னால் உள்ள டென்ட்லதான் இருக்கணும்."

ஏஞ்சலின் பேச்சில் தொனித்த நம்பிக்கையைப் பார்த்த ராஜதுரை மளுக்கென்று மின்சாரம் பெற்ற மெர்க்குரி விளக்குமேல் பிரகாசமானார்.

“சார்! பட்டத்திரி குரூப்பைப் பக்குவமா சமயம் பார்த்துப் பிடிக்கணும். ஆதார சாட்சிகளோட அவங்களைக் கூண்டுல ஏத்தணும். இந்த கேஸ்ல நான் பலரைச் சந்தேகப்பட்டுக்கிட்டு இருக்கேன். நீங்க எங்ககூட சேர்ந்து ஒத்துழைப்பு தந்தா, எல்லாம் நல்லபடியா முடியும்” என்றாள் ஏஞ்சல்.

ராஜதுரை அதைக் குறித்து தீவிரமாக யோசித்தவர் ஒரு முடிவுக்கு வந்தவராக ஏஞ்சலின் முடிவுக்குச் சம்மதிப்பவராக, அவள் எதிரே தனது கட்டை விரலை உயர்த்திக் காட்ட,

“தேங்க்யூ சார்!” - என்றாள் ஏஞ்சல்.

ஏஞ்சலுக்குத் திடீரென்று தங்கள் முடிவுகளைத் தேவதாசுக்குத் தெரிவிக்க அவர் கருத்தையும் தெரிந்துக்கொண்டால் தேவலை என்னும் எண்ணம்.

“சார்! நான் தேவதாஸ் சாருக்கு ஒரு லெட்டர் எழுதித் தரேன். அவரைப் பார்த்து தந்துடறீங்களா?” ராஜதுரையைப் பார்த்துக் கேட்டபடி தனது கைப்பையை எடுத்தாள்.

பக்கத்து நாற்காலியில் அமர்ந்துக்கொண்டு அந்த பேக்கை மடிமேல் வைத்தபடி உள்ளிருந்து பேனாவை எடுக்க ஜிப்பை உருவப் போனாள்.

மெத்தென்ற மடிக்கு அந்த பேக் போன அலுங்கல் குலுங்கலில் உள்ளே சுருண்டு கிடக்கும் அந்தக் கருநாகம் கோபத்தோடு நிமிரத் தயாரானது.

***

# 32

**கை**ப்பையை எடுத்து ஜிப்பைத் திறந்து பேனாவை எடுக்க ஏஞ்சல் முனைந்த அதே சமயம் "அவசியமில்லை!" என்றது ராஜதுரையின் குரல்.

"ஏன் சார்?"

"தேவதாஸ் சார் இப்ப ஆஸ்பத்திரியில இல்ல. இந்தப் புதையல் வழக்கு முக்கிய கட்டத்தில் இருப்பதால் வற்புறுத்தி டிஸ்சார்ஜ் வாங்கிக்கிட்டு வீட்டுக்கு வந்திட்டார். அனேகமாக இரண்டொரு நாள்ல ஸ்டேஷனுக்குக்கூட அவசியம்னா அவர் வந்து போவார்?"

ராஜதுரை பேசப் பேச ஏஞ்சலுக்குள் உற்சாகம் தூள் கிளப்பியது.

"அப்ப அவர் வீட்டுக்கே போய் மேற்கொண்டு ஆக வேண்டியதைப் பற்றிப் பேசுவோம்..."

ஏஞ்சல் தன் கருத்தைச் சொன்ன அந்த துல்லியமான வினாடிகளில் திடும்மென்று கணேசனுக்குள் வழக்கமான அவனது தலைவலி தனது பிரவேசத்தை நிகழ்த்தத் தொடங்கியிருந்தது.

நெற்றி நரம்புகள் புடைத்துக்கொள்ள, காதோரம் வியர்வை பாதை போட, இரண்டு கைகளாலும் கணேசன் தன் நெற்றிப் பொட்டைப் பிடித்துக்கொண்டு அப்படியே உட்கார்ந்து விட்டான்.

மனதுக்குள் மின்னல் வெட்டின மாதிரி ஒரு வெளிச்சம். சட்டென்று வழக்கமாய் அவனுக்குள் காட்சி தென்படும் தினுசில், காட்சி ஒன்று தெரிய ஆரம்பித்தது.

அனுமன் கரட்டின் வடக்குப் பக்கத்தில் ஏறத்தாழ இரண்டு ஏக்கர் நிலத்துக்கு அப்பால் லேசாய் கருத்து கரிசல் பூமியாய் சில பருத்திச்செடிகளோடு காட்சி தரும் நிலத்துக்கும் அப்பால், புரசை மரக்கூட்டத்துக்கு நடுவிலே கம்பீரமாக வீற்றிருக்கும் சுடலைமுனியப்பனின் சன்னதிக்கு எதிரில் ஆடு, மாடுகளைப் பலி கொடுக்கும் பீடம். ரத்தம் தோய்ந்த அந்தப் பீடத்துக்குக் கீழே ஆறடி நீளத்திலும், ஆறடி உயரத்திலுமாய் ஒரு பெரிய வெண்கலத்தகடு வேய்ந்த பெட்டி. அதற்குள்ளே தங்க நாணயங்கள் நிறைந்த பாத்திரங்கள் தாறுமாறாகக் கவிழ்ந்து கிடக்கின்றன.

தெரிந்த அந்தக் காட்சி உடனேயே கலைய, வலியும் விலகிக் கொள்ள மெள்ள சுயநிலைக்குத் திரும்பினான் கணேசன்.

கனகமயில் அவனை ஆதரவாக அணைத்துக் கொண்டிருந்தாள். அவன் சுயநிலைக்குத் திரும்பவும் "இப்ப உன் மனசுல என்னய்யா தெரிஞ்சிச்சு?" வேகமாகக் கேட்டாள்.

ஏஞ்சலும், ராஜதுரையும் அவன் கூறப்போவதைக் கேட்க மிக ஆவலாகக் காதுகளைக் கூர்தீட்டிக் கொண்டு காத்துக் கிடக்க கணேசன் வாய் திறந்தான்.

"அந்தத் தங்கம் வேற எங்கியோ இல்லை. நம்ப சுடலைமுனியன் சன்னதிக்கு எதுக்க உள்ள பலி பீடத்துக்குக் கீழதான் இருக்குது." என்றான்.

"நெஜமாவா? நல்ல பாத்தியா?" கனகமயில் அவனை விடாது விசாரிக்க ஏஞ்சல் கனகமயிலை, 'அவசரப்படாதே!' என்பதுபோல் பார்த்தாள்.

"கணேசன், அந்தக் காட்சியைக் கொஞ்சம் விளக்கமாக சொல்றீங்களா?" கணேசன் பக்கம் திரும்பிக் கனிவாக வாய் திறந்தாள்.

கணேசன் தனக்குள் தோன்றியதைச் சொல்ல வாயெடுத்தான். 'பலே!' என்று இசைவாகக் கெடிகாரம் சப்தம் போட்டது.

ராஜதுரை கெடிகாரத்தைப் பார்த்தான். இரவு மணி ஒன்பது.

"மணி ஒன்பதாச்சு... சட்டுபுட்டுன்னு கிளம்பு தங்கம்!" தங்கமணியின் வீட்டில் அவளை வேகப்படுத்திக் கொண்டிருந்தான் நாச்சியப்பன்.

"நான் எதுக்கு நாச்சி. இவங்களை அழைச்சிக்கிட்டு போ. எனக்கு அங்கல்லாம் வர பயமா இருக்குய்யா..." - என்றாள் தங்கமணி.

"பைத்தியம்! இவங்க இரண்டு பேரையும் ஊர் கண்ணுல படாம கரட்டுக்கு என் ஒருத்தனால கொண்டுவிட்டுப் போகமுடியுமா? நான் வண்டி ஓட்ற சமயம் நீ இவங்களை வண்டிக்குள்ற துப்பாக்கியோட கவனிச்சுக்கிட்டே வந்தாதான் நம்பளால் அந்த இடத்துக்கு ஒழுங்கா போய்ச் சேரமுடியும்.

நடுவுல ஏதாவது இடமொடக்கா நடந்திச்சின்னா நாம் அங்கேயே இந்தத் துப்பாக்கியால் சுட்டுக்கிட்டுத் தற்கொலை பண்ணிக்கறது நல்லது" என்றான் நாச்சியப்பன்.

பேசின கையோடு சந்திரசேகர் கைகளையும், நிர்மலாவின் கைகளையும் இழுத்து வைத்து இறுகக் கட்டினான். பிறகு பெரிய பிளாஸ்திரி ஒன்றால் இருவர் வாயையும் மூடினான்.

சந்திரசேகருக்கு அவன் செயல்களால் அந்த இடத்திலேயே உயிர் போய்விடும்போல் தோன்றியது. கண்களில் நீர் வந்து முட்டிக் கொண்டது.

பிறகு ஒரு கறுப்பு அங்கியை எடுத்துவந்து இருவரையும் அதற்குள் அடக்கினான்.

வாசலில் ஸ்ரீவைகுண்டத்துக் காளைகள் பூட்டின திருவிதாங்கூர் தேக்குமரத்து வில்வண்டி முன்னும் பின்னும் துணி ஸ்கிரீனினால் மூடப்பட்டுத் தயாராக இருந்தது.

அந்த வண்டிக்குள் வீதியில் சுத்தமாக ஜனநடமாட்டம் இல்லாத நேரமாய்ப் பார்த்து இருவரையும் உள்ளே ஏற்றி அடக்கினான்.

இறுதியாக வீட்டின் கதவைப் பூட்டிவிட்டுத் துப்பாக்கிச் சகிதம் தங்கமணி ஏறிக்கொண்டாள்.

அந்த வில்வண்டி குதிரை வண்டிக்குச் சமமாய் ஓடத் தொடங்கியது.

முன் எச்சரிக்கையாக மாட்டின் கழுத்து மணிகளை அகற்றி இருந்தான். வண்டியின் கடையாணியின் காதில் தொங்கும் தகட்டு வளவியையும் நீக்கியிருந்தான்.

ஆகையால் பெரிதாகச் சப்தம் போடாமல் ஓடியபடி அனுமன் கரட்டை எட்டியது அந்த வில்வண்டி.

கரட்டின் மேலே பண்ணையாரின் நிலத்துக்குள் நுழைந்து, நடந்து செல்லாமல் தெற்குப்பக்கமாகச் சற்று சுற்றியபடி நால்வரும் நடக்க ஆரம்பித்தார்கள்.

கறுப்பு உடைக்குள், வாயில் பிளாஸ்திரி ஒட்டியிருக்கும் நிலையில் அழக்கூட சக்தியற்ற நிலையில் அந்த இருட்டில் நிர்மலா, சந்திரசேகரோடு ஒட்டியபடி நடந்தாள்.

இருண்ட சூழ்நிலை அவளை மிரட்டியது. தன் வாழ்க்கை திசை தடுமாறி இப்படி எங்கெங்கோ இழுபடும் நிலையை நினைத்தபோது இதயத் துடிப்பே நின்று விடும்போல் தோன்றியது.

அதற்குமேல் நடக்க சக்தியற்றவளாக அப்படியே மயங்கித் துவண்டு விழுந்தாள். நாச்சியப்பன் அதற்காகக் கவலைப்படாதவன்போல் அவளைத் தூக்கித் தோள்மேல் போட்டுக் கொண்டான்.

கால்கள் அனுமன் கரட்டின் பின்பக்கம் கருவேலங்காட்டைக் குறிவைத்து நடந்தன.

கருவேலங்காட்டின் அந்தக் கூடாரத்தினுள் ஒரு காடா விளக்கு மட்டும் எரிந்து கொண்டிருந்தது. பட்டத்திரியைக் காணவில்லை. டென்ட்டை எட்டிய நாச்சியப்பனுக்குச் சற்றுக் குழப்பமாகப் போனது.

தங்கமணியை அந்தக் குழப்பத்தோடு பார்த்தான்.

“எங்கைய்யா... அந்த மந்திரவாதி, ஆளைக் காணோம்?” அவள் புரிந்தமாதிரி கேட்டாள்.

“அதான் எனக்கும் தெரியலை. தங்கம் நீ இவங்களோட பத்திரமா இங்கே இரு. நான் கரட்டுக்குமேல் போய் பார்த்துட்டு வந்துட்றேன்.” என்றபடி அங்கிருந்து அகல கால் எடுத்தான்.

அமாவாசை இருட்டு கரு கும்மென்று அவனை வரவேற்றது. தடவித் தடவித் தடுமாறி அந்தக் கரடு முழுக்க பார்வையைத் துழாவ விட்டான்.

“பட்டத்திரி... பட்டத்திரி...” என்ற குரலை வேறு கரடு முழுக்க அலைபாய விட்டான்.

ஊஹூம்... எங்குமே பட்டத்திரியைக் காணவில்லை! நாச்சியப்பன் மனது கவலைப் புறாக்களைப் பறக்கவிட்டது. பட்டத்திரி தனக்குத் தெரியாமல் எதையோ செய்கிறான் எனும் உள்ளுணர்வு அவனை வளைத்தது.

மறுவினாடியே தைரியத்தோடு நிமிர்ந்தான்.

பட்டத்திரி அப்படி தப்பித்தவறி துரோகத்துக்குத் துணைபோய் தன்னைக் கருவேப்பிலையாக ஆக்கப் பார்த்தால் அடுத்த நிமிடமே துப்பாக்கியின் ஆறு தோட்டாக்களுக்கும் அவன் மார்பில் இடம் வாங்கிக் கொடுத்துவிட வேண்டியதுதான் என்ற உறுதியான முடிவோடு அங்கிருந்து டென்ட்டை நோக்கித் திரும்ப ஆரம்பித்தான்.

பழகிய அவன் கால்களையே பாதை பதம் பார்க்க ஆரம்பித்தது. அங்கங்கே கள்ளிச் செடியின் முட்கள் அவன் சதையைப் பொத்து ரத்தத்தை ருசி பார்த்தன.

ஆனால் எதையும் பொருட்படுத்தும் மனநிலையில் அவன் இல்லை.

கருவேலங்காட்டில் வேகமாக நடந்து, முட்களின் கீறலை ஒரு சாதாரண கொசுக்கடிபோல் பாவித்தவனாகக் கூடாரத்துக்குள் நுழைந்தவனுக்கு தூக்கி வாரிப்போட்டது.

தங்கமணியைக் காணோம்!

வாயில் பிளாஸ்திரியோடு மிரண்ட விழிகளில் பயம் கொப்பளிக்க சந்திரசேகர் மட்டும் நாச்சியப்பனை வைத்த கண் வாங்காமல் பார்த்துக்கொண்டு இருந்தான். பக்கத்தில் மயங்கிய நிலையில் நிர்மலா.

"எங்கைய்யா தங்கமணி?" படபடப்போடு கேட்டான். சந்திரசேகர் பார்வை பதிலுக்குக் காடா விளக்குக்கு அருகில் சென்றது.

அங்கே ஒரு கடிதம்!

கடிதத்தை ஆவலாக எடுத்துப் பிரித்துப் படிக்க ஆரம்பித்தான்.

**"அன்புள்ள நாச்சி...**

**நரபலிக்குத் தேவையான எல்லாவற்றையும் எடுத்து வந்தாயே, அந்தப் பிணச் சாம்பலையும், தேவாங்கையும் எடுத்து வைத்தாயா? என் வீட்டு வாசல் நிலைகால் மேல் அது அப்படியே இருக்கிறதே. அதை நான் போய் எடுத்துக்கொண்டு விடிவதற்குள் திரும்புகிறேன். நீ கவலைப்படாமல் சந்திரசேகர், நிர்மலா இவர்களைப் பார்த்துக் கொண்டிரு.**

**இப்படிக்கு**
**தங்கமணி."**

கடிதத்தைப் படித்த நாச்சியப்பன் ஏனோ கைகளைக் குத்திப் பிசைந்து கொண்டான். சட்டென்று இந்தக் கடிதத்தின் தொடர்பாய் பட்டத்திரிக்கு வந்த கடிதம் அவன் ஞாபகத்தில் ஊசியாய்க் குத்தியது.

பட்டத்திரியும் அதைத் தனது ஜோல்னாப் பைக்குள் வைத்தது நினைவுக்குவர அவன் பார்வை வேகமாக அந்தப் பையைத் தேடியது.

அந்தப் பை கூடாரத்தின் ஒரு மூலையில் பத்திரமாகச் சுருட்டி வைக்கப்பட்டிருந்தது.

வேகமானான் நாச்சியப்பன்.

கடிதம் நல்ல வேளையாக அவன் கைகளில் சிக்கிவிட்டது.,

ஆவலாக வேகவேகமாகப் பிரித்தான். அவ்வளவையும் சந்திரசேகர் இமை கொட்டாமல் பார்த்துக் கொண்டிருந்தான்.

'அன்புள்ள பட்டத்திரிக்கு!' - என்று ஆரம்பித்த அந்தக் கடிதத்தின் துவக்கம் காடா விளக்கின் வெளிச்சத்தில் ஒரு மரண சாசனம் மாதிரி அவனுக்குத் தோன்றியது.

"பட்டத்திரிக்கு!

**மிக அவசரமான விஷயம். அதனால்தான் வில்வாத்திரியிடம் இந்தக் கடிதத்தைக் கொடுத்து அனுப்புகிறேன். நாம் தங்கம் தேடும் விஷயம் எப்படியோ போலீசுக்குத் தெரிந்துவிட்டது.**

**நம்மை இவ்வளவு தூரத்துக்கு இயக்கிக் கொண்டிருக்கும் நமது எஜமானர் தற்போது புதையல் எடுக்கும் திட்டத்தை வேறுவிதமாக மாற்றியுள்ளார். நாச்சியப்பன் வசம் நான் கொடுத்தனுப்பிய குறிப்பு பொய்யானது. நிஜ குறிப்பும், தங்கம் உள்ள இடமும் தற்போது கண்டுபிடிக்கப்பட்டு விட்டது! நீ வந்து பலியும், பூஜையும் செய்து அந்தத் தங்கத்தை எடுக்க வேண்டியதுதான் பாக்கி.**

**இன்று இரவு என்னை மறக்காமல் எப்படியாவது நம்முடைய ரகசிய இடத்தில் வந்து சந்தி. எல்லா விபரங்களையும் நேரில் சொல்லுகிறேன். இதுவரை நீ நேரில் பார்த்திராத நம்முடைய எஜமானரையும் சந்திக்கலாம். நீ அவரைப்**

பார்க்க விரும்புவதைச் சொல்லி அவரிடம் சம்மதம் பெறுவதற்குள் போதும் போதுமென்றாகிவிட்டது. எந்தக் காரணத்தைக் கொண்டும் நம் தொடர்பு நாச்சியப்பனுக்குத் தெரியாதபடி பார்த்துக் கொள்.

இனியும் அது அப்படியே நீடிக்க வேண்டும். நாச்சியப்பனுக்கு உன்மேல் நம்பிக்கை வர நான் பட்டப்பாடு உனக்கு நன்றாகத் தெரியும். உனக்கு தெரிந்த சித்து வேலைகளும், வில்வாத்திரியும் அவனை நன்றாகவே ஏமாற்றிவிட்டன.

ஜாதக நோட்டு, அதில் புதையல் தொடர்பாகப் பழைய கடிதம், சாவிக் கொத்து என்று ஒவ்வொன்றாக அவன் வீட்டில் அவனுக்கே தெரியாமல் வைத்து, அவனுக்குப் புதையல் விஷயத்தில் ஈடுபாட்டை உண்டாக்கி, பிறகு வில்வாத்திரியை வீட்டில் விட்டு ஆவி வசிய தாயத்தை எடுக்க வைத்து, மாட்டை மிரளவிட்டு ஓடச்செய்து, கண்ணிமைக்கும் வினாடியில் விஷ ஊசியை அதன் உடம்பில் பாய்ச்சி, அது மந்திரத்தால் இறந்ததாக நம்ப வைத்து, மிகக் கஷ்டப்பட்டு அவனை நாம் நம் கையாளாக மாற்றியுள்ளோம். அதை கெடுத்துக் கொள்ள வேண்டாம். நாச்சியப்பன் மிகப் பொல்லாதவன்! ஜாக்கிரதையாக இரு.

கஸ்தூரி பற்றிய மர்மத்துக்கு எந்த மந்திரவாதியாலும் விடை சொல்ல முடியவில்லையே...? இன்று நீ நேரில் அதைத் தெரிந்துக் கொள்வாய்.

நமது எஜமானர் மந்திரம் மாயங்களையும் நம்பும் மனிதர் கிடையாது. ஆனால் புதையல் எடுக்கப்போய் சித்தப் பிரமை பிடித்து இன்று சென்னையில் அல்லல் பட்டுக்கொண்டிருக்கும் ராமநாதன் போன்றவர்களை உத்தேசித்துதான் 'போய்த் தொலைகிறது' என்று உன்னை இந்த விஷயத்தில் பயன்படுத்திக் கொள்ள சம்மதித்தார்.

நீ இன்று அவரைச் சந்தித்து உனது மாந்திரீக பலத்தால் புதையல் ஒரு பிரச்சினையும் இல்லாதபடி கைக்குக் கிடைக்க வழிசெய்ய வேண்டும். அப்பொழுதுதான் உனது பூஜைக்கு அவர் தங்கம் தந்து உதவுவார். இல்லாவிட்டால் நீ தொலைந்தாய்.

அனைத்தையும் மனதில் வைத்துக்கொள். ஆபத்து நம்மை போலீஸ் வடிவில் ஆரம்பித்துவிட்டது. உடனே தங்கத்தோடு தப்ப வேண்டும். போலீஸ் நெருங்கி வளைக்கும் சமயம் நாச்சியப்பனும் சந்திரசேகரும்தான் அகப்பட வேண்டும். பலன் நமக்கு... பழி அவர்கள் மேல் விழ வேண்டும்.

இப்படிக்கு
தங்கமணி."

கடிதத்தைப் படித்த நாச்சியப்பன் முகம் ரத்தமேயில்லாமல் உறைந்ததுபோல் ஆனது.

***

# 33

ஆகாசம் கிழிபடும் வண்ணம் ஆவேசம் வந்து ஒரு இடி தன் தலைமேல் விழுந்துவிட்டதைப்போல் நாச்சியப்பனுக்குள் ஒரு பிரமை.

சந்திரசேகர் கூர்மையாக இவைகளைக் கவனித்துவிட்டு அவனைப் பார்த்து ஏதோ பேச முயன்ற பாவனையில் கைகள் கட்டப்பட்டிருக்கும் நிலையில் அவனது உடம்பின் நெளிசலும் முக்கல் சப்தமும் நாச்சியப்பன் கவனத்தை அவன் பக்கம் இழுத்தது.

நாச்சியப்பன் உடனேயே தாமதிக்காமல் அவன் கட்டுக்களை அவிழ்த்து வாய் பிளாஸ்திரியை நீக்கினான்.

"நாச்சியப்பன் அந்தக் கடிதத்துல இருக்கிற விஷயத்தை ஓரளவு என்னால் ஊகிக்க முடியும். தங்கமணிதான் எழுதியிருக்கணும். தயவுசெய்து அவளை நம்பாதே. அவ ஒரு எமகாதகி."

பிளாஸ்திரி நீங்கிய நிலையில் சந்திரசேகர் வாயில் இருந்து வெளிப்பட்ட முதல் எச்சரிக்கை நாச்சியப்பனைக் கீற ஆரம்பித்தது.

"நான் தெரியாத்தனமா அவகிட்ட குடிபோதையில தங்கம் பற்றி உளறிட்டேன். அது இவ்வளவு தூரத்துக்கு என்னை கொண்டுகிட்டு வரும்னு நான் எதிர்பார்க்கலை. போலீசால ஏதாவது சிக்கல் வரும்னு தெரிஞ்சா தங்கமணி எப்படியாவது நழுவிடுவா. நீயும் நானும் மாட்டிக்கிட்டுக் கம்பி எண்ண வேண்டிவரும். அவ கழுவற தண்ணியில நழுவற மீன்!" சந்திரசேகர் உக்ரமாக மனம்விட்டுப் பேசும் சமயம் நிர்மலாவிடம் மயக்கம் நீங்கிக் கொண்டிருந்தது.

“பாவம் இந்தப் பொண்ணு, உனக்கு என்ன கெடுதல் செஞ்சா? இவளை நரபலி கொடுத்துக் கொலையாளி ஆயிடாதே நாச்சியப்பா.”

சந்திரசேகர் பேசப் பேச நாச்சியப்பன் மனதில் புதிதாக ஒரு திட்டம் குட்டிபோடத் தொடங்கியது. நட்போடு சந்திரசேகரைப் பார்த்தான்.

எதுவும் பேசாமல் கடிதத்தைச் சுருட்டிப் பட்டத்திரியின் ஜோல்னாப் பையில் வைத்தான். அதை இருந்த இடத்தில் இருந்த மாதிரியே வைத்துவிட்டுச் சந்திரசேகர் பக்கம் திரும்பினான்.

“சந்திரசேகர் நான் தண்டனைக்கோ, போலீசுக்கோ பயந்த ஆள் கிடையாது. என் வாழ்க்கையில ஒரு பொட்டச்சி என்னை மகா முட்டாளாக்கிட்டா. நல்லவேளை இப்ப நான் சுதாரிச்சுட்டேன். நீ கவலைப்படாதே. வைரத்தை வைரத்தாலதான் அறுக்கணும். நான் உயிரோட இருக்கிற வரையில் உங்க இரண்டு பேருக்கும் ஒரு கெடுதலும் வராது. தயவுசெய்து நம்ப மனமாற்றம் பட்டத்திரிக்கோ, தங்கமணிக்கோ தெரியவேண்டாம்.

அந்தத் தங்கம் எனக்குக் கிடைக்கலேன்னா பரவாயில்லை. அந்த நம்பிக்கைத் துரோகிகளுக்குக் கிடைக்கவே கூடாது. அது மட்டுமல்ல, அவங்க நம்பிக்கைத் துரோகத்துக்கு அரசாங்கம் தண்டனை தந்தா அது போதாது. என் கையால் நான் தரணும். எனக்கு ஒரு சந்தேகம். தங்கமணி தன் கடிதத்துல மூணாவதா ஒரு நபரைப் பற்றி எழுதியிருக்கா. யார் அதான்னு என்னால் யூகிக்க முடியலை. உனக்குத் தெரியுமா?”

சந்திரசேகர் உதடு மறுப்பாகப் பிதுங்கியது.

“யாருக்குத் தெரியும்? பொதுவா பொம்பளைங்களையே புரிஞ்சுக்க முடியாது. அதுலயும் இவ ராட்சஸி...” சந்திரேசேகர் தனது கருத்தைச் சொன்ன அந்த வினாடியில் வெளியே இலை தழை சலசலக்கும் சப்தம்.

நாச்சியப்பன் எட்டிப் பார்த்தான்.

பட்டத்திரி வந்து கொண்டிருந்தான்.

சந்திரசேகர் கை கடிகாரம் மணி மூன்று என்று சொல்லிக் கொண்டிருந்தது.

காடாவிளக்கு உயிரை விட்டுவிடுவதுபோல் சிணுங்கி அணையப் பார்த்தது. திரியை நிமிண்டிவிட்டு, அதற்கு உயிர் தந்தவனாய் அந்த டென்ட்டின் வாசலைப் பார்த்தான் உற்சாகமாய்ப் பட்டத்திரி.

உள்ளே மூவரையும் பார்த்துவிட்டுச் சற்று அதிர்ந்த பாவனையில் "நீங்க எப்ப வந்தீங்க?" என்று கேட்டான்.

"ஒரு அரைமணி இருக்கும்" முதல் பொய் நாச்சியப்பனிடம் இருந்து பிரசவம் ஆனது.

"ஆமா எங்கே போயிட்டு வரே பட்டத்திரி?" பின்னர் லகுவாகக் கேட்டான். பட்டத்திரியிடம் இலேசாய்த் தடுமாற்றம். சுதாரித்தபடி வாய்திறந்தான்.

"அமாவாசை ராத்திரியாச்சே. அதான் அர்த்த ஜாம பூசை செஞ்சிட்டு வர்ரேன்."

அவனது வேட்டியில் ஓரிடத்தில் ரத்தம் உறைந்து போயிருந்தது. நாச்சியப்பன் கழுகுக் கண்களில் அதுவும் பட்டுவிட்டது.

"ஆமா வேட்டியில என்ன ரத்தக் கறை?" நாச்சியப்பனின் தர்மசங்கடமான கேள்வி ஏனோ பட்டத்திரியைக் கொதிநிலைக்குக் கொண்டு போய்விடவே,

"நாச்சியப்பா, தொணதொணன்னு கேள்வி கேட்காம கொஞ்சம் சும்மா இருக்கியா? நாளைக்கு பகல் 12-மணிக்கு இந்த நிர்மலாவைப் பலி போட்டு நாம் தங்கத்தை எடுக்கறோம். இடம் தெரிஞ்சிடிச்சு?" பட்டத்திரி நாச்சியப்பனை வேறுவிதமாகத் திசை திருப்பவும் நாச்சியப்பன் பொய்யான வியப்போடு புருவத்தை வளைத்தபடி, "இடம் தெரிஞ்சிடிச்சா? எங்கே?" என்று கேட்டான்.

“சுடலைமுனி சன்னதிக்கு வடமேற்கே ஒரு பூவரசமரம் கிட்ட...”

“ஆமா பகல் பொழுதா இருக்கே. போலீஸ் கீலீஸ் வந்துட்டா?” நாச்சியப்பன் பயந்த பாவனையில் கேட்கவும்,

“ஒரு பய கிட்ட வரமுடியாது. வந்தா சுடலைமுனி பாத்துப்பான்” என்றான் பட்டத்திரி.

கரட்டின் விளிம்பில் அந்த இரவு விடியும் வேளையிலும் இரண்டு போலீசார் மாடு மேய்ப்பவர்களைப்போல் ஒரு போர்வையை உடம்பில் சுற்றிக்கொண்டு இடுப்பில் வயர்லெஸ் கருவியோடு சுற்றி வந்து கொண்டிருந்தார்கள்.

மூன்றாவதாய் ஒரு உருவம் அந்த இரண்டு பேருக்கும் தெரிந்தபடி! அந்தக் கரட்டில் பாறை பாறையாக மறைந்து பின்புறமுள்ள கருவேலங்காட்டில் காலடி எடுத்து வைத்து நடக்க ஆரம்பித்தது.

அதன் கைகளில் சில பொருள்கள். இருளில் அது சரியாக அடையாளம் தெரியவில்லை.

டென்ட்டின்முன் போய் நின்று காடா விளக்கின் வெளிச்சத்தில் பார்த்தபோதுதான் தெரிந்தது, அது தங்கமணி என்று.

கைகளில் மண்சட்டியோடு நின்றுக் கொண்டிருந்தாள். உள்ளே எள்ளு, பிணச்சாம்பல் என்று பலிக்குத் தேவையான சங்கதிகள்.

பட்டத்திரியைப் பார்த்து, பயந்த பாவனையில் நாச்சியப்பன் அருகில் போய் நின்றாள். நாச்சியப்பன் அவளை ஒரு வினாடி எரிக்கும் விழியோடு பார்த்தவன் மறுவினாடியே “வா தங்கம்! நல்லவேளை ஞாபகமா இந்தப் பலிச் சாமான்களை வீட்டுக்குப் போய்க் கொண்டுவந்தே...! ஆமா வழியில் ஒருத்தரும் பார்க்கலியா?” என்று படபடப்பாகக் கேட்டான்.

“ஊஹும் ஈ எறும்புக்குகூட நான் இதுங்களை எடுத்துக்கிட்டு வந்தது தெரியாது.”

வேண்டுமென்றே போலீசார் பார்வையில் பட்டமாதிரி வந்தவள் துணிந்து ஏதோ ஒரு உள்நோக்கோடு பொய் சொன்னாள்.

“ஆமா எங்க தேவாங்கு?” நாச்சியப்பன் சடாரென்று எதையோ கண்டுபிடித்த பாவனையில் கேட்கவும், தங்கமணி முதலில் சற்று மிரண்டு பிறகு பரிதாபமாக முகம் தூக்கினாள்.

“செத்துப் போச்சுய்யா!” என்றாள்.

“செத்துப்போச்சா... என்ன சொல்றே தங்கமணி? நாம் வரும்போதுகூட உயிரோட இருந்திச்சே?”

“நாம வந்ததுக்கு அப்புறம்தான் எப்படியோ செத்துடுச்சி. அதை அப்படியே பின்பக்கமா குழி தோண்டி புதைச்சிட்டு வந்திருக்கேன்.”

“ஐய்யோ நரபலியில அதுதான் ரொம்ப முக்கியம். அதைப் பிடிக்க நான் என்ன பாடுபட்டேன் தெரியுமா? இப்ப என்ன பண்றது பட்டத்திரி?” பரிதவிப்பாகப் பட்டத்திரி பக்கம் திரும்பினான் நாச்சியப்பன்.

“பரவாயில்ல நாச்சியப்பா; தேவாங்கு இல்லேன்னா ஒண்ணும் குடி முழுகிடாது. அதுக்குப் பதிலாதான் சுடலைமுனி அருளும் ஆவி வசிய தாயத்தும், சொர்ணலிங்கத் தகடும் இருக்கே. நான் பாத்துக்கறேன்.”

பட்டத்திரியின் ஆறுதலில் மிகப்பெரிய மர்மம் ஒளிந்து முகம்காட்ட மறித்துக் கொண்டிருந்தது. நாச்சியப்பனுக்கு அது துளிகூட பிடிபடவில்லை

‘போலீஸ் சுற்றி வளைக்கப் போவது தெரிந்தும் பட்டத்திரி பதட்டமில்லாமல் பகலில் பலிக்கு ஏற்பாடு செய்யக் காரணம் என்னவாக இருக்கும்? தங்கமணியைச் சந்திக்கச் சென்ற பட்டத்திரி ஆடையில் எங்கிருந்து வந்தது ரத்தம்? ஒன்பது மணிவரை உயிரோடு இருந்த தேவாங்கு அதற்குப் பிறகு எப்படி இறந்தது?’

மூளையைப் போட்டுக் கசக்கிக் கொண்டான் நாச்சியப்பன். தங்கமணி அவன் குழம்பிய நிலையில் இருப்பதைப் பார்த்து பட்டத்திரியைக் கண்டு 'நமக்கு வெற்றி' என்பதுபோல் சிரித்தாள்.

பகல் பொழுதின் பன்னிரெண்டு மணியைக் குறிவைத்தபடி அவர்கள் ஆளுக்கொரு மூலையாய் உட்கார்ந்துக்கொள்ள மெல்ல கிழக்கு வானம் வெளுக்கத் தொடங்கியது. பனிப்பூசிய காற்று, உதிக்கப்போகும் சூரியனுக்குப் பயந்து வேகமாக மேற்குப் பக்கம் ஓடிக் கொண்டிருந்தது.

ஓடும் அதனுள் வயர்லெஸ் செய்தி!

"இந்த நிமிஷம்வரை எந்தவித அசம்பாவிதமும் நடக்கலை. எல்லோரும் டென்ட்டுல தூங்கிக்கிட்டு இருக்காங்கன்னு நினைக்கிறேன். சுமார் ஒரு மூணு மணிக்கு, ஒரு பெண் டென்ட்டை நோக்கிப் போனா! அனேகமாக அது தங்கமணியாகத்தான் இருக்கணும். கையில் எதையோ கொண்டுகிட்டுப் போனா. அதுக்கு முன்னால் அந்த மந்திரவாதி டென்ட்டை நோக்கிப் போனான். அவ்வளவுதான்!"

ஸ்டேஷனில் அதை ரிசீவ் செய்த ராஜதுரை கைகளைக் குத்திப் பிசைந்து கொண்டார். நடக்கப்போகும் விபரீதத்தின் கால நேரம் தெரியாத கோபமும் அதைத் தடுக்க வேண்டிய பொறுப்புணர்வும் அவருக்குள் குதிதாளம் போட்டது.

ஒரு கணம் கணேசன், அந்தப் புதையல் சுடலைமுனியின் சன்னதிக்கு எதிரில் உள்ள பலிபீடத்தின் கீழ் இருப்பதாகச் சொன்னதை நினைத்துப் பார்த்தார்.

அந்தப் பலிபீடத்தைத் தோண்டிப் பார்த்து, கணேசன் சொன்னது எந்த அளவு உண்மை என்பதைக் கண்டறிய தேவதாசுடன் கூடித் திட்டமிட்டபடி இன்னும் இரண்டு மணிநேரம் இருக்கிறது. வேகமாக இடைப்பட்ட அந்த இரண்டு மணிநேரமும் கழிந்தால் தேவலை என்று அவருக்குள் ஆர்வப் பொறி பறக்க ஆரம்பித்தது.

விடிந்து விட்டது.

சூரியன் அடி வானுக்கு இருபது முப்பது டிகிரிக்குமேல் ஒரு தங்கத் தட்டாய் ஜொலித்துக் கொண்டிருக்கும் சரியான காலைநேர ஏழு மணிக்கு அந்த போலீஸ் ஜீப் படுவேகமாக ஸ்டேஷனை விட்டுக் கிளம்ப ஆரம்பித்தது.

உள்ளே அவிழ்க்கப்படாத கட்டுக்களோடு, ஆனால் உற்சாகமாய் தேவதாஸ். பக்கத்தில் ஏஞ்சல். எதிர் சாரியில் பணிவாக ராஜதுரை, பக்கத்தில் டி.எஸ்.பி. பழனிராஜ்!

ஏஞ்சல் ஏதோ காணாததைக் காணப்போகும் ஆவலில் பரபரப்புடன் தென்பட்டாள்.

தோளில் கருநாகத்தோடு தொங்கிக் கொண்டிருந்தது அந்த பேக். ஏனோ பேக்கை திறக்க வேண்டிய அவசியமே இன்னமும் அவளுக்கு வந்திருக்கவில்லை.

உள்ளிருக்கும் கருநாகம் போதிய காற்று இன்றி, தன் உடம்பை மிகுந்த சிரமத்தோடு நெளித்துக் கொண்டிருந்தது.

அந்தப் போலீஸ் ஜீப்பைத் தொடர்ந்து பின்னால் ஒரு ஜீப்.

அதில் கடப்பாரை மண் வெட்டி சகிதம் சில போலீசார்!

அரை டிராயரும், வெள்ளை கை வைத்த பனியனுமாய் முரட்டு வேலைகளுக்கெல்லாம் தங்களைத் தயார்ப்படுத்தி வைத்திருக்கும் சென்ட்ரிகளும், போலீசாரும் முதல் ஜீப்பைப் பின்தொடர்ந்து கொண்டிருந்தனர்.

ஊர் எல்லையில் டி.எஸ்.பி. பழனிராஜும், தேவதாசும் வந்த ஜீப் நின்றுக்கொள்ள சற்று விந்தியபடி தேவதாஸ் எதிரே தெரிந்த வயல்வெளியில் வரப்பினிடையே இறங்கி நடக்க ஆரம்பித்தார்.

நடக்கத் தொடங்கும்போதே அந்தக் கோவிலுக்கு இப்படித்தான் சார் போகணும். அனுமன் கரட்டை ஒட்டி ஒரு அடர்ந்த காட்டுக்குள் இருக்கு அந்தக் கோவில். சுடலைமுனி ரொம்ப சக்தி வாய்ந்தவர்னு கேள்வி. தனியா யாரும் அந்தக்

கோவிலுக்குப் போய்ட்டு வர பயப்படுவாங்க. பெரும்பாலும் ஈ, காக்கா இருக்காது!" தேவதாஸ் சொன்னது நிஜம்தான்.

சுடலைமுனி ஈ, காக்கையின் ஸ்னேகம்கூட இன்றி, தனிமரமாகக் கையில் வாளோடு அமர்ந்து கொண்டிருந்தார். உருண்டையான முட்டை விழிகளும், நீவி விட்ட மீசையும், ஆஜானுபாகுவான தேகமும் பார்ப்பவரை அரள வைக்கும்போல் தோன்றியது.

ஏஞ்சலுக்குள் பயம் ஒரு பருந்தாகப் பறக்க ஆரம்பித்தது. டி.எஸ்.பி. பழனிராஜின் பார்வை, சூழ்நிலையை சலித்தது. ஏனோ கணேசனையும் கனகமயிலையும் தவிர்த்துவிட்டு வந்திருந்தார்கள்.

சுடலைமுனியின் சன்னதியைச் சுற்றிலும் நெரிசலாய் நெட்டிலிங்க மரங்கள். ஊடே சில கருமருது மரங்களும், அசோகவாத நாராயணன்களும் காலை காற்றில் சிலிர்த்துப்போய் தங்கள் கிளைகளை ஆட்டிக் கொண்டிருந்தன.

சுடலைமுனிக்கு எதிரே உயரமாய் பலி பீடம். ரத்தம் உறைந்துப்போய் சுற்றிலும் அப்பொழுதுதான் யாரோ அந்த நிலத்தைத் தோண்டி மூடிய பாவனையில் கிளறுதலாகக் கிடந்தது.

பழனிராஜுக்கு அதைப் பார்க்க இலேசாய் பதைத்தது.

ராஜதுரையும் அதைச் சரியாகவே கணக்கிட்டு விட்டார். சற்றுத் தள்ளி நிறைய வேல்கம்புகளை வேண்டுதலாய் நட்டு வைத்திருந்தார்கள்.

பக்கத்து மரம் ஏகப்பட்ட பிரார்த்தனைக் கல் முடிச்சுகளுடன் காற்றில் ஆடிக் கொண்டிருந்தது.

தயாராய் கடப்பாரை, மண்வெட்டி சாகிதம் பலி பீடத்தைச் சுற்றிச் சில போலீஸ் வந்துநிற்க, வெட்டுவதற்கு உத்தரவு போட்டது பழனிராஜின் பார்வை.

வினாடியும் தமாதிக்காமல் கடப்பாரைகள் அந்தப் பலிபீடத்தைப் பதம் பார்க்க ஆரம்பித்தன. மண் கட்டிக் கட்டியாக வராமல் பொலபொலவென்று வந்தது.

வெட்டி மூடிய குழியை ஒரு சிரமமும் இன்றித் திரும்ப வெட்டுவதுபோல் தோன்றியது அவர்களுக்கு.

தெரியப்போகும் தங்கப் பெட்டிக்காக எல்லோரும் காத்துக் கொண்டிருக்க ஒரு போலீஸ்காரரால் சக்தியெல்லாம் திரட்டி மண்ணுக்குள் குத்தி நெம்பிய கடப்பாரை ஒன்று, திரும்ப அவரால் மேலே உயர்த்தப்பட்டபோது அதன் கூர்முனையில் ரத்தச் சகதி.

பழனிராஜ் அதைப் பார்த்துவிட்டு "ஸ்டாப் இட்!" என்றார் இன்னொரு போலீஸ் இப்பொழுது மண்ணைக் கையால் விலக்க அனைவர் பார்வையும் குத்திட்டுப் போகச் செய்தது. ஒரு இளம் பெண்ணின் சிரம் வெட்டப்பட்ட பிரேதம்!

வெட்டப்பட்ட சிரம் பிரேதத்தின் கால்மாட்டில், வாயில் எலுமிச்சையைக் கடித்த நிலையில் அமர்ந்திருந்தது.

***

# 34

பழனிராஜ் விதிர்த்துப்போய் அந்தப் பிரேதத்தைப் பார்த்துவிட்டுச் சட்டென்று பின்வாங்கினார்.

ஏஞ்சல் வாய்விட்டு அலறியே விட்டாள்.

ராஜதுரை விழிகள் காதுவரை விரிவடையும்போல் தோன்றியது. தேவதாஸ், ஏஞ்சல் அருகில் ஆறுதலாகப் போய் நின்றுக்கொள்ள, குழியை வெட்டிய போலீசார் குழியைவிட்டு மேல் ஏறிக்கொண்டார்கள்.

சில நிமிடம்வரை ஒருவரிடமும் பேச்சுமூச்சு இல்லை. ஒரு வழியாக ராஜதுரை வாயைத் திறந்தார்.

"சார் எந்த நரபலி நடந்துடக் கூடாதுன்னு நினைச்சோமோ அது நடந்துடிச்சி. தங்கப் பெட்டியும் கை மாறிடிச்சு. நாமதான் கொஞ்சம் லேட்டா வந்திருக்கோம்."

ஆமோதிப்பதைப் போலவும், ஆவேசப்படுபவரைப் போலவும் முகம் தூக்கினார் பழனிராஜ்.

"இந்தக் கோயில் பக்கமா ஏன் பாரா போடலை?" ராஜதுரை கேட்டார்.

"இந்தக் கோயில்லதான் புதையல் இருக்குங்கறது யாருக்கு சார் தெரியும்? நம்ப சந்தேகம் எல்லாம் அனுமன் கரட்டுப் பக்கமும், அதுக்குள்ள இருக்கற அந்த மந்திரவாதி மேலேயும், நாச்சியப்பன் மேலேயும்தானே? இந்தக் கோயில்லதான் அந்தப் புதையல் இருக்குங்கற விஷயமே அந்த ஈ.எஸ்.பி. கணேசன் மூலமா நேற்று இரவுதான் தெரியும். தெரிஞ்ச உடனேயே உங்களுக்குத் தகவல் தந்துட்டேன்."

ராஜதுரை என்னதான் சமாதானம் சொல்லிய போதிலும் பழனிராஜால் ஏற்க முடியவில்லை. ஏஞ்சல் மெல்ல சுதாரித்திருந்தாள்.

பழனிராஜை நெருங்கி “சார்... நான் இந்த பாடியை ஒரு படம் எடுத்துக்கட்டுமா?” - பேக்கின் ஜிப்பின்மேல் விரல்களை வைத்தபடி கேட்டாள்.

பழனிராஜ் சற்று கோபத்தோடு ஏஞ்சலைப் பார்த்தார்.

“சார் பேபி... விஷயம் ரொம்ப சீக்ரெட்டா இருக்கணும்னு விரும்பறேன்... இல்லேன்னா குற்றவாளிங்க எச்சரிக்கையாயிடுவாங்க” என்ற பழனிராஜ் “மிஸ்டர் ராஜதுரை இந்த பாடிதான் அந்த காணாம போன நிர்மலாவா?” என்று ராஜதுரை பக்கம் பார்த்துக் கேட்கவும், ராஜதுரை பயத்தோடு அந்த முண்டத்தை ஒரு கடப்பாரையால் சாய்த்துவிட்டு முகத்தை உற்றுப் பார்த்தார்.

“நோ சார்...” என்றார்.

“அப்ப யார் இந்தப் பெண்?” கேள்விக்குள் நுழைந்தார் பழனிராஜ்.

“பிரசெர்வ் தி பாடி” என்றார். போலீஸ்காரர்கள் அந்த உடம்பை அங்கிருந்து அகற்ற ஆரம்பித்தார்கள்.

உடனேயே ஸ்ட்ரெச்சர் ஒன்று கொண்டு வரப்பட்டது.

அதில் அந்தப் பிணம் ஏறிப்படுக்க பலி பீடம் திரும்பவும் பழைய நிலைக்குக் கொண்டு வரப்பட்டது.

பின்னர் அங்கிருந்து போலீஸ் ஜீப்புகள் வேகமாகக் கிளம்ப ஆரம்பித்தன.

ஸ்டேஷனில் பழனிராஜ் மண்டையைப் போட்டுக் குடைந்து கொண்டிருந்தார். தாமதிக்கும் ஒவ்வொரு நிமிடமும் அவருக்கு ஏதோ ஒரு பெரிய தவறுக்குக் கதவைத் திறந்துவிட்டுக் கொண்டு இருப்பதாகப் பட்டது.

"இவ்வளவு பேர்... எவ்வளவோ வசதி இருந்தும் ஒரு நரபலியைத் தடுக்க முடியாம போயிடிச்சே... ப்ச்ச்! ஆமா பலிதான் முடிஞ்சிடிச்சே இந்த மந்திரவாதியும், அந்த நாச்சியப்பனும் அந்த கரட்டுல இன்னும் என்னய்யா பண்றாங்க? யாரை ஏய்க்கப் பார்க்கறாங்க? போய் அவங்களைப் பிடிச்சு இழுத்துக்கிட்டு வாங்க. நாலு சாத்து சாத்தி உண்மையை வரவழைப்போம்"

கோபத்தில் அவர் போடும் கட்டளைகளை அரை குறையாகத்தான் அங்கீகரித்தனர் ராஜதுரையும், தேவதாசும்.

"சார்! அவங்க நம்ப பார்வையை விட்டு எங்கேயும் போயிட முடியாது. அவங்களை நம்ப டரூப் ரொம்ப சின்சியரா ஃபாலோ பண்ணிக்கிட்டு இருக்காங்க. வாஸ்தவத்துல நேற்று இரவுவரை நமக்கு மட்டுமில்ல அந்த நாச்சியப்பன் பட்டத்திரிக்கேகூட தங்கம் இருக்கற இடம் தெரியாது. அதுதான் உண்மை."

"அப்படின்னா பிணம் எப்படி வந்துச்சு? எங்க அந்தத் தங்கப் பெட்டி. கணேசனோட ஈ.எஸ்.பி. பவர்ங்கறது வெறும் ஹம்பக் மேட்டரா?"

பழனிராஜிடம் கோபம் கூடிக்கொண்டே போய்க் கொண்டிருந்தது. ஊடே ஏஞ்சல் மெல்ல நுழைந்தாள்.

"சார்... நீங்க இதுவரைக்கும் ஒரு முக்கியமான நபரைப் பற்றிப் பேசவேயில்லையே?" கேட்டாள்.

டி.எஸ்.பி. உட்பட அனைவர் பார்வையும் ஏஞ்சலை ஏறிட்டது.

"அதான் சார் அந்தப் பண்ணையார்! உலகத்தின் எட்டாவது அதிசயமான நித்ய கன்னி கஸ்தூரிய வெச்சுக்கிட்டிருக்கிறவர்."

கஸ்தூரி பற்றி ஏஞ்சல் ஞாபகப்படுத்தவும், அப்பொழுதுதான் அனைவருக்கும் அவள் நினைவே வந்தது. ராஜதுரை உற்சாகமாய் உடனேயே வாய் திறந்தார்.

"சார் பண்ணையாரைக் கண்காணிக்க ஒரு சி.ஐ.டி. போலீசை அவர் வீட்ல வேலைக்கு அப்பாய்ண்ட் பண்ணியிருக்கேன்.

செங்கோடன்னு பேர். இன்னிக்கு அவர் தன்னோட முதல் ரிப்போர்ட்டை தர்றதா சொல்லியிருக்காரு"

ராஜதுரை சொல்லும்போதே யாரோ ஒரு நபர் உள்ளே ஓடி வந்தான். பார்க்க தங்கமணியின் வண்டி ஓட்டி நடராஜனைப்போல் தெரிந்தான்.

வந்தவன் அனைவரையும் பார்த்துப் பெரிதாகக் கும்பிட்டான். அவன் கைகளில் ஒரு கடிதம். அதை தேவதாஸ் எதிரே நீட்டினான். வேகமாக அதைப் பிரித்தார், தேவதாஸ்.

"மதிப்பிற்குரிய இன்ஸ்பெக்டர் அவர்களுக்கு,

வணக்கம், இப்பவும் நானாகிய தங்கமணியும், பிரபல மாந்திரீகரும் தேவி உபாசகருமான கருடராஜ பட்டத்திரி என்பவரும் நாச்சியப்பன் எனும் கொடிய ரவுடி வசம் மாட்டிக்கொண்டு அல்லாடிக் கொண்டு இருக்கிறோம்.

சந்திரசேகர் என்னும் தொல்பொருள் இலாகா அதிகாரியுடன் சேர்ந்துக்கொண்டு நாச்சியப்பன் எங்களைக் கடந்த பல வாரங்களாகவே கொடுமைப்படுத்தி வருகிறான்.

நிர்மலா என்ற பெண்ணை வேறு கடத்தி வந்து அடைத்து வைத்திருக்கிறான். இன்று பகல் சரியாக 12-மணிக்குச் சுடலைமுனிக்கு அவளைப் பலி போட்டு அங்கு இருக்கும் தங்கப் புதையலை எடுக்கப் போகிறான். அதற்கு என்னையும் பட்டத்திரியையும் பயன்படுத்தி வருகிறான்.

நாங்கள் அவன் பேச்சைக் கேட்காவிட்டால் எங்களைச் சுட்டு விடுவதாக மிரட்டுகிறான். உடனே சுடலைமுனி கோயிலுக்கு வந்து பலி நடக்காமல் தடுத்து எங்களைக் காப்பாற்றி நாச்சியப்பனையும் சந்திரசேகரையும் கைது செய்யவும்.

இப்படிக்கு
தங்கமணி."

கடிதத்தைப் படித்த தேவதாசுக்கு இலேசாகத் தலையைச் சுற்றியது. சுதாரித்தபடி பேசினார்.

"சார்! இன்னும் தங்கம் எடுக்கற விஷயத்துல நரபலி நடந்து முடியலை. இனிமேதான் நடக்கப்போகுது" - என்றபடி புகார் கடிதத்தை டி.எஸ்.பி. எதிரே நீட்டினார், தேவதாஸ்.

ராஜதுரை தலையைப் பிய்த்துக் கொண்டார்.

கவலைப்படாதீர்கள் என்பதுபோல் செங்கோடன் அப்பொழுது ஸ்டேஷனுக்குள் நுழைந்து கொண்டிருந்தார்.

ராஜதுரைக்குச் செங்கோடனைப் பார்க்கவும் உயிர் வந்த மாதிரி ஒரு தெம்பு. செங்கோடன் கைகளில் ஒரு ஃபைல்! பணிவாக டி.எஸ்.பி.ஐ பார்த்து சல்யூட் அடித்த செங்கோடன், உற்சாகமாக ஃபைலை ராஜதுரை வசம் தர, ராஜதுரை அதைப் பழனிராஜ் வசம் தர, ஃபைலின் முகப்பைத் திறந்தார், பழனிராஜ். பெரிதாகவே அதிர்ந்தார்!

மணி பதினொன்று! கருவேலங்காட்டு டென்ட்டில் பரபரப்பாக தென்பட்டார்கள் ஒவ்வொருவரும். தங்கமணி பட்டத்திரியை அடிக்கொருதரம் நாச்சியப்பனுக்குத் தெரியாத மாதிரி பார்த்து வெற்றிப் புன்னகை சிந்திக் கொண்டிருந்தாள்.

நாச்சியப்பன் தன்னை மிகவும் கட்டுப்படுத்தியபடி சந்திரசேகரிடம் ஊன்றியிருந்தான். சந்திரசேகர் இதயமோ நிமிடத்திற்கு எழுபத்திரண்டு தடவை என்ற சராசரி கணக்கை மீறி துடித்துக் கொண்டிருந்தது.

வாடிய ரோஜாபோல் நிர்மலா! சந்திரசேகரின் தோள்மீது சற்று நட்பாகச் சாய்ந்தபடி அழுது கொண்டிருந்தாள். சந்திரசேகரின் கைகள் அவளை ஆறுதலாகத் தட்டிக் கொடுத்துக் கொண்டிருந்தன.

"கிளம்பலாமா நாச்சி..." தங்கமணி சூழ்நிலை இறுக்கத்தைப் பிளந்தபடி கேட்டாள். நாச்சியப்பன் பட்டத்திரியைப் பார்த்தான்.

பட்டத்திரி அதீத அமைதியோடு வில்வாத்திரியை வருடிவிட்டுக் கொண்டிருந்தான். நிதானமாக நாச்சியப்பனைப் பார்த்துக் கிளம்பலாம் என்று தலையசைத்தான்.

கிளம்பினார்கள்.

"ஒவ்வொருத்தரா போங்க. யாராவது பார்த்துடப் போறாங்க." தங்கமணியிடம் போலிக் கரிசனம்.

அவள் சொன்னபடியே ஒவ்வொருவராகக் கிளம்பினார்கள்.

அதை ஊர்ஜிதப்படுத்தியது மாடு மேய்க்கும் சில போலீஸ் சி.ஐ.டி-களின் வயர்லெஸ்!

"சார் ஒவ்வொருத்தராகக் கிளம்பி சுடலைமுனி கோயிலுக்குப் போறாங்க. நீங்க கிளம்பலாம்."

வயர்லெஸ் செய்தியை ரிசீவ் செய்த ராஜதுரை சற்று பதட்டமாகப் பழனிராஜைப் பார்த்தார்.

"சார் கோயிலுக்குக் கிளம்பிட்டாங்களாம் அவங்க. நாமளும் புறப்படலாம்"

பழனிராஜ் அதைக் கேட்டு ஆமோதித்த அந்த வினாடிகளில் ஸ்டேஷன் வாசல் படியில் சற்று துவட்டலாய் ஒரு உருவம்.

தேவதாஸ், ஏஞ்சல் உட்பட அனைவரும் அந்த உருவத்தைப் பார்த்துத் திகைக்க, துவண்ட அந்த உருவம் தலையை நிமிர்த்தியது.

பண்ணையார்!

"வாங்க ராஜரத்தினம். எங்கே கஸ்தூரி?" பழனிராஜ் ஆவலாகக் கேட்டார்.

பண்ணையார் பதில் பேசாமல் மவுனம் சாதித்தார்.

"எங்க மிஸ்டர் ராஜரத்தினம்? இன்னும் ஒரு மணி நேரத்துல அந்த நாச்சியப்பனும் மந்திரவாதியும் பலி கொடுத்து தங்கத்தை எடுக்கப் போறாங்க. காணாமப் போன நிர்மலாதான் பலியாகப் போறவ. பலியைத் தடுத்துட்டு கஸ்தூரி கைய்யால் புதையல்

எடுக்கலாம்னுதான் உங்களுக்குத் தகவல் தந்து அனுப்பினேன்" பழனிராஜ் தீர்க்கமாகப் பேசவும் இடைவேட்டினார் ராஜதுரை.

"மிஸ்டர் ரத்தினம். நாங்க ரொம்ப ஆவலா இருக்கோம். உங்க கஸ்தூரியைப் பார்க்க... முதுமையை ஜெயிச்ச அந்த அதிசயப் பெண் எங்கே? விஞ்ஞான உலகத்துக்கே சவால் விட்டுவிட்டு இருக்கற அந்த மந்திரப் பெண் எங்கே?"

"எங்கே? எங்கே? எங்கே?" பழனிராஜும், ராஜதுரையும் பருந்தாகப் பறந்தபடி கேட்கும் 'எங்கே? எங்கே?' என்ற சொல் பண்ணையாரைப் போட்டுப் புரட்டியது.

"சார்! மோசம் போயிட்டேன் சார். மோசம் போயிட்டேன்!"- பெரிதாகக் கத்தியபடி தேவதாசின் கைகளைப் போய்ப் பிடித்தார், பண்ணையார்.

"என்ன சொல்றீங்க?"

"அவளை நான் அம்பாசமுத்திரத்துல இருக்கற என் ரகசிய இருப்பிடத்துல வெச்சுருந்தேன். இன்னிக்குக் காலைல ரெயில்ல அவளை அழைச்சிக்கிட்டு வர்றப்போ தாமிரபரணி மேல பாலத்துல ரெயில் ஓடிக்கிட்டிருந்த சமயத்துல ஓடிப்போய் ஆத்துக்குள்ற குதிச்சிட்டா சார். ஆத்துலையோ ஆடி வெள்ளம்! நான் இப்ப என்ன சார் பண்ணுவேன்."

பண்ணையாரின் புலம்பலைத் தொடர்ந்து எல்லோரும் கைகளைக் குத்திப் பிசைந்து கொள்ள, பழனிராஜும், ஏஞ்சலும் மட்டும் ஒருவரை ஒருவர் அர்த்த புஷ்டியோடு பார்த்துச் சிரித்துக் கொண்டனர்.

"ஓ.கே... கஸ்தூரி விஷயத்தை நாம் வந்து பேசிப்போம். நாம இப்ப உடனடியாகக் கவனிக்க வேண்டியது நடக்கப் போற பலியை... கமான் க்விக்"

பழனிராஜின் கட்டளையைத் தொடர்ந்து வில்லிலிருந்து விடுபடும் அம்புகள்போல் போலீஸ் ஜீப்புகள் துப்பாக்கி ஏந்திய

போலீஸ் படையோடு புழுதியைக் கிளப்பிக்கொண்டு சுடலைமுனி கோயிலைக் குறிவைத்துப் பறந்தன.

சுடலைமுனி முட்டை விழிகளோடு கம்பீரமாக அமர்ந்திருக்க பலி பீடம் அருகே பட்டத்திரி உட்பட எல்லோரும் கூடியிருந்தார்கள். சந்திரசேகரையும், நிர்மலாவையும் வாயைக் கட்டி, கையைக் கட்டி சற்று கஷ்டப்பட்டு அழைத்து வர வேண்டியிருந்தது.

சுடலைமுனியையும், பலி பீடத்தையும், பட்டத்திரி கைகளில் மின்னும் அரிவாளையும் பார்த்த நிர்மலா அலறக்கூட சக்தியற்று மயக்கம் போட்டு விழுந்தாள்.

"சும்மா மயங்கட்டும் சனியன்... நாச்சி! நீ பட்டத்திரிகூட சேர்ந்து புதையல் இருக்கான்னு பார்!"

தங்கமணி நாச்சியப்பனை நிமிண்டி விட்டுவிட்டு உடனே போலீசை எதிர்பார்த்துப் பார்வையைச் சுற்றிலும் சுழலவிட்டாள்.

இதற்கிடையே பட்டத்திரியிடமிருந்து உற்சாகமாய்க் குரல் வந்தது.

"தங்கம்... தங்கம்..."

சுடலைமுனிக்கு எதிரில் வடமேற்காக ஒரு பூவரச மரத்துக்குக் கீழே பட்டத்திரி நின்று இருந்த இடத்தை நாச்சியப்பன் நெருங்கியதும்...

ஒரு பாம்புப் புற்றை ஒட்டி அகண்ட ஒரு பாத்திரத்தில் கலகலவென தங்க நாணங்கள்!

அதன் மேலெல்லாம் பாம்புப் புற்றை வெட்டி சாய்த்த புற்று மண்.

"பாம்புப் புற்றைவிட பாதுகாப்பான இடம் இருக்க முடியாதுன்னு இதுக்குள்ள போட்டு வெச்சிருக்காங்க" – பட்டத்திரி சொல்லும்போதே ஒரு வயதான நாகம் தன் வசிப்பிடத்தைப்

பட்டத்திரி எட்டி உதைத்த கோபத்தோடு உஸ் என்று சீறியபடி படம் எடுக்க ஆரம்பித்தது.

இன்னொன்று தங்கப் பாத்திரத்தின் கழுத்தைத் தன் உடம்பால் வளைத்தபடி கிண்ணென்று நிமிர்ந்து தன் இரட்டை நாக்கை வெளியே சிருட்டென்று சீறவிட்டு இருவரையும் வெளித்தது.

"நாச்சியப்பா ஓடு... நிர்மலாவைப் பலி பீடத்துமேல நிற்க வை. எங்கே பிணச் சாம்பல்?"

பட்டத்திரி உடல் நடுங்க கட்டளை இட்டான். தயாராக ஆவி வசிய தாயத்தைக் கையில் கட்டியிருந்தான். கண்கள் ரத்தச் சிவப்பாகி விட்டிருந்தன. நாச்சியப்பன் பலி பீடத்தை நோக்கி ஓடினான்.

சந்திரசேகரைப் பார்த்துக் கண்ணசைத்தவன் மயங்கிக் கிடந்த நிர்மலாவை இழுத்துப் பலி பீடம்மேல் கிடத்தினான்.

தங்கமணி நின்ற இடத்தைவிட்டு அசைந்திருக்கவில்லை. சுற்றிச் சுற்றி போலீசைத் தேடினாள்.

போலீசும் ஊடுருவத் தொடங்கியிருந்தது. ஆனால் ஒரு பூனையைப்போல் அரவமில்லாதபடி ஒவ்வொரு மரமாய்ப் பதுங்கிப் பதுங்கி முன்னேறிக் கொண்டு இருந்தது.

பழனிராஜும், ராஜதுரையும் ரிவால்வரை லோட் செய்த நிலையில் எந்த நேரமும்கூடத் தயாராக இருந்தனர்.

ஏஞ்சல், தேவதாசை ஒட்டி நடந்து கொண்டிருந்தாள். தனக்குத் தோதாகக் கனகமயில் இல்லையே என்ற கவலை அவளுக்குள் துளிர்விட்ட சமயம், ஒரு மரத்தின் பின்னால் அவள் சற்றும் எதிர்பாராத நிலையில் கனகமயில்!

ஏஞ்சலுக்கு வாய்விட்டுக் கத்த வேண்டும்போல் இருந்தது. கனகமயில் சத்தமில்லாமல் ஏஞ்சலை நெருங்கிக் கையைப் பிடித்துக் கொண்டாள். ராஜதுரை அவளை லேசாக வெறித்தார்.

"ஏய் நீ எப்படி இங்க வந்தே?" இது ஏஞ்சல்.

“ஊரை வளைச்சுக்கிட்டு ஜீப்புங்க போகவும் என்னவோ ஏதோன்னு ஓடிவந்தேன்” என்றாள் கனகமயில்.

பலி பீடத்தின்மேல் நிர்மலாவின் கழுத்து சாய்த்து நிறுத்தப்பட்டிருக்க மயங்கியநிலையில் மண்டியிட்டிருந்தாள் அவள். பட்டத்திரி எதையோ முணுமுணுத்தபடி அவளைச் சுற்றிச் சுற்றி வந்தான். அடிக்கடி ஆகாயத்தை நோக்கிக் கைகளை உயர்த்தினான்.

தனது தலைமுடியில் ஒன்றைப் பிடுங்கி உதட்டுக்கு நேராக வைத்துக்கொண்டு, எதையோ முணுமுணுக்க உடனேயே அது பற்றி எரியத் தொடங்கியது.

***

# 35

பலிபீடத்தில் நிர்மலாவைச் சாய்த்துவிட்டு உக்கிரமாகப் பட்டத்திரி மந்திரம் சொல்லிக்கொண்டு நரபலிக்கு ஆயத்தமாக முற்பட்ட அந்த வேளையில், பருத்த கருமருதுமரத்தின் பின்னால் நின்றபடி துப்பாக்கியைக் குறிபார்த்து நீட்டிக் கொண்டிருக்கும் பழனிராஜ், பட்டத்திரியின் செயலை வெறித்தார்.

துல்லிதமான அந்த வினாடியில் பட்டத்திரி அரிவாளுடன் நிர்மலா முன் நின்றான். பின்னால் மிரண்ட விழிகளோட தங்கமணி, பக்கமாய் பதட்டமாய் நாச்சியப்பன்.

சந்திரசேகர், இதற்குமேல் தாங்காது என்பதுபோல் மயங்கி விழுந்திருந்தான். நாச்சியப்பனுக்குள் பொறி பறக்க ஆரம்பித்தது.

அரிவாளை ஓங்கிய பட்டத்திரியைத் தடுக்க பழனிராஜும், ராஜதுரையும் குறிபார்க்க ட்ரிகரில் இருவரது ஆள்காட்டி விரலும் அழுத்தம் கொடுத்து தோட்டாவை வெளியே பாயவிடத் தயாரானது.

அரிவாளோடு நின்ற பட்டத்திரி திடீரென்று நாச்சியப்பன் கைகளில் அரிவாளைத் தந்து 'வெட்டு' என்று சொல்லாமல் சொன்னவன் தங்கமணியை 'சரிதானே' என்பதுபோல் பார்க்க, அவள் விம்மிய மார்பில் கை வைத்துப் பெரிதாக ஆசுவாசித்தாள்.

பழனிராஜும், ராஜதுரையும் பட்டத்திரியின் எதிர்பாராத இந்தச் செயலால் ஒரு வினாடி குழம்பிப்போக நாச்சியப்பன் யாரும் எதிர்பாராத அந்த வினாடியில் அரிவாளை மின்னலைப்போல் பட்டத்திரியின் கழுத்தை நோக்கி ஒரு சுழற்று சுழற்றினான்.

பந்தைப்போல் பட்டத்திரியின் தேகத்தை விட்டுக் கழண்டு விழுந்த தலையைப் பார்த்து விபரீதத்தை உணர்ந்த தங்கமணி பெரிதாக அலறியபடி அங்கிருந்து ஓட ஆரம்பிக்க, நாச்சியப்பனை நோக்கிப் பழனிராஜின் ரிவால்வர் தோட்டா மிக வேகமாகப் பாய்ந்தது! ராஜதுரையும் தன் பங்குக்கு ஒன்றை அனுப்பி வைத்தார்.

இத்தனை பரபரப்புடன் நடந்த சூழ்நிலையைப் புகைப்படத்துக்குள் அடைக்கலாம் என்ற பரபரப்பில் ஏஞ்சல் தன் கைப்பையின் ஜிப்பைத் திறக்க, சீறிக்கொண்டு நிமிர்ந்தது சிறைப்பட்ட அந்தக் கருநாகம்.

'வீல்ல்ல்ல்!' ஏஞ்சல் அலறலோடு விட்டெறிந்த பை வானில் ஏறிப் பறந்தது. அதில் இருந்து சீறிய அந்த நாகம் நழுவிப் பிரிந்து குறுக்கே ஓடிய தங்கமணியின் கழுத்தில் ஒரு மாலைபோல் போய் விழுந்தது.

விழுந்த வேகத்தில் ஆக்ரோஷத்தில் இருந்த அந்த நாகம் தன் தலையை உயர்த்தித் தங்கமணியின் பளபளப்பான விழிகளை விழுங்கி விடுவதுபோல் கொத்தியது.

சப்தம் கேட்டுக் கண்மலர்ந்த சந்திரசேகர் எதிரே போலீஸ் படையையும், முண்டமாகப் பட்டத்திரியையும், குண்டுபட்ட பிணமாக நாச்சியப்பனையும், உயிருக்குப் போராடும் ஜீவனாக தங்கமணியையும் பார்த்துவிட்டு நிர்மலாவை நிமிஷமும் தாமதிக்காமல் பலிபீடத்தில் இருந்து கீழே தள்ளி விட்டுவிட்டு, பழனிராஜை பார்த்து "தேங்க்யூ வெரி மச் சார்!" என்று சந்தோஷ அலறலோடு ஓடிப்போய் அப்படியே அவர் மார்புமேல் விழுந்தான்.

பழனிராஜ் பக்கத்து மரங்களுக்குச் சமமாகத் தானும் மாறியிருந்தார். நடந்தவைகளை அவரால் ஜீரணிக்க முடியவில்லை என்பது துல்லியமாகத் தெரிந்தது.

தேவதாசோ, ஆர்வமாக நிர்மலாவை நெருங்கியிருந்தார்.

"நல்லவேளை இந்த அப்பாவிப் பெண்ணுக்கு ஒண்ணும் ஆகலை!" சுடலைச்சாமியைப் பார்த்துப் பெரிதாகக் கையெடுத்துக் கும்பிட்டார்.

சுமார் ஒரு மணி முன்று பிணங்களோடு ஸ்டேஷனுக்குத் திரும்பிய பழனிராஜையும் மற்றவர்களையும் பண்ணையார் அதிர்ச்சியோடு பார்த்தார்.

"சார் என்னாச்சு சார்...?" பண்ணையார் கேட்கும்போதே பாம்புப் புற்றுக்குள் தெரிந்த புதையல் பாத்திரத்தைக் கைகளில் பிடித்தபடி ஒரு போலீஸ் அவரைத் தாண்டிச் சென்றார்.

"புதையல் கிடைச்சுடிச்சா...? இவங்கள்லாம் என்ன ஆனாங்க. பூதம் அடிச்சிடிச்சா?" பண்ணையாரிடம் கேள்வி நீண்டது.

பழனிராஜின் முகத்தில் ஏளனப் புன்னகை!

"அதெல்லாம் கிடக்கட்டும் மிஸ்டர் ராஜரத்னம், நாம கஸ்தூரி விஷயத்துக்கு வருவோம். அவ என்ன ஆனான்னு சொன்னீங்க?"

பழனிராஜின் குரலில் தொனித்த ஏளனத்தில் ஏதோ ஒரு மர்மம் ஒளிந்து கொண்டிருந்தது. ஏனோ பண்ணையார் வியர்க்க ஆரம்பித்திருந்தார்.

அப்பொழுது அவர் எதிரே செங்கோடன் பிரசன்னமானான். செங்கோடனைப் பார்த்ததும் பண்ணையாருக்கு ரத்தமே உறைந்துவிட்டது.

"எலே, செங்கோடா! உனக்கு இங்க என்னடா ஜோலி?" அவர் உதடுகள் தந்தியடிக்க, கேட்ட கேள்விக்குப் பழனிராஜ் முகத்தில் காட்டத்தைக் காட்டினார்.

"அவர் எங்க டிபார்ட்மென்ட் ஸ்பெஷல் சி.ஐ.டி. மிஸ்டர் ராஜரத்னம்" என்றார். கூடவே கஸ்தூரியின் உடம்பைவேறு அழைத்துப்போய் காட்டினார். உடனேயே பண்ணையார் எகிறி பழனிராஜின் கால்களில் விழுந்துவிட்டார். எதுவும் பேசவில்லை. இனி எதுவும் பேசுவதற்கில்லை என்பது அவருக்குத் தெரிந்துவிட்டது.

செங்கோடன் பழனிராஜ் வசம் தந்திருந்த ஃபைல் காற்றில் தன் பக்கங்களைச் சடசடக்க விட்டது! அதில் பண்ணையார் கஸ்தூரியை ரகசிய அறையை விட்டு வெளியே இழுத்து வருவதுபோல் ஒரு படமும், ரகசிய அறையில் செப்புத் தகட்டால் வேய்ந்த புதையல் நிரம்பிய பெட்டியை அவரும், சூலக்கருப்பனும் இறக்கி வைப்பது போன்ற படமும் பளீரிட்டன.

பலி பீடத்துக்குக் கீழே புதைக்கப்பட்டிருந்த பிரேதமும், பிரேதத்தின் தலையும் கஸ்தூரியுடையது என்பது அந்தப் புகைப்படத்தைப் பார்த்த வினாடியில் பழனிராஜுக்கும், மற்றவர்களுக்கும் தெரிந்துவிட்டது.

கூடவே பண்ணையாரின் சந்தேகத்துக்குரிய நடவடிக்கை பற்றி அன்றாடம் எடுத்த குறிப்புகள், தங்கமணியோடு அவருக்குள்ள ரகசியத் தொடர்பு... பட்டத்திரியோடு நேராகத் தொடர்பு கொள்ளாமல், பட்டத்திரிக்கே தான் யாரென்று தெரியாதபடி தன்னை வைத்துக்கொண்டு தங்கமணி மூலமாக அவனை இயக்கி வந்தது என்ற ஒவ்வொரு விஷயமும் செங்கோடனால் ஆதாரபூர்வமாக எழுதப்பட்டிருந்தது!

"ஆமா, நிஜமான புதையல் இப்ப உங்க வீட்லதானே இருக்குது?" பழனிராஜ் ஃபைலை மூடியபடி கேட்டார்.

"ஆமாம் சார்! நேற்று ராத்திரி கஸ்தூரிய பலிபோட்டு பலி பீடத்துக்குக் கீழே இருந்து அதை எடுத்தேன். கஸ்தூரிய அங்கேயே புதைச்சிட்டேன். இது பட்டத்திரிக்கும், தங்கமணிக்கும் தவிர யாருக்கும் தெரியாது. அவங்க என் கூட்டாளிங்க.

புதையல் குறிப்பைக் கொடுத்த சந்திரசேகரையும், உதவி செய்த நாச்சியப்பனையும் சமாளிக்க வேண்டியிருந்தது. உங்களுக்கும் புதையல் பற்றி விஷயம் தெரிஞ்சுபோச்சு.

ஆகையால் நாங்க புதையல் எடுத்த கையோட பிரச்சினையை கை கழுவ முடியலை. ஆகையால் முன்னையே போட்ட திட்டப்படி எடுத்த புதையல்ல கொஞ்சத்தை நிறைய செப்புக்

காசுங்களோட சுடலைமுனி சன்னதிக்குப் பக்கத்துல உள்ள பாம்புப் புத்துல போட்டுட்டு மறுநாள் ஒரு செயற்கையான பலிக்கு ஏற்பாடு செஞ்சேன். அந்தப் பலியையும் நாச்சியப்பனும், சந்திரசேகரும்தான் செய்யறதா உங்களுக்குக் காட்ட தங்கமணியை விட்டு உங்களுக்குப் புகார்க் கடிதம் எழுத வெச்சேன்.

கஸ்தூரியப் பற்றி நீங்க கேட்டா அவ காணாமப் போயிட்டாள்னு சொல்லி தப்பிக்கப் பார்த்தேன். என் திட்டப்படி எல்லாம் நடந்திருந்தா, இந்நேரம் நாச்சியப்பனும், சந்திரசேகரும் கம்பி எண்ணிக்கிட்டு இருப்பாங்க. நிர்மலா பலியாயிருப்பா. பட்டத்திரியும், தங்கமணியும் தப்பியிருப்பாங்க. கிடைச்ச சில ஆயிரம் மதிப்புள்ள புதையலோட நீங்களும் கேஸை முடிச்சிருப்பீங்க...

எவ்வளவோ விஷயங்களைப் பார்த்துப் பார்த்து செய்த எனக்கு, செங்கோடன் என் வீட்டுக்குள்ள நுழைஞ்சதையோ, கணேசன் தன் மனோ சக்தியால புதையல் இருக்கற இடத்தைத் துல்லிதமாகச் சொன்னதையோ தடுக்க முடியலை. அதனாலதான் இவ்வளவு விபரீதமும்!"

பண்ணையார் அப்ரூவரைப்போல் பேசப்பேச அனைவரும் வியப்படைய ஏஞ்சல் மட்டும் கேட்க வேண்டிய கேள்வியைக் கேட்டாள்.

"ஆமாம் கஸ்தூரி நித்ய கன்னிதானா?"

பண்ணையார் அதைச் சோர்வாக மறுத்தார்.

"அவ ஒரு அனாதை! பேர் கன்னியம்மா. நித்ய கன்னின்னு சொன்னாதான் புதையல் விஷயத்துல மந்திரவாதிகளுக்கு ஈடுபாடு வரும்னு நம்பி அப்படிச் சொன்னேன். பிறகு அதையே எல்லார்கிட்டையும் சொன்னேன்."

"இந்தப் பூதம் பிசாசுங்கற விஷயத்துல உங்களுக்கு அவ்வளவு நம்பிக்கையா?" - ஏஞ்சல் விடாமல் அவரைக் கேள்விக்குமேல் கேள்வி கேட்டாள்.

“என் முன்னோர்களுக்கு ஏற்பட்ட கதி... புதையல் சம்மந்தமா ஊருக்குள்ற உள்ள நம்பிக்கை இதுதான் நானும் நம்பக் காரணம். இப்பவும் சொல்றேன், புதையல் எடுக்க நினைக்கறவங்க யாரும் உருப்பட்றதில்லை. ரத்த பலி அங்க எப்படியாவது நடந்துடுது. அதுக்கு உதாரணம் செத்துப் போயிருக்கிற தங்கமணி, நாச்சியப்பன், பட்டத்திரி மூன்று பேரும்தான்!”

அந்தப் பேச்சை அவர்களால் ஒப்புக் கொள்ளவும் முடியவில்லை. விலக்கவும் முடியவில்லை. தேவதாஸ் ஒரு கைவிலங்கோடு பண்ணையாரை நோக்கி நடக்க, ராஜதுரையும் பழனிராஜும் அவர் வீட்டுக்கு அந்தப் பெரும் செல்வத்தைப் பார்க்க ஆர்வமாகக் கிளம்பினார்கள்.

ஏஞ்சலும், கனகமயிலும் சந்தோஷ சமுத்திரமாக தென்பட்டார்கள்.

“என் கணேசு சொன்ன ஒரு விஷயம்கூட நடக்காம போகலை பாத்தீங்களா?” கனகமயில் பெருமையாகச் சொன்னாள்.

“நிஜம்தான் கனகு. கணேசன் சாதாரண ஆள் இல்ல. அபூர்வ மனிதர். அவர் ஒரு மாபெரும் விஞ்ஞான ரகசியம். உடனே கணேசனைப் பார்த்து விஷயத்தைச் சொல்லணும். கணேசனைப் பற்றி மட்டுமே நான் எங்க பத்திரிகைல பக்கம் பக்கமா எழுதப் போறேன். இந்தப் புதையல் விஷயம் ஒரு பெரிய மர்மக்கதை மாதிரி இல்ல...” கனகுவைப் பார்த்துக் கேட்டுவிட்டுக் கண்களில் பட்டுப்பூச்சி பறக்க “வா கணேசனை நாமளும் போய் பார்க்கலாம்” என்றாள் ஏஞ்சல்.

“ஆமா நானும்கோ என் கணேசனோட மெட்ராசுக்கு வரட்டுமா?” சற்று அதிக அக்கறையாக நடக்கும்போது கேட்டாள் கனகமயில்.

“இனிமே கணேசனுக்கு வருங்கால மனைவி மட்டும் இல்ல, எனக்கு நல்ல சினேகிதியும்கூட!”

அவள் அப்படிச் சொன்னபோது இருவர் கண்களுமே கலங்கி விட்டிருந்தது!

பண்ணையார் வீட்டுக் கொல்லைப்புறத்தில் பண்ணையார் மாயமாய் மறைந்து கொள்ளும் ரகசிய அறையில் செப்புத் தகடு பூட்டிய பெட்டி திறந்து கிடக்க, அதில் குவியல் குவியலாய் தங்க நாணங்கள்! ஆபரணங்கள்! செம்பவழங்கள்! முத்துக்கள்! வைரங்கள்!

சுற்றிலும் டி.எஸ்.பி. பழனிராஜ் மற்றும் போலீஸ் புடை சூழ கைவிலங்கோடு இவர்களுக்கு மத்தியில் பண்ணையார்.

அந்தப் புதையலை அரசாங்கச் சொத்தாக ஒப்படைக்க தாசில்தார், மாவட்ட கலெக்டர் ஆகியவர்களின் வரவுக்காக அனைவரும் காத்திருந்தனர்.

ராஜதுரை கணேசனின் கைகளை சந்தோஷத்துடன் பற்றிக் குலுக்கினார். தோளில் தட்டிக் கொடுத்தார். அந்தப் பெருமை தாங்காமல் ஏஞ்சலையும் கனகமயிலையும் பார்த்தான் கணேசன்.

— முற்றும் —

www.ingramcontent.com/pod-product-compliance
Lightning Source LLC
LaVergne TN
LVHW090307051026
849518LV00005B/1679
* 9 7 8 9 3 5 6 9 5 6 3 3 9 *